கெளிமதம்

செல்வக்குமார் பேச்சிமுத்து

The views and opinions expressed in this book are the author's own. The facts contained herein were reported to be true as on the date of publication by the author to the publishers of the book, and the publishers are not in any way liable for their accuracy or veracity.

- கெளிமதம் ● நாவல்
- செல்வக்குமார் பேச்சிமுத்து© ● முதல் பதிப்பு : டிசம்பர் 2024

- Keḷimatam ● Novel
- Selvakumar Petchimuthu© ● 1st Edition : December 2024

- Pages : 218 ● Price : ₹ 280/-
- ISBN : 978-93-48722-52-2

Released by :
M/s. Yaavarum Publishers
24, Shop no - B, S.G.P Naidu Complex,
Dhandeeswaram Bus Stop
Opp: Bharathiar Park
Velachery Main Road
Velachery, Chennai - 600 042
Phone: 90424 61472
yaavarum1@gmail.com
Url : www.yaavarum.com; www.be4books.com
Layout Designed by: Santhosh kolanji

Wrapper Designed by :

All rights, including professional, amateur, motion pictures, recitation, public reading, broadcasting are strictly reserved. No part of this book may be reproduced in whole or in part or utilized in any form or by any means electronic or mechanical, including photocopying, recording or by any information storage and retrieval system now known or hereafter invented, without the prior written permission of the Translators / Editor / Publisher

 This book contains no AI-generated texts or illustrations. All written content and artwork have been created by human authors and artists.

செல்வக்குமார் பேச்சிமுத்து – (1996)

தென்காசி மாவட்டம் செங்கோட்டை அருகே தெற்குமேட்டில் பிறந்த இவர் பொறியியல் பட்டம் பெற்ற பின் திரைத்துறையில் நடிகராகவும் துணை இயக்குநராகவும் பணிபுரிந்து வருகிறார். ஜீரோ டிகிரி பதிப்பகம் (எழுத்து பிரசுரம்) நடத்திய இலக்கியப் போட்டியில் சிறுகதைக்கான பரிசு பெற்றவர். மேடை நாடகம், திரை நடிப்பு, இலக்கியம் என இயங்கி வருகிறார். இது இவரது முதல் நாவல்.

சமர்ப்பணம்

மாரியம்மாள் பேச்சிமுத்து
சரவணசுந்தர் பேச்சிமுத்து
கற்குடி சிவனம்மாள்

तू मुझे चाहे न चाहे यह तेरे बस में तो है, और मैं तुजको न चहुँ यह मेरे बस में नहीं

"நீ என்னை விரும்புகிறாயா இல்லையா என்பது உன் கட்டுப்பாட்டில் உள்ளது, நான் உன்னை விரும்புகிறேனா இல்லையா என்பது என் கட்டுப்பாட்டில் இல்லை."

Umrao Jaan திரைப்படத்தில் நடித்த நடிகை ரேகாவின் கண்களுக்கு

என்னுரை

பட்டப்படிப்பை முடித்து ஒரு நாவலையும் எழுதிய பின்பு அதற்கு என்னுரை எழுதத் தெரியாமல் விழிக்கும்போது என்னை நினைத்து எனக்கே சிரிப்பு வருகிறது. துயரத்திற்கு அடைக்கலம் எழுத்துதான். எழுதும்போதெல்லாம் துயரம் மிகுந்த வாழ்வை விட்டு சிறுபொழுதேனும் தப்பித்துக்கொள்ள முடிகிறது. மாபெரும் கனத்தைக் கரைக்க எழுத்தால் முடிகிறது. என் வாழ்வில் நான் கண்ட வீழ்ச்சியுற்ற மனிதர்கள் என்னை எல்லா காலங்களிலும் பின்தொடர்வது போலவும் அவர்களின் துயரம் என்னை விட்டு அகலாமலும் இருப்பதாகவே எனக்கு ஒரு எண்ணம் உண்டு. நாவல்தானே எழுதிப் பார்த்துவிடலாம் என்று ஏதோ ஒரு நம்பிக்கையில் எழுதத் தொடங்கினேன். நாவலை தட்டச்சு செய்வதற்காகவும் எனது அன்றாட தேவைக்காகவும் ஒரு நிறுவனத்திலும் தற்காலிகமாகப் பணியில் சேர்ந்தேன். எழுத எழுத எனக்குள் விரிவடைந்த சித்திரம் என்னை பிரமிக்க வைத்தது. ஒரு கட்டத்தில் நான் வடித்த கதாபாத்திரங்களோடு பேசவும், சிரிக்கவும், உரையாடவும், பயணிக்கவும், பாத்திரங்களின் மனநிலையை என்னுடைய மனநிலையாக மாற்றிக்கொண்டும், சிலசமயம் என்னவென்றே சொல்ல முடியாத தீராத துயரத்தை அனுபவிக்கவும் செய்தேன். என் பதின்ம பருவத்தை அடையும் முன்னமே நான் கண்ட அந்தப் பேரிளம் பெண்ணின் வசீகரமும் அவளது வாழ்வும் அவளது இன்மையும் என்னுள் கிளர்த்திய கேள்விகளும் இத்தனை ஆண்டுகளில் அதன் விடைகாண முடியாத புதிர்களுமே என்னை இந்த நாவலை எழுத வைத்தது. நாவல் எழுதத் தொடங்கிய காலம் என் வாழ்வின் எல்லா செயல்பாடுகளும் மறைந்து, எழுத்தை

மட்டுமே மனம் பிரதானமாக ஆக்கிக்கொண்டது. என் வாழ்வை தனிமை கொஞ்சம் கொஞ்சமாக தின்னத் தொடங்கிய காலமது. எனக்குள் இருந்த தீராத்தனிமை, அது தந்த வெம்மை, இனம் புரியாத துயரம், வாழ்வின் மீதான அவநம்பிக்கை என எல்லாம் சேர்ந்து இந்த வாழ்வையே முடித்துக்கொள்ள என்னைத் தூண்டுகையில் எழுதுதலை ஏற்படுத்திக்கொண்ட நேரத்தில் அதை ஒத்தி வைக்கச் சொன்னது.

தற்கொலை எண்ணம் கூட என்னுள் கனன்று கொண்டிருந்தது. அந்த நாட்களில் என்னால் தனியாக வீதிக்கோ, வாகனங்களுக்கு மத்தியிலோ, ஏன் தனியாக என் அறையிலோ கூட இருக்க முடியாமல் போனது. தீராத துயரம் என்னை தின்றுவிட எத்தனித்தது.

அதன் பின்பு ஒரு நீண்ட இடைவெளி. நானும் கூட இந்த தொல்லை பிடித்த நாவலை தூக்கியெறிந்து விடலாம் என்றும் நினைத்தேன். அதன் பின்பு ஓர் ஆசையில் பல பேரிடம் கொடுத்தும் யாரும் இதனை வாசிக்க விரும்பவில்லை. ஒரு கட்டத்திற்கு மேல் இது கட்டாயம் அச்சிலேறாது என்றே நினைத்தேன். அதன் பின்பே யாவரும் பதிப்பகத்தின் உரிமையாளர் ஜீவகரிகாலனை சந்தித்தேன். அவர்தான் என்னை ஓர் எழுத்தாளன் என்று எனக்குள் நம்பிக்கையை விதைத்தார். என்னை எனக்கு அடையாளம் காட்டினார். என் நாவலை வாசித்தார். அதன் பின்பு அந்த நாவல் எழுத்தாளர் சுஷில் குமாரிடம் சென்றது. நாவலின் மறுகட்டமைப்பிற்கான எல்லா சாத்தியங்களையும் எனக்கு சொல்லித் தந்து என்னை மீண்டும் எழுத வைத்தார்கள். என் வாழ்வின் நன்றிக்குரிய நபர்களாக மாறினர் இருவரும். நாவல் அதன் உறுதித் தன்மையை தானே தேடிக்கொண்டது. மீண்டும் நம்பிக்கையோடு நான் எழுதத் தொடங்கினேன். அதே கதாபாத்திரங்களோடும், அதே துயரங்களோடும், அதே தீரா தனிமையோடும் என்னை நானே சில மாதங்கள் கட்டமைத்துக் கொண்டேன். நாவல் தன்னைப் புதுப்பித்துக்கொண்டது. என் அப்பாவின் மறைவால் நிலைகுலைந்த நான் மீண்டு வந்தது இந்த நாவல் முழுமைபெற்ற போதுதான். வெற்றுக் கனவுகளோடும் யாருக்கும் பயனற்றவனாகவும் நிற்கும் என்னை நேசித்து வழிநடத்தி

வரும் என் அம்மா மாரியம்மாள், அண்ணன் சரவணசுந்தர், எங்கள் வாழ்வுக்காக எல்லாவற்றையும் இழந்த என் ஆச்சி சிவனம்மாள், நான் பிறந்த தெற்கு மேட்டு ஊர்மக்கள், என் ஆச்சி பிறந்த கற்குடி ஊர் எல்லாவற்றுக்கும் நன்றி சொல்லக் கடமைப்பட்டுள்ளேன். என் வாழ்வில் என்னை வழிநடத்தும் தேவதைகளான என் கல்லூரியில் பணி செய்யும் திருமதி பரமேஸ்வரி அம்மா, என் வீட்டு உரிமையாளர் திருமதி கற்பகம் அந்தோணி அம்மா, என் கல்லூரி நண்பன் மரிய ஜோஸ்வா ஆகியோருக்கு என் நன்றி. என் வாழ்வில் நான் கண்ட உன்னதக் கலைஞர்களான நாடக இயக்குநர் பிரசன்னா ராமசாமி, நடன கலைஞர் சண்முக சுந்தரம் ஆகியோருக்கும், என்னை எழுத ஊக்குவித்த ஜீரோ டிகிரி பதிப்பகத்தின் நிறுவனத்தார் திருமதி காயத்ரி ராம், திரு ராம்ஜீ நரசிம்மன் அவர்களுக்கும் என் மனமார்ந்த நன்றி.

எழுதும் காலத்தில் எனக்கு துணை நின்ற என் சித்தப்பா கிருஷ்ணன், பரமசிவன் மாமா, கிராமியக் கலைஞர் சங்கிலி அண்ணன், லதா பெரியம்மா, இந்த நாவலை தட்டச்சு செய்து உதவிய கதிர் அண்ணன், அழகப்பபுரம் ராஜீவ்காந்தி அண்ணன் என எல்லாருக்கும் என் மனமார்ந்த நன்றிகள். எங்குபோய் முடியும் என்று தெரியாமல் எழுதத் தொடங்கிய நான் எங்குபோய் நிற்கும் என்கின்ற எந்த அவதானிப்புமின்றி என்னுரையை முடித்துக்கொள்கிறேன்.

செல்வக்குமார் பேச்சிமுத்து
தெற்குமேடு
22–11–2024

1

எட்டாவது நாளு சப்பாணி மாடன் கோயில் கொடைங்கிறதால ஊரே ஜேஜேனு கெடக்கு. ஊரடைக்க சீரியல் லைட்டு, எங்க பார்த்தாலும் பொம்பளைங்க எல்லாம் ஒரே பரபரப்பா இருக்காங்க. அந்த ஊரு கோயில் கொட, சுத்தி இருக்க அத்தன ஊர விடவும் விசேசமா இருக்கும்.

எல்லா ஊர்க்காட்டுலயுமே, மாடனூருக்கு கொடப் பாக்கப் போறோமுன்னு செகசோதியா கௌம்பி வருவாங்க. அந்த ஊருக்குள்ள இருக்க பறக்குடி ஆளுக, தேவமாரு ஆளுக, சக்கிலயக்குடி ஆளுக, வண்ணாக்குடி ஆளுக எல்லாம் இருந்தும் அதிக தலகட்டு இருக்குற மாடனூரு கொடப் பாக்க ஏங்கிப்போயி கெடக்கும். குறவன் குறத்தி ஆட்டமும், நையாண்டி மேளமும், வில்லுப்பாட்டும், சீரியல் பல்பும், ஏன் சாமியாடுத சாமிகொண்டாடிகளுக்கு போடுத மாலையிலயுங்கூட துண்டாத் தெரியும் மாடனூரு ஆளுகளப் பத்தி.

ராக்கு காலையில இருந்தே செங்குளம் போன அவ அப்பன் எப்போ வருவாருன்னு காத்துக் கெடக்கா. ராக்கம்மாளோட அப்பன் முருகையா கோழி கூப்பிடுத நேரமே தெக்க ஜமீன் ஐயா களத்துல இருந்து வந்து, ஒரு குண்டா நெறய பழைய சோத்த புழிஞ்சி வச்சி, அஞ்சாறு பொடி உள்ளியும் நாலு ஒட்டு மாம்பழத் துண்டுகளையும் வச்சு கஞ்சிய குடிச்சுட்டு, நேரா செங்குளத்துக்கு போயிட்டாரு. அங்க அவனோட களத்து மொதலாளி வீட்டுக்கு போயி, கொஞ்சம் பணம் வாங்கிட்டு, நேரா ராக்கு பத்துதரம் சொல்லிவிட்ட, புது ஜவுளி கட பாம்பே ஸ்டோருக்குப் போயி, அவ கேட்ட மாதிரியே ஒரு பூப்போட்ட பாவாட, அதுக்கு தகுந்தாப்புல ரோசாப்பு கலருல தாவணி வாங்கிட்டு, ஒரு சணல் சாக்குல கொஞ்சம் காய்கறியும் வாங்கிகிட்டாரு.

வாழ இலையில சூடா வச்ச அல்வான்னா மவா நல்லா திம்பான்னு காக்கிலோ அல்வா அன்வர் பேக்கரில வாங்கி டவுசர் பைக்குள்ள போட்டுக்கிட்டாரு.

செங்குளம் பஸ் ஸ்டாண்டுல நின்னா, மாடனூர் போறதுக்கு ரெண்டு மணிக்கி ஒரு வேனு உண்டு. அதுல ஏறி நேரா ஊருக்கு வந்துசேர்ந்தாரு முருகையா.

இங்க குத்தால தண்ணி எப்போ வருமுன்னு எதிர்பாத்து இருக்கா ராக்கம்மா. அந்த ஊருல முக்கியமான சடங்கே அருவித் தண்ணிதான். மாடனூர்ல வீட்டுக்கு ஒருத்தர் சப்பாணி மாடனுக்கும், சப்பாணி மாடத்திக்கும் நேந்துகிட்டு, குத்தாலத்துக்கு போயி நெற கொடம் தண்ணி எடுத்துட்டு வந்து, சாயங்காலம் பள்ளியூர்ல இருக்குற கன்னி மாரியம்மன் கோயில்ல வந்து கொடங்கள வச்சுகிட்டு நிப்பாங்க.

அங்க அருவித் தண்ணி எடுக்குற ஆளுகளோட சொந்தபந்தம் எல்லாம் கைநெறைய மாலைகளோட காத்துகிட்டு இருக்கும். ஊரு நாட்டாமமாரு நையாண்டி மேளகாரங்களோட அண்டா நெறய பானக்கரயத்தோடயும், அஞ்சாறு பழகொலயோடயும் வருவாங்க. குத்தால தண்ணி எடுக்குத ஆளுகளுக்கு பழமும், பானக்கரயமும் கொடுத்து பசியமத்தி உடம்பு பூராவும் சந்தனத்த பூசி, நையாண்டி மேளத்தோட ஊருக்கு கூட்டிட்டு போவாங்க. குத்தால தண்ணி பள்ளியூர்ல இருந்து ரெண்டு மைல் தூரம் இருக்க மாடனூருக்கு வந்து சுத்தி இருக்குற எல்லா தெருவையும் சுத்திவந்து கோயில்ல கொடத்த சேப்பாங்க. இதுல முக்கியமான விசயம் என்னன்னா.

ஊருக்குள்ள அருவித்தண்ணி வரும்போது யாரு கழுத்துல மால அதிகமா இருக்கோ, அவங்க குடும்பந்தான் பெருசுன்னு மாலைய கணக்கு வச்சு தங்களோட பவுச காட்டுவாங்க.

வருசா வருசம் இதுல நெறக்கழுத்து மாலையோட வாரது என்னமோ முருகன்தான். ஏன்னா... முருகன் குடும்பம் பெருசு. அவனோட அம்ம சொந்த தாய்மாமனுக்கு வாக்கப்பட்டதால அம்மவழி, அப்பேவழின்னு அந்த ஊருல இருக்குற மொத்த குடும்பமும் அவனுக்கு மாலையப் போட்டு கழுத்த நெறைக்கும்.

அவன் குத்தால தண்ணி தூக்கீட்டு ஊருக்குள்ள வாரதுகூட பெருசில்ல, இப்போ கடந்த அஞ்சு வருசமா புதுமால ஒன்னு அவன் ஊருக்குள்ள வந்த உடனே அவன் கழுத்துல விழுது.

அது யாருன்னா, நம்ம ராக்கம்மா போடுத மாலதான். ராக்கம்மாளும் முருகனும் ஒருத்தருக்கொருத்த மனசார விரும்புதாக. ராக்கம்மா கெட்டுனா இவனத்தான் கெட்டுவமுன்னு வைராக்கியமா இருக்கா. அவ பத்து நாளு களயெடுக்க போன துட்டுல ஒரு பெரிய ரோசாப்பூ மாலையா வாங்கி வச்சிருந்தா. தண்ணி டாங்கி தெருவுல மேளம் அடிக்க சத்தத்த கேட்டவொன்னே இவ வாங்கி வச்ச மாலைய எடுத்துட்டு வந்து வீட்டு வாசல்ல நிக்கா. சுத்தி இருக்க வீட்டு பொம்பளைக ராக்கம்மா மாலையப் போடுதத பாக்கதுக்கு நிக்கிக. இவ வீட்டு வாசலுகிட்ட மேளம் வந்த உடனே கையில வச்சிருந்த மாலையோட நேரா போயி முருகன் கழுத்துல போடுதா. ஊரே வேடிக்கப் பாக்கு. இத தெரு முக்குல இருந்து முருகனோட அம்ம பாத்துக்கிட்டு இருக்கா. எல்லோரும் சந்தோசமா பாக்கையிலே முருகனோட அம்மக்கி மட்டும் இத பாத்து மூஞ்சி சம்மிப்போச்சு[1]. அவ எப்டியாச்சும் இந்த ராக்கம்மாள வெட்டி விட்றனும்னு நெனைக்கா. இவள எதச்சொல்லி வெட்டி விடலாமுன்னு மனசுக்குள்ள ஏதோ பகையாளியப் பாத்தது கணக்கா மொறச்சுப் பாக்கா. ராக்கு யாரையுமே கண்டுக்காம மாலையப் போடவும் முருகனும் ராக்கும் ஒருத்தர ஒருத்தரு பாத்து சிரிச்சாக, இந்த சிரிப்ப பாத்ததும் முருகனோட அம்ம ராசாத்தி மனசுக்குள்ள, இந்த வெறும்பெயலுக்கும் வெத்து சக்காளத்திக்கும் பொறந்த இந்த சின்னச் செறிக்கி நம்ம ஆசயில எல்லாம் மண்ண அள்ளிப் போட்ருவா போலயேன்னு கண்ணுல வெசத்த கக்குதது மாரி பாக்கா. ஆனா அது எதையுமே ஒரு பொருட்டா எடுக்கல ராக்கு.

குத்தாலத் தண்ணி ஊரச்சுத்தி கோயிலப்போயி சேந்ததும் ராக்கம்மா நீலக்கலரு பூ போட்ட பாவாடையும், ரோஸ் கலரு தாவணியும், ஏற்கனவே தச்சு வச்சிருந்த சட்டையையும் போட்டுக்கிட்டு, தல நெறய பிச்சிப்பூவும், கைநெறய கண்ணாடி வளையலுமா சும்மா அம்மங்கோயிலு செல மாதிரி கிளம்பி அவ அம்மா முத்தம்மா கூட பொங்க வைக்க கௌம்புதா.

பொங்க வைக்கதுக்கு பித்தாளையில ஒரு சின்ன உருளிப்பான, பித்தாள கரண்டி, மண்ட வெல்லம், வீட்டுல குத்துன பச்சரிசி, நெய்யி, அண்டிமாங் கொட்டைய சுட்டு ஒடச்சி எடுத்த அண்டிமாங்

கொட்டனு எல்லாத்தையும் ஒரு பெரிய அரிசி பெட்டியில எடுத்துகிட்டு முன்னால போறா ராக்கு.

சருகாக் காஞ்ச தென்ன ஓலயும் அஞ்சாறு காஞ்சுபோன பூம்பாளயையும் ஒன்னா கெட்டி தலையில தூக்கிகிட்டு அவ பின்னாடி நடந்துபோறா ராக்கோட அம்ம முத்தம்மா.

"ஏட்டி ராக்கு, யாரு வீட்டு கல்யாணத்துக்கு அரிசிப்பெட்டி தூக்கிகிட்டு போற?"ன்னு கேட்டா ஒரு கெழவி.

கெழவி கிண்டல் பன்னுதத பாத்து, இவ வாய அடைக்கனுமேனு நெனைச்சுக்கிட்டு, "இந்த மாடனூர்ல எங்க தாத்தாவுக்கு அஞ்சாவது வைப்பாட்டியா இருந்தாள்ல அந்த நீலிக்கும், வடக்குமேட்டு மூக்குப்பொடிக்கும் இன்னக்கித்தான் கல்யாணம், அதான் பெரிய அரிசிப்பெட்டியாத் தூக்கிட்டுப் போறே"ன்னு சொல்லவும், கெழவி மொகத்துல அருளே இல்ல. ஏன்னா ராக்கம்மாகிட்ட இவ்வளவு நேரமும் பேசிக்கிட்டு இருந்த கெழவி பேருதான் நீலி. நீலிக்கெழவி வாய யாராலயும் அடைக்க முடியாது. நீலியோட ஒன்னுவிட்ட அண்ணன் பேத்திதான் இந்த ராக்கு. நீலிக்கி ஒரே சங்கடமா போயிட்டுது.

இந்த கண்டாரஓலி நம்ம அண்ணங்கூடயே நம்மள சேத்துவச்சுப் பேசிட்டாளேன்னுதா கெழவியால எதுவும் பேச முடியல.

"அடா பெயமவள… ஏலா… நான் உன்னய சும்மா தம்மாசுக்குதான பேசுனே! நீ என்னட்டி இப்டி பேசிட்டனு" கேக்கா, அதுக்கு ராக்கு,

"ஆமா ஒன் வாயத்தான் இந்த ஊருல யாராலயும் அடைக்க முடியலன்னு சொல்லுதா."

"நான் உன்னும் உங்கிட்ட பேசுனமுனா, ஒந் தூமச்சீலயக் கொண்டு அடி, என்ன ஒஞ் சக்காளத்தினு கூப்டு"னு சொல்லி மொணங்கிகிட்டே போறா நீலிக்கெழவி.

கெழவி மூக்கொடஞ்சி போறத பாத்த ராக்கம்மா அம்ம, "அடா லூசுக்கழுத, என்னம்ம இப்டிப் பேசிட்ட, அந்தக் கெழவி பாவம், இனிமே வெளயாட்டுக்குக்கூட ஓங்கிட்ட பேசமாட்டா பாரு"ன்னு சொல்லவும்,

"உனக்கு ஒன்னுந் தெரியாது, கெழவி நாளைக்கே மண்டையப் போட்டுட்டான்னா நான்தா மொத ஆளா வந்து ஒப்பாரி வச்சி அடிப்பேன்"னு சொன்னத கேட்டு, தாயும் மகளும் சிரிச்சுகிட்டே கோயிலுக்குப் போறாக.

---

1. முகம் சுருங்கிவிட்டது
2. ஒப்பாரி நடனம்

2

அங்க கோயிலுல ஊர்க்கார பொம்பளைக எல்லாருமே பொங்க வைக்க பானைகளோட காத்துக் கெடக்காக, சப்பாணிமாடன் கோயில்ல என்ன விசேசமுனா, அங்க சப்பாணி மாடனுக்கும், அவரு தங்கச்சி சப்பாணி மாடத்திக்கும் மட்டுந்தான், பூடமும் செலயும் பெருசா இருக்கும். வெளியில இருக்க பெரிய புளியமரத்துக்கு கீழ கருப்பசாமிக்கும், எதித்தாப்புல இருக்க கொம்பு மாடனுக்கும் பூடம் ரொம்ப சின்னது, செல கூட கெடயாது, ரெண்டு வழுக்கப்பாற கல்ல நட்டு வச்சிருப்பாங்க. கோயிலுக்கு முன்னாடி பத்து செண்டு இடமும் சும்மா கட்டாந்தரையா கெடக்கும். அந்த எடம் கொஞ்ச நேரத்துக்கு முன்னாடி கூட சும்மா காலி எடமாதா கெடந்துச்சு. ஆனா இப்போ வரிசையா பொங்க வைக்கதுக்கு ஏத்த மாதிரி மாறிருச்சு. எப்போவுமே அந்த ஊருல இருக்குற பொம்பளைங்க ஆளாளுக்கு பொங்க வச்சுட்டு கோயில்ல எறக்கி வச்சுட்டு போயிருவாங்க. ஆனா இப்போ ஒரு நாலஞ்சு வருசமா, முத்துப்பாண்டி ஊர் பொறுப்புல இருக்குறதால, அவன் பொண்டாட்டிக்கி ஒரு கேணம்[1]. எங்க போனாலும் மொத மரியாத வேணும்னு அடம்புடிக்கா, இது ஊருல இருக்க எந்த பொம்பளைக்கும் புடிக்க மாட்டக்கு. ஆனாலும் எவளாலயும் ஒன்னும் பேச முடியல. எல்லாப் பொம்பளைகளும் பொங்க வைக்கறதுக்கு முன்னாடியே நாம போய் மொத ஆளா பொங்க வைக்கனும்னு குத்தால தண்ணி எறக்குன உடனே நேரா கோயில பாக்க பானைய தூக்கிட்டு வந்துட்டா, பேராச புடிச்சவா.

அவா அடுப்ப கூட்டுனதுக்கு அப்புறமாதா எல்லாப் பொம்பளைகளுமே அடுப்பக் கூட்டுனாளுக. எல்லாப் பொம்பளையும் பாறாங்கல்லு எடுத்துட்டு வந்து அடுப்ப கூட்டவும், இவ மட்டும் துட்டு உள்ள ஊட்டுக்காரினு காட்டுததுக்காகவே செங்குளம் போயி மண்பான செய்யித ஆசாரிகிட்ட கேட்டு பொங்க வக்கிற மண் அடுப்பு வாங்கியாந்து காவியும், வெள்ளையுமா சுண்ணாம்பு வாங்கி அடிச்சு, சப்பாணி மாடன் பூடத்துக்கு நேரா அடுப்ப வச்சிருக்கா முத்துப்பாண்டி வீட்டு மாங்கொழுந்து காளியம்மா.

இது எதுவுமே தெரியாத ராக்கம்மாளும் அவா அம்ம முத்தம்மாளும் நேரா கோயிலுக்குள்ள வந்து பாத்தா, எல்லாவளும் அடுப்ப கூட்டி ஓலைய பத்தவச்சத பாத்து, "வாம்ம, நம்மளும் சீக்கிரமா பொங்க வச்சி பானைய உள்ள சாமிக்கி முன்னால வச்சிட்டு போவோம்"னு சொல்லி, தாயும் மவளும் சீக்கிரமா அடுப்ப கூட்டி கோயிலுல இருக்க பெரிய கல்லு தொட்டியில இருந்து தண்ணிய எடுத்துக்கிட்டு வாராக.

பாறாங்கல்ல எடுத்து அடுப்ப மூட்டி ஓலைய எடுத்து அடுப்பு பக்கத்துல வச்சி பானைய ஏத்தியாச்சி. தண்ணி சூடானதும், அரிசியையும் பருப்பையும் களஞ்ச தண்ணிய கீழ ஊத்திட்டு மறுபடியும் தண்ணி ஊத்தி களஞ்சி அந்த தண்ணிய பொங்கப் பானையில ஊத்துதாக. அவ ஊத்துன கொஞ்ச நேரத்துல பான கொஞ்சம் கொஞ்சமா சூடாவுது. இத பாத்து மொனங்கிகிட்டே இருக்கா முத்துப்பாண்டி பொண்டாட்டி.

அவா கவலையெல்லாம், எங்க நம்ம பான பொங்குததுக்கு முன்னாடி முத்தம்மா வீட்டு பான பொங்கிருமோன்னுதான். நம்ம இந்த ஊரு நாட்டாம பொண்டாட்டி, நமக்குதா எங்கயுமே மொத மரியாத கெடைக்கனும்னு.

அதுக்கு தான மொத ஆளா பொங்க வைக்க வந்தோம். ஆனா அந்த சாணி அள்ளுத மூதேவியும், அவா மவளும்; மொத ஆளா பொங்க வச்சிருவாக போலன்னு நெனைக்கா.

அதனால எல்லா ஓலையும் ஒன்னா வச்சு அடுப்புல திணிக்கா. ஆனா விதி அவளுக்கு கட்டுப்படாம வேற ஒன்னா நடக்கு. காளியம்மா கொண்டு வந்த ஓல எல்லாமே பழுப்பு மட்டையில இருந்து பிச்சிட்டு வந்த ஓல. இவா அடுப்புல ஓலய திணிக்க திணிக்க பொகதான் வருதே ஒழிய அது கொஞ்சங்கூட எரிய மாட்டக்குது. அதனால வயிறு பூராம் எரியுது காளியம்மாளுக்கு.

ஐயா களத்துல ராக்கு அம்ம ஒரு வாரமா பொங்க வைக்கதுக்குனே காயப்போட்ட நல்ல காஞ்ச ஓலையும், காஞ்ச பூம்பாளையும் எடுத்து வைக்கா. அது நல்லா கணகணன்னு பானக்கி மேல ஒரு ஆளு ஒயரத்துக்கு எரியுது. அடுப்புல இருந்து பான நொர பொங்கி வருது. அத பாத்த காளியம்மாளுக்கு மூஞ்சி செனந்து[2] போச்சு.

ராக்குக்கு பான பொங்கப் போறத நெனைச்சா சந்தோசம் தாங்க முடியல. அவ அடுப்புல இன்னும் ரெண்டு இணுக்கு ஓலய எடுத்து மொனைய மடிச்சு அடுப்புல வைக்கவும், தீ கனகனனு எரியுது.

கடைசியா பான பொங்கி கெழக்கு பக்கமா வழியுது, ராக்கம்மா கொலவ போடுதா, ஏற்கனவே நாத்தாங் காலுல கொலவ அப்டி போடுவா, அவள பாத்து மத்த பொம்பளைங்களும் கொலவ போடுதாளுக, கொஞ்ச நேரத்துல அந்த எடமே கொலவ சத்தத்தால நெரம்பி வழியுது. ராக்கும், அவ அம்மையும் சந்தோசமா, பொங்க பொங்கி வந்தது மாதிரி எங்க வாழ்க்கயிலயும் எந்த சங்கடமும் இல்லாம சந்தோசம் பொங்கனும் சப்பாணி மாடானு கைய கூப்பி கும்புடுதாக.

அத பாத்த காளியம்மாளுக்கு மூஞ்சி செத்தே போச்சி. உடனே ராக்கு பானையில அரிசிய போட்டு, நல்லா கிண்டி விடுதா, வெந்ததும், மண்டவெல்லம், அண்டிமாம் பருப்பு போட்டு நெய்ய ஊத்தி கௌருதா. மணக்க மணக்க சக்கர பொங்கலு ரெடியானதும், கரண்டியில கொஞ்சம் எடுத்து அடுப்புல அடையாளத்துக்கு வச்சிட்டு, நேரா பூடத்துக்கு கொண்டு போயி பானைய வச்சிட்டா. இதப் பொறுக்க முடியாத காளியம்மா என்ன செய்யன்னு தெரியாம, அவ புருசன்கிட்ட போயி இத சொல்லுதா. அவனுக்கு பொண்டாட்டி பேச்ச மீற முடியல.

அதனால ஏதாச்சும் பன்னுனாதா நம்ம யாருனு தெரியும், இந்த முருகையா குடும்பமே, வக்கத்த நாதியத்த குடும்பந்தானன்னு, நெனைச்சுகிட்டு காளியம்மாகிட்ட நீ எப்டியாச்சும் சண்டைய இழு, நான் வந்து பேசிக்கிடுதே”ன்னு சொன்னான்.

அவஞ் சொன்னதக் கேட்ட காளியம்மா சாடமாடயா பேச ஆரம்பிக்கா, அடா எடுபட்ட முண்டையா, பிச்சக்கார கழுதையா, எல்லாவளுக்கும் மொத மரியாத வேணுமாமுலா மொத மரியாதனு ஆரம்பிச்சா, இதக் கேட்டுகிட்டு இருந்த ராக்கு என்ன பேசன்னு தெரியாம முழிக்கா, ராக்கு அம்மைக்கி இப்பதா புரியுது, இவ ஏன் இப்டி பேசுதான்னு, அடுத்தும் பேசுதத நிப்பாட்டல அவ.

சாணிய அள்ளிக்கிட்டு, பொட்டச்சிய கெட்டிக்குடுக்க பவுனு பாக்க வக்கத்த முண்டையா, ஒங்களுக்கு மொத மரியாத வேணுமோ மொத மரியாத.

இத சொன்ன உடனே முத்தம்மாளுக்கு சுருக்குன்னுச்சி. "ஏய் பேசுதத நிப்பாட்டு, யார பவுனு பாக்காதவனு சொன்ன, பவுனு என்ன பவுனு, நாங்க ஒரு காலமும் களவாண்டு காலங்கழிக்கல, உங்கள மாரி நீ பவுனு வச்சிருந்தா அது ஒன் வீட்டுக்குள்ள, அத பாத்து நாங்க என்ன வாயப் பொளக்க போறமோ"னு பதிலுக்கு பேசுதா முத்தம்மா.

சண்ட முத்திப்போவுது, அத பாத்துகிட்டே இருந்த முத்துப்பாண்டி நேரா வந்து, எலா பிச்சக்கார முண்டையளா, என்ன நெஞ்சழுத்தம் இருந்தா எங்கள களவாணிப் பய குடும்பமுன்னு சொல்லுவன்னு சொன்னதும், "ஆமால, உங்க அப்பே வேல பாக்கே வேல பாக்கமுனு சொல்லி வேல பாக்க எடத்துல இருந்து பெட்டில ரூவாய களவாண்டு வந்தவன் தான, அதுக்கு தானப்பா ரெண்டு வருசம் உள்ளயும் இருந்தான். அதுல தான இந்தப் பவுனும் பவுசும், எங்ககிட்ட துட்டு இல்லதா, நாங்க பவுனு பாக்காத ஆளுகதா, களத்துல சாணி அள்ளிதான் உடம்ப வளக்கோம், களவாண்டு இல்லனு சொன்னதும், அவமானம் தாங்காம, கோவத்துல வேகமா ஓடிவந்து முத்தம்மாள நெஞ்சோட சேத்து மிதிச்சுட்டான்.

அங்க இருந்த எந்த பொம்பள ஆம்பளையும் ஒன்னுமே கேக்கல, ராக்கு ஓடிப்போயி அவ அம்மைய தூக்கி உக்கார வச்சு தண்ணி குடுக்கா. அவளுக்கு கோவம் வந்துருச்சு.

அடா எடுபட்ட செரிக்கியா உங்க கூட இருந்தா கொல பண்ணி போட்டாலும் பாக்காதது மாதிரி இருப்பிகனு சொல்லுதா.

யாரல அடிச்ச, ஒரு பொம்பளைய அடிக்க, ஆம்பளையால நீ, முட்டாப் பேலனு சொல்லுதா.

இத கேட்ட முத்துப்பாண்டி, ராக்கம்மாள ஓங்கி ஒரு மிதி மிதிச்சா, அவளும் சுருண்டு விழுந்துட்டா, அப்பதா ஒரு சம்பவம் நடந்துச்சி, அப்டி ஒன்னு நடக்குமுன்னு அங்க நின்ன யாருமே நெனக்கல.

விழுந்து கெடந்த ராக்கம்மா தலய புடிச்சு இழுத்தான் முத்துப்பாண்டி. அவ பக்கத்துல ராத்திரிக்கி மக்களுக்கு கொடுக்க இனிவம்[3] கிண்டுத அடுப்புல பெரிய பெரிய மா வெறகு எரியுது. அதுல இருந்து ஒரு பெரிய கொள்ளி கட்டய எடுத்து முத்துப்பாண்டி

நெஞ்சுலயே அடிச்சுட்டா. அவன் அந்த தீப்பட்டதும் அம்மானு துடிச்சு கீழ விழுந்துட்டான். அவனோட சட்ட தீப்பிடிச்சு கைய வச்சு அணைக்கும் முன்ன சட்டையெல்லாம் எரிஞ்சு நெஞ்சு தோலு எல்லாம் பொசுங்கிருச்சு. அவன் வேதன தாங்காம கீழே விழுந்துட்டான்.

சீ தூமயக்குடிக்கி யாரல அடிக்க, கேக்க ஆம்பள இல்லன்னா, ஓம்பாட்டுக்கு அடிப்பியோல தேவுடியாப் பயலேனு வையுதா ராக்கம்மா.

காளியம்மா அழுதுகிட்டே "யா ஆத்தே, அடா தேவுடியா முண்டையா, இப்டி கொள்ளிகட்டைய கொண்டு அடிச்சுட்டேமேனு ஓடி வந்து புருசன தூக்குதா. அங்க இருந்த கூட்டமே பயந்து போயி நிக்கி. ராக்கு அம்ம முத்தம்மா ராக்க கூட்டிகிட்டு நேரா அவசர அவசரமா, வெளிய போறா.

முத்துப்பாண்டிய ஒரு வண்டிய புடிச்சு நேரா பள்ளியனூரு கெவருமெண்ட் ஆஸ்பத்திரிக்கி கொண்டு போயி சேத்துட்டாங்க.

---

1. *திமிர்*
2. *இறுகி*
3. *சர்க்கரைப்பொங்கல்*

3

என்ன செய்யிறதுன்னே தெரியாத முத்தம்மாளும் ராக்கம்மாளும் நேரா தெரு வழியா நடந்து வாராக. ஊரடைக்க ஒரே பரபரப்பா பேசுது, இதுக்கு மேலே ஊருக்குள்ள நாம இருக்கக் கூடாதுனு மவளக் கூட்டிகிட்டு ஐயாக் களத்துக்கு போயிட்டா முத்தம்மா.

இருட்டுக்குள்ள தட்டுண்டு தடுமாறி அவசர அவசரமா பதறிப் பதறி போறாக தாயும் மவளும். சித்திர மாசங்கதால வயக்காடு எல்லாம் அறுப்பு முடிஞ்சிதான் கெடக்கு. இருந்தாலும் கொறக்கிருட்டு[1] இருக்கதால கண்ணுக்கு வழி தட்டுப்படாம செரமமா இருக்கு. களத்துல இருக்க முருகையா, என்ன வாரது நம்ம வூட்டுக்காரியும் மவளும் போல தெரியுதுனு வெரசலா[2] வந்து விசாரிக்கான்.

என்ன எப்போதும் வெடிச்சு பேசுத ராக்கம்மா பதட்டமா இருக்காளேன்னு என்னம்மா, ஏன் இப்டி பேசாம இருக்க, என்ன ஆச்சினு கேட்டதும், முத்தம்மா நடந்த எல்லாத்தையும் கடகடனு ஒப்பிச்சா, நடந்த கதைய கேட்டு முருகையாக்கு மூஞ்சி எல்லாம் வேத்துப்போயி, என்ன சொல்லுததுனே தெரியல!

ரெண்டு பேத்தையும் குச்சிலுக்கு[3] கூட்டிட்டு போயி இருக்க வச்சி, அடுப்பாங்கரைக்கு போயி பானையில கெடக்க பழைய சோத்தையும், மண்பானையில இருக்க நார்த்தங்கா ஊறுகாயையும் போட்டு சாப்புட வைக்கான்.

நீங்க ஒண்ணும் கவலப்படாதியனு, பொண்டாட்டிகிட்ட மாட்டுத் தொழுவ மட்டும் பாத்துக்கோனு சொல்லிட்டு, "நான் ஊருக்குள்ள என்ன நடக்குனு பாத்துட்டு வாரேன்"னு சொல்லி ஒரு போர்வைய எடுத்து மூடிக்கிட்டு கெளம்புதான்.

இங்க முத்துப்பாண்டிய புளியற ஆஸ்பத்திரிக்கி கூட்டிகிட்டு போயி, மருந்து வச்சு கெட்டி, அங்கேயே பெட்டுல சேத்தாச்சி.

முத்துப்பாண்டிக்கி கோவம் முட்டிக்கிட்டு வருது. மவா அடிச்சுட்டா, அம்ம நம்ம குடும்ப மானத்தையே வாங்கிட்டாளேன்னு. நம்ம அப்பன் களவு கேசுல உள்ள போனத இப்பதா இந்த ஊரே மறந்துட்டு வருது, ஆனா இந்தச் சின்னக் கூதிவுள்ள, இப்பிடி மானத்த வாங்கிட்டாளன்னு அவனுக்கு ஒரே வேகம். ஊருல பொங்க வைக்க பொம்பளைக எல்லாம் அங்கனதான் இருந்தாளுக, நாமளே இப்பதான் ஊருக்குள்ள கொஞ்சங் கொஞ்சமா ஒரு எடத்துக்கு வாரோம். இவ மொத்தமா கேவலப்படுத்தி வுட்டுட்டாளனு நெனைக்கான்.

எப்டியாச்சும் இந்த பிச்சக்காரப்பய குடும்பத்த ஏதாச்சும் ஒண்ணு பண்ணியாகனும்னு மனசுக்குள்ள வஞ்சம் வைக்கான். போயும் போயும் ஒரு சின்னப் புண்டகிட்ட அடி வாங்கிட்டமேனு நெனைக்கும்போது அவனோட கண்ணுமுழி பிதுங்குது.

முத்துப்பாண்டி பொண்டாட்டிக்கி அதுக்கு மேல கோவம். அந்த முண்டையள விட்டுறவேக் கூடாதுனு இவங்கிட்ட ஏத்தி விடுதா. ஏலா ஒம்மாப்புண்ட எல்லா ஒண்ணால தாமுனு காளியம்மாள வையுதான்.

ஊருல பொறுப்புல இருக்க ஊர் தலக்கட்டு எல்லாம் முத்துப்பாண்டிய பாக்க வந்ததும் அவன் சொன்னான், "நீங்க போயி மொதல்ல கொடைய நடத்த வழிய பாருங்க, நான் நாளக்கி வாரேன். போயி ஆட்டக்காரியளையும், மேளகாரங்களையும் வேல வேங்குத வழியப் பாருங்க. ஆனா, அந்த வெறுங் கூதியள ஏதாச்சும் பண்ணனும். இல்லைன்னா, இந்த ஊருல என்ன நல்லது கெட்டதுனாலும் நான் வரவே மாட்டேன்"னுட்டான்.

அங்க வந்த ஊர்க்காரங்க எல்லாத்துக்கும் நடந்தது எல்லாந் தெரியும். முருகையா மக மேல எந்தத் தப்பும் இல்லன்னும் தெரியும். அதே போல முத்துப்பாண்டி பண்ணுன கூத்தும் தெரியும்.

ஆனா என்ன செய்ய, நாயத்த பாத்தா முத்துப்பாண்டி மாதிரி ஒருத்தன் நமக்கு வேணுமுலா, அவன் இருக்கதாலதா ஊருல கொட நடத்த எல்லா ஆளுககிட்டயும் போயி பேசி அனுமதி வாங்குதான். இதுக்கு முன்ன நம்மூரு கோயில் கொடைக்கு வார ஆட்டங்காரங்களையும், மேளக்காரங்களையும் நேரா

கூட்டிட்டு போயி மேலத்தெரு பண்ணையாரு வீட்டு வாசல்ல ஆட விட்டுத்தான் நம்மூருக்கு கூட்டியாந்தே கொட நடத்தணும். ஊருக்குள்ள யாருக்கு கல்யாணம் நடந்தாலும் பண்ணையாரு வீட்டுக்கு போயி காலுல விழுந்து கும்பிடுத்துட்டு வாங்கியாரணும். கொட நடத்த போலீசு கிட்ட அனுமதி வாங்கணுமுனா அவருகிட்ட தான் போகணும். ஆனா இப்போ இந்த முத்துப்பாண்டி வந்த அஞ்சு வருசமா மேலத்தெரு பண்ணையாருக்கிட்டயே யாரும் போறதில்ல. போலீசுகாரன் கூட சட்டம் பேசி சமாளிச்சு நம்மூரு கொடைய ஊரு மெச்சும்படியா முத்துப்பாண்டி தான் முன்ன நின்னு நடத்துதான். அதனால முத்துப்பாண்டி சொல்லுதத கேட்டுத்தான் ஆகணும். இல்லனா, திரும்பவும் அந்த கூதி மவங்கள அண்டியேதான் வாழனும்.

---

1. அடர் இருள்
2. வேகமாக
3. குடிசை

4

ராத்திரிக்கி திருநெல்வேலியில இருந்து வந்த கொறவங் கொறத்தி ஆட்டம் நடக்குது. ஊரே கூடிவந்து, ஆட்டம் பாக்கறதுக்கு போர்வ, பாயி, சணல் சாக்குனு எல்லாத்தயும் எடுத்துட்டு வந்து உக்காந்து இருக்குது.

ஊருக்கு மத்தியில கோயிலுக்கு மேலப்பக்கம், வீதியா[1] கெடக்க தெருவுல, நாலு பக்கமும் கயத்த கெட்டி உள்ள கரகாட்டம் தொடங்குது.

நையாண்டி மேளம் நல்ல எம்.எஸ்.வி பக்திப் பாட்டோட ஆரம்பிச்சது. களத்துல ரெண்டு கொறத்தியும் ஒரு பப்புனும் வந்து எல்லா வாத்தியக் கருவிகளையும் தொட்டு கும்பிட்டுட்டு, ஆட ஆரம்பிச்சாங்க. பக்தி பாடல் தொடங்கி கொஞ்சங் கொஞ்சமா சினிமாவுல இருக்க காதல் பாட்டுனு ஆட்டம் சூடு பிடிக்குது.

நேரம் சரியா பதினொன்ன தாண்டவும் குறத்தியும் கொறவனும் ராஜா ராணி ஆட்டம் போட ஆரம்பிச்சாக. எல்லா வார்த்தையும் ரெட்ட அர்த்தத்தோட இருக்கு. பொம்பளைய ஒரு பக்கம், ஆம்பளைய ஒரு பக்கம், வாலிபப் பயக ஒரு பக்கம், சின்னப் புள்ளைய ஒரு பக்கம்னு எல்லாப் பக்கமும் ஒரே சிரிப்பாணியா இருக்குக ஆளுக.

பன்னிரெண்டு, மணியப் போல ஒத்த மேளம் மட்டும் ஆட்டக்காரங்க கூட இருக்கு. மீதி எல்லா மேளமும் நேரா சாம பூசக்கி போயிருச்சி, கரகாட்டம் நடக்கும்போதே சாமக்கொட ஆரம்பிச்சுட்டுது, ஆட்டம் பாத்துகிட்டு இருந்த பொம்பளைகள்ல கூட சிலபேரு சாமி வந்து ஆடி கோயிலுக்குள்ள ஓடுதாளுக.

கோயிலுக்குள்ள இருக்குற சாமிகொண்டாடி எல்லாருக்கும் சாமி வந்து ஆடவும் சாமி கொண்டாடியளுக்கு காலுல சலங்கையும், சல்லடங்குல்லாவையும் மாட்டி உடுதாங்க. இடது கையில வல்லயக்கம்பையும் வலது கையில அருவாளோடயும் சாமிக ஆவேசமா ஆடுதுக.

ஆனா இங்க களத்துல தாயும் மவளும் கொஞ்சங்கூட தூங்கல. முத்தம்மா வாசல்ல உக்காந்து ஒறஞ்சு போயி இருக்கா, அவளுக்கு கவல முழுக்க நாளக்கி என்ன நடக்கப் போவுதோன்னு தான்.

நல்ல காலத்துலயே இந்த ஊருல குடும்பம் குடும்பமா ஒன்னா நிக்குங்க. நல்லது கெட்டதுனாலும் இந்த ஊருல நமக்குன்னு ஒரு சனமும் வந்து நிக்காது. கையில நாலு காசும் கழுத்துல அஞ்சாறு நகையும் இருந்தாதான சொந்த ஊருல கூட நாலு பேரு வருவாக.

ஆனா நமக்குத்தான் நல்லது கெட்டதுக்கு கூட ஏத்துப்பாக்க யாரும் இல்ல. பொறந்த எடத்துலயும் ஒன்னுங் கெடயாது, நம்மள கட்டி கூட்டிட்டு வந்த எடத்துலயும் ஒன்னும் இல்லையே, ஒத்த பொட்டப்புள்ளைய வச்சிருக்கோம், அத கெட்டி குடுக்கக்கூட ஒத்த ரூவாக்கி வக்கு இல்லாத வெறுஞ்செறிக்கியா இருக்கமேனு நெனச்சுப் பாக்கா.

அந்த காளியம்மா பவுனுனா என்னனு தெரியாத முண்டைகன்னு திட்டுனால்ல, அவ சொன்னதுல என்ன தப்பு. நம்ம நக நட்டுக்கு வக்கத்து போயிதான கெடக்கோம், நம்மகிட்ட என்ன பொருளு இருக்கு.

இவா வேற கெட்டுனா அந்த முருகன் பயலதா கெட்டுவமுனு ஒத்த காலுல நிக்கா. அவனோட அம்ம ஒரு இடும்பு புடிச்ச சக்காளத்தி, இவள அவா வீட்டு வாசல்ல கூட ஏத்த மாட்டா. அவா குடும்பமே ஒரு நரிக்கூட்டமுலா, இதுல இந்த பிரச்சன வேற, இது எல்லாம் எங்க போயி முடியுமோ சப்பாணி மாடா, எல்லாத்தயும் நீ தான் பாத்துக்கனும்ம்னு வடக்காம கையெடுத்து கும்புட்டு மாலமாலயா கண்ணீர் வடிக்கா.

ஆனா ராக்கம்மாளுக்கு சாயங்காலம் இருந்த பதட்டம் இப்போ துளிகூட இல்ல. ஏன்னா அவ நெனைப்பு பூராவும் முருகன் மேலதான். போன வருசம் கோயில் கொட நடந்த எட்டு நாளும் சாமி கும்பிட போறேன், போறேன்னு முருகன் கூட எங்கயாச்சும் பாத்து பேசிக்கிட்டு இருப்பா.

முத்தம்மா பெரும்பாலும் கோயிலுக்கு வரமாட்டா.

"நான் வரலம்ம! நீ போயி கும்புட்டுட்டு வா"ன்னு சொல்லிருவா. ஆனா ராக்கு குளிச்சு கெளம்பி தாவணி போட்டு, நேரா முருகன்

வரச்சொன்ன எடமாப் பாத்து அவங்கூட பேசிக்கிட்டு இருப்பா. அவன் கையால பூ வாங்கி வக்கிறதுதான் அவளுக்கு சந்தோசமே. அவளுக்கு இப்போ மனசு பூரா அதுதான் ஓடிக்கிட்டு இருக்கு. அவளுக்கு என்னன்னா, இந்த சனியம் புடிச்ச பெயகூட சண்ட மட்டும் போடாம இருந்துருந்தா இன்னக்கி முருகன பாத்துருக்கலாம். அவன் வளையலுலா வாங்கி வச்சிருக்கமுனு சொன்னான். அவளுக்கு அது மட்டுந்தான் மனசுல ஓடுது. கொஞ்சங்கூட பயமில்லாம அவன பத்தியே நெனைச்சு பாக்கா.

அஞ்சு வருசத்துக்கு முன்னாடி முருகன் இவகிட்ட, நான் தான் உன்ன கெட்டுவேன்னு சொன்னதையும், இவளும் அவன புடிச்சிருக்குனு சொன்னதையும் நெனைச்சுப் பாக்கா. கொஞ்சங் கொஞ்சமா இவுக ரெண்டு பேரும் பழகுத விசயம் ஊருக்குள்ள தெரியவந்ததும், முருகன் அம்ம சாட மாடயா இவ தெருவுல போகும்போது வையுவா. ஒருநாள் கெணத்து பக்கம் முருகன்கூட பேசிக்கிட்டு இருக்கத முத்தம்மா பாத்துட்டா, இவள வீட்டுக்கு கூட்டிகிட்டு வந்து வெளக்குமாத்தால அடி பிச்சிட்டா, ஒன்னொரு மொற இதே போல அம்ம அடிக்கவும், அவ அம்மைய எதுத்து புடிச்சு அம்மைய கீழ தள்ளி விட்டுட்டா.

நான் கெட்டுனா முருகனதா கெட்டுவேன், ஒன்னால ஒண்ணும் புடுங்க முடியாதுனு சொல்லவும், அதோட சரி நம்ம மரியாதய நாமதா காப்பாத்திக்கனும்னு மவள கண்டிக்கத விட்டுட்டா முத்தம்மா.

கொஞ்சங்கூட அவளுக்கு நாளக்கி என்ன நடக்கும் அப்படிங்குற பயமே இல்ல! அவளோட கவல முழுக்க முருகன பாக்க முடியாம போனதுதான். இப்பங்கூட மூனு மைலு தொலவு நடந்து முருகன பாக்க போனா என்னனு தோணுது அப்டியே நெனைக்கா, "ஆத்தாடி அதெல்லாம் வேண்டாம்பா, நம்ம அம்ம நம்மள தீய வச்சுருவா"

"இங்க என்ன நடந்துகிட்டு இருக்கு, உனக்கு இதுதான் முக்கியாமானு, நம்ம தலைய அறுத்து நடவெளக்கு ஏத்தீருவானு நினைக்கா!" அப்டியே தாயும் மவளும் குடிசைக்குள்ள ஆளுக்கு ஒரு ஓரமா படுத்து ஒறங்கிட்டாக!

---

1. அகலமாக

5

காலையில கோழி கூவுத சத்தத்தக் கேட்டு முத்தம்மா எந்திச்சு பாத்தா, அஞ்சாறு ஆளுக களத்துக்குள்ள வாரத பாக்கா. இவளுக்கு நம்ம ஊருல இருந்துதா ஆளுக வருதோனு எண்ணம். மெதுவா நடந்துவந்து பாத்தா அவங்க எல்லோருமே கரும்பட்டி ஆளுக அவங்க பால் பீய்ச்சதுக்கு வந்தவுங்கனு தெரிஞ்ச பெறவுதான் அவளுக்கு கொஞ்சம் நிம்மதி.

ஒரு குண்டாவ எடுத்துட்டு போயி கொஞ்சம் பால வாங்கியாந்து அத கொண்டுபோயி காப்பி போட்டு மவள உசுப்புதா.

ராக்கம்மா எந்திரிச்சு மூஞ்சியக் கழுவி காப்பிய குடிச்சுட்டு, அவ பாட்டுக்கு தெக்க தோப்புக்குள்ள போயி மாம்பழம் எதுவும் விழுந்திருக்கானு பாத்துட்டு அஞ்சாறு பழத்த தின்னுட்டு, அஞ்சாற பெறக்கி மடியிலயும் போட்டுட்டு வாரா.

அவ கையில இருக்க, பழத்த பாத்ததுமே முத்தாமாளுக்கு எதுவுமே ஓடல. "யாரு எக்கேடு கெட்டுப் போனாலும் ஓ வேல நல்லா நடக்குன்னு" சொல்லி அவள திட்டுதா.

கொஞ்சம் பளார்னு விடியவும், வடக்க ஊருக்குள்ள இருந்து முருகையா வேகமா வாரான். அவன பாத்ததும் முத்தம்மா ஓடிப்போயி, "ஏய்யா என்ன ஆச்சி, ஊருக்குள்ள என்ன பேசிக்கிடுதானுவனு கேக்கா". அதுக்கு முருகையா "ஏட்டி முத்தம்மா, நம்மள குடும்பத்தோட சாயங்காலம் ஊருக்கு வரனும்னு சொல்லிருக்காங்க. ஊருக்கு முன்ன நிக்க வைக்க போறாங்களாம்"

"என்னய்யா சொல்லுதிய, இந்த ஊருக்காரப் பயலுகளப் பத்தி நெனச்சாதான பயமா இருக்கு. இவங்க காசு எவன்கிட்ட இருக்கோ, அவன் பேச்சதான கேப்பாங்க"

"ஆமாட்டி அது தெரிஞ்சதுதான"னு பேசுதான். அத கேட்டுகிட்டே வந்த கரும்பட்டி ராமையா, "ஏடா தம்பி முருகையா, இந்தக் களவாணிப் பயலுகள பத்தி தெரிஞ்சதுதான, தாயோளிய வெறும் வெளங்காத கூதி மவனுங்களால, இவனுங்க என்னதா

சொல்லுவாங்களோ, சாயங்காலம் என்னதான் நடக்குனு பாப்போ"னு சொல்லுதான்.

சாயங்காலம் முருகையா பொண்டாட்டியயும், புள்ளையையும் கூட்டிட்டு மாடனூருக்குள்ள வாரான். தெரு முழுக்க மஞ்சத்தண்ணியும், வேப்பங் கொலையும், சாமியாடுன ஆளுக கழுத்து மாலையில இருந்து விழுந்த பூவுன்னு, தெருவே பூப்பந்தலா கெடந்துச்சி. ஒவ்வொரு வீட்டத் தாண்டும் போதும், எல்லா வீட்டுலயும் கோழிக்கறி வாசந்தான் வருது. எல்லாக் கொடயும் நமக்கு துட்டு இல்லாம சங்கடம் வந்துசேரும். இந்த வருசம் இந்த பஞ்சாயத்தோட மாரடிக்க வேண்டியதா இருக்கு. ஏற்கனவே துட்டு இல்லைன்னா நம்மல ஒரு பய மதிக்க மாட்டான். இதுல இந்த முத்துப்பாண்டி தாயோளியால என்னதா நடக்கப்போவுதோன்னு முருகையாவுக்கு ரொம்ப பதட்டமா இருக்கு.

சப்பாணிமாடன் கோயில் கூடத்துல வச்சுதா பஞ்சாயத்து தொடங்குது. முருகையா குடும்பத்தோட போயி மொத ஆளா நிக்கான்.

ஊரு பொறுப்புல இருக்க சின்னக் குடும்பன், கருப்பன், கணக்கு புள்ள ராமருனு எல்லாரும் வந்து இருக்காங்க. கோயில் கூடத்துல முருகையாவோட சொந்த பந்தம் எல்லாம் நிக்காங்க. எவனும் இவ்க மூணுபேரு மொகத்தையும் ஏறெடுத்துப் பாக்கல.

பெரிய குடும்பனா இருக்க முத்துப்பாண்டி தான் பொண்டாட்டி கையப்புடிச்சு, கைத்தாங்கலா வந்தான். தீப்பட்ட புண்ணுக்கு களிம்பு போடுவாங்க. காத்தோட்டமா விடுவாங்க. ஆனா இவன் காக்கோட்ட பஞ்ச கடஞ்செடுத்து நெஞ்சுபூராம் ஒட்டி பெரிய கெட்டா போட்டுட்டு வந்தத பாத்ததும் சபையில இருக்க ஆளுகளுக்கு புரிஞ்சு போச்சி. நடக்கப்போறது பம்மாத்து பஞ்சாயத்துன்னு. அவன் வந்துருக்க ரீதியப் பாத்தா, ஏதோ பெரிய காரியம்தான் நடக்கப் போவுதுன்னு முருகையாவுக்கும் முத்தம்மாளுக்கும் மனசுல ஓடுது.

ஆனா ராக்கம்மா அதையெல்லாம் ஒரு பொருட்டாவே எடுத்துக்காம, அவ பாட்டுக்கு செல மாதிரி தூணுல சாஞ்சு நிக்கா. அவளுக்கு பக்கத்துல முருகையாவும் முத்தம்மாளும் நிக்கிறாங்க.

கிட்டத்தட்ட அம்பது பேரு கூடத்துல நிக்கிறாங்க. வாலிப பயலுவ எல்லாம் குடிச்சுட்டு கறிச்சோறு தின்னுட்டு படுத்து உறங்குறதால ஊருல இருக்க முக்கிய புள்ளிக மட்டும் வந்திருக்காங்க. அந்த கூட்டத்துலெயே பொம்பளைக மொத்தம் மூணு பேருதான். காளியம்மா, ராக்கு, முத்தம்மா. மீதி எல்லாரும் ஆம்பளைங்கதான். ராக்குக்கு கொஞ்சங்கூட பயமே இல்ல. தன்மேல தப்பு இல்லன்னு தைரியத்தோட இருக்கா.

எல்லோரும் பேச ஆரம்பிச்சாங்க. என்ன பிரச்சனைனு ஆளாளுக்கு ஏதேதோ மொனங்க ஆரம்பிச்சாச்சி! அதுல ஒருத்தன் ஏய்... சத்தம் போடாம இருங்கப்பா, ஆளாளுக்கு பேசாம இருங்கனு சொல்லுதா.

என்ன நடந்துச்சினு நம்ம எல்லோருக்கும் தெரியும். அதனால என்னனு பேசுவோம்.

முத்துப்பாண்டி அண்ணே, நீங்க தான் ஊருல பெரிய குடும்பன். அதனால நீங்களே ஆரம்பிங்க.

முத்துப்பாண்டி ரொம்ப சூசகமா பேச ஆரம்பிக்கா.

“எப்பா நான் தலையெடுத்த காலத்துல இருந்து இந்த ஊருக்கு என்ன பிரச்சனனாலும் ஊருல உள்ள ஆளுகளுக்கு என்னனாலும், மொத ஆளா ஓடி வந்துருக்கேன். இந்த ஊருல நடக்க நல்லது, கெட்டது, லாவம், நட்டம், முக்கியமா எந்த வீட்லயாவது துட்டி[1] விழுந்துச்சினா, அந்த வீட்டுக்கும் கூட, நான் மொத ஆளா நின்னு என்னால முடிஞ்ச எல்லா வேலையும் செஞ்சிருக்கேன். அதே மாதிரி இந்த ஊருல பொறுப்புன்னு வந்ததுக்கு அப்பறமா, சுத்தி இருக்க ஊரே மெச்சும்படியா நடத்தி காட்டிருக்கேன்.

நான் பெரிய குடும்பனா வருததுக்கு முன்னாடி நல்லது, கெட்டது, சடங்கு, கல்யாணமுனு எல்லாரும் மேலத்தெரு பண்ணையாரு கிட்ட கும்புடு போட்டு கைய கெட்டிக்கிட்டுதான் நிக்கணும். அவங்கள அண்டிதான் உங்க வாழ்க்கையே இருந்துச்சு. நான் ஊரு பொறுப்புல வந்த பெறவுதான் இந்த ஊர்ல இருந்து எவனும் போயி அவங்க கிட்ட கைய கெட்டி நிக்காம இருக்கீங்க.

நம்ம ஊரச் சுத்தி, செங்குளத்துக்கு மேக்க இருக்க, பிராமணக்குடியில இருந்து இழுவக்குடி, பறக்குடி, வண்ணாக்குடி,

சக்கிலியக்குடினு எல்லா ஆளுகளுமே இந்த ஊரப்பாத்து மூக்கு மேல வெரல வக்க முடியும்படிக்கு நான் இந்த ஊர முன்ன நிறுத்தியிருக்கேன்.

மேலத்தெருவுல கூட, பள்ளக்குடி பயலுக எப்டி கொட நடத்துறாங்க பாருனு எல்லா ஆளுகளும் வயிறு எரியுத அளவுக்கு நான் பண்ணி வச்சிருக்கேன். ஆனா, இதுக்கெல்லாம் எனக்கு கெடச்ச மரியாத என்ன?

இந்த ஒன்னுமில்லாத பெயமவா என்னக் கொள்ளிக்கட்டைய கொண்டு அடிச்சி, என்ன ஆஸ்பத்திரி வரைக்கும் கொண்டு தள்ளிருவா அதான!"

இவன் வரிசையா சொல்லுதத கேட்டுகிட்டு இருந்த ஊரு ஆளுக மொத்தமும் முருகையாவையும் ராக்கம்மாளையும் பாக்குது.

"சரிப்பா முத்துப்பாண்டி, அப்டிலா பேசாத, முருகையாவையும் பேச விடுவோம், கொஞ்சம் பொறு"ன்னு சொல்லுதுக.

அதுக்கு முருகையா ரொம்ப பதட்டத்தோட "அய்யா என்ன பேசச் சொல்லுதய, என்னத்த பேச"

முத்துப்பாண்டி அவனோடத சொல்லிட்டான், நானும் இந்த ஊருல பெறந்து வளந்து, வாழ்மையாயி[2], கல்யாணமும் முடிச்சி இப்போ ஒரு பொட்டப்புள்ளய கெட்டிக் கொடுக்கப் போறேன்.

என்கிட்ட காசு பணம் இல்ல, ஆனா நானும் இந்த ஊருல நல்லது கெட்டதுனு எல்லாத்துக்கும் மொத ஆளா வந்து நின்னுருக்கேன். இந்த ஊருல இருக்க எல்லா ஆளுகளும் எனக்கு தடஞ்செரிஞ்சி[3] எல்லாம் ஒரு கொலக்காய்தான்.

பத்து தல மொறக்கி முன்ன உள்ள ஆளுகளதான் தெரியாது. ஆனா எனக்கு ஒரு அஞ்சு தலமொறயா என் பூட்டன் வரைக்கும் எல்லாச் சொந்த பந்தங்களையும் தெரியத்தான் செய்யும்.

முத்துப்பாண்டி கூட எனக்கு ஒரு மொறயில தம்பி மொறதான். நான் யாருகிட்டயும் மோதிப் பாத்துருவோமுன்னு இங்க சண்டைக்கி வரல! ஏதோ நடந்தது நடந்துபோச்சி, முத்துப்பாண்டியும் ஒரு மதினினு பாக்காம, நெஞ்சுல மிதிச்சது சரிதானா என்ன? இதே அவன் பொண்டாட்டிய நான் இப்டி

மிதிச்சிருந்தேன்னா, அவன் சும்மா இருப்பானா, இல்லனா அவன் புள்ளையதான் வேடிக்க பாத்துகிட்டு இருக்குமா? எந்த புள்ள பெத்த அம்மய இன்னொருத்தன் அடிக்கத வேடிக்க பாக்கும்னு சொல்லுங்க"னு சொல்லுதான்.

முருகையா பேசுனது நியாயமாபட்டது எல்லோருக்கும். ஆனா முன்னால இருக்குற எல்லா ஆளுகளுக்கும் இது தெரிஞ்சும், கேட்டும் கேளாதது மாரியே பேசுதாங்க! சின்ன குடும்பன் மெதுவா ஆரம்பிக்காரு, "ஏப்பா முருகையா நீ சொல்லுதது சரிதான். ஆனா வாய்த்தகராறு கைகலப்பா ஆகி, கடைசியா உன் மகா என்ன பண்ணுனா? ஒரு ஊர் நாட்டாமன்னு கூட பாக்காம அவன கொள்ளி கட்டைய கொண்டு அடிச்சுட்டா. அவன் நெஞ்சு பூரா வெந்துலா போச்சி. இப்போ அவன் போலீசுகிட்ட போனாமுன்னு வையி நீதான் குடும்பத்தோட உள்ள போவனும். அது மட்டுமில்லாம உன் மக பண்ணுனது தப்பு தானப்பா. நீயே சொல்லு"ன்னு சொல்லுதாரு.

ஆளாளுக்கு நீ, நான்னு பேசிப்பேசி எல்லாப் பயலுகளுமே கடைசியா முருகையாவோட பொண்டாடிய அடிச்சதப் பத்தி ஒருத்தனும் ஒண்ணும் பேசல. முருகையாவுக்கு புரிஞ்சி போச்சி, இவங்க எல்லாருமே ஏதோ ஒரு நோக்கத்தோடதா உக்காந்துருக்காங்கன்னு. இவங்க என்னதா சொல்லுதாங்கனு ஒன்னும் புரியாம நிக்கான்.

"என்னதான் இருந்தாலும் உன் மக பண்ணது தப்பு, சின்னப் புள்ளக்கி இந்தக் கோவம் ஆகாது. அவன் யாரு சொந்தக்காரப் பயதான, தெரியாம மிதிச்சுட்டான் அதுக்கு கொள்ளிக்கட்டய கொண்டு அடிச்சது தப்புதான். அதுமட்டுமில்லாம ஊரு நாட்டாமைக்கினு ஒரு மரியாத இருக்குல்லா."

இவ்வளவையும் கேட்டுட்டு கோவத்தோட நிக்கா ராக்கம்மா. கடைசியா சின்னக்குடும்பன் சொன்ன வார்த்தைய கேட்டுதான் ராக்கம்மா வாயத் தொறந்தா.

"முருகையா உன் மக பண்ணது தப்பு, அதனால நீங்க மூனு பேருமே அவரு காலுல விழுந்து மன்னிப்பு கேட்டுட்டு போங்க. அப்பறமா அவன் ஆஸ்பத்திரி செலவுக்கு ஐநூறு ரூவாயும்,

ஆயிரம் ரூவாயை ஊருக்கும் கெட்டிட்டு போங்கனு சொல்லவும், ராக்கு “ச்சீ தூமயக் குடிச்ச பேகா, பிச்சக்காரப்பேகா, உங்களுக்கு நாயமாலா பேசத் தெரியாதோ, அவன் துட்டு வச்சிருந்தா அவன் சுன்னியப் புடிச்சு நீங்க ஊம்புங்க, அவன் பொண்டாட்டி தூமய நீங்க குடிங்க, ஏங்குடும்பத்த எதுக்கு அவன் காலுல விழனும்னு சொல்லுதிய! நான் அந்த களவாணிப் பெய காலுல விழனுமோ, என்ன மயித்துக்கு விழனும்? எங்க அம்மைய நெஞ்சுல மிதிச்சு தள்ளுவான், நான் அதப் பொறுத்துப் போவணுமோ, ஏன் அவன் பொறுத்துப்போவ மாட்டானோ? அவன் தப்பு பண்ணுனா அதுக்குதா நான் அடிச்சேன், அத உட்டுட்டு நீங்க சொன்னா அத நாங்க அப்டியே கேக்கணும் ஏழக்கி ஒரு நாயம், எறப்பாளிக்கி ஒரு நாயமோ? எதுக்கு ஆயரத்து ஐநூறு ரூவா தெண்டம் கெட்டனும், நீங்க உங்க வைப்பாட்டிமாருக்கு ஊர் துட்ட எடுத்து செலவழிக்கதுக்கா, அவன் என்ன செத்தாப் போயிட்டான் ஊருல துட்டி மொய்ப்பணமே ரெண்டு ரூவாதான, ஐநூறு ரூவா வேணுமோ தேவிடியாப்பேலுக்கு, எல்லோரும் பேசி வச்சுதான் இங்க வந்தயளோ?”ன்னு கேட்கவும், அந்த எடமே ஒரு நிமிசம் ஒறஞ்சு போச்சி.

எல்லாருக்கும் விக்குனாப்புலயும் இல்ல, வெறச்சாப்புலயும் இல்ல. எல்லாரும் ஒருத்தர் மூஞ்சிய ஒருத்தர் பாத்துகிட்டு இருக்காங்க. அவ பேசுன பேச்சுல வேடிக்க பாக்க வந்த ஆளுக எல்லாம் மெரண்டு போயி நிக்கிது.

ஆனா அடுத்து ஊருல என்ன சொல்லப் போறாங்கனு மொத்த கூட்டமும் காத்துக் கெடக்கு அப்பதான் சின்னக் குடும்பனுக்கு கோவம் வந்துட்டு, “ச்சீ செறிக்கிவுள்ள, யார எதுத்து பேசுத, யாருலா முண்ட வைப்பாட்டிக்கி ஊர்த்துட்ட எடுத்து குடுக்கா”னு சொல்லவும்,

அவ பதிலுக்கு “நீரு ஊர்த்துட்ட உம்ம வைப்பாட்டிக்கு எடுத்து குடுக்காமதா இருந்தீரோ, கெழட்டுப்பேல ஒழுங்கா இருந்துக்கா இல்லன்னா மரியாத கெட்டுப் போவும்”னு சொல்லவும், ராக்கம்மாள கோயிலுக்கு வெளிய கூட்டுட்டு போயிட்டாங்க.

உடனே நாங்க பேசி முடிச்சுட்டு சொல்லுதோமுனு நேரா சப்பாணி மாடன் பூடத்துக்கு பக்கத்துல இருக்கற அந்த சின்ன அறைக்கி போயி, கலந்து பேசிட்டு வாரமுனு சொல்லி, நல்லா முத்துப்பாண்டி கொண்டாந்து வச்ச மிலிட்டரி சாராயத்த குடிச்சிட்டு, கால் மணிக்கூறு கழிஞ்சி வெளிய வந்தாங்க.

வெளிய வந்ததும் எல்லாரும் சேந்தாப்புல ஒண்ணா சொன்னாங்க! எப்பா முருகையா ஓங்குடும்பத்த அஞ்சு வருசத்துக்கு ஊரவிட்டுத் தள்ளி வக்கிறோம். இங்க பாருங்க, ஊர்ப் பொறுப்புல இருந்த பெரிய குடும்பன கொள்ளிக் கட்டையால அடிச்சது, அவதாரம் குடுக்க மாட்டமுனு சொன்னது, எங்க எல்லாரையும் அசிங்கமா பேசுனதுனு எல்லாத்துக்கும் சேத்துதான் இந்த முடிவு. உன் மவா பாக்கதா சின்னப் புள்ளையா இருக்கா. ஆனா, ராங்கியெடுத்துலா பேசுதா, உன் வீட்டு நல்லது கெட்டதுனு எந்த காரியத்துக்கும் ஊர்ல இருந்து நாங்க வரமாட்டோம்னு சொன்னாங்க.

வெளில இருந்த ராக்குக்கு இது தெரிஞ்ச உடனேயே அவ நேரா உள்ள வந்து இவங்கள எறியதுக்கு கல்ல எடுக்கவும், முருகையா அவள காத்தோட ஒரு இழு இழுத்தான். அவ கன்னம் பழுத்துருச்சி, "கூதிவுள்ள வாய வச்சுகிட்டு சும்மா இல்லாம, எதுத்து எதுத்தா பேசுத"னு சொன்னதும், அவ அமைதியாயிட்டா, வீட்டப் பாக்க மூனு பேரும் பேசாம நடந்தாக. ஊரே வேடிக்க பாக்குது இவ்க மூனுபேரு நடந்து போறத!

---

1. இறப்பு
2. செழிப்பாகி
3. விபரம் தெரிந்து

6

தென்காசியில இருந்து கேரளா போற வழியில இருக்குற ஊருதான் பள்ளியூர். அந்த ஊரச் சுத்தி இருக்குற செங்குளம், கொன்னங்காடு, பைம்பொழில், கீழக்கர, கேசவனூர், புதூரு, கட்டளை கட்லுர், பூவையார் குடியிருப்பு, கருமத்தன்பட்டி, எல்லா ஊரு ஆளுகளும் விவசாயத்த நம்பிதான் வாழுறாங்க.

இந்த மாடனூருக்குள்ள இருக்கற எடத்த எல்லாம் மூனு வகையா பிரிக்கலாம். ஒன்னு, பண்பொழி திருமலை முருகன் கோயில் சொத்து, அந்தக் கோயில் மலையில நின்னு பாத்தா கண்ணுக்கு எட்டுத தூரம்வர அந்த முருகனோட சொத்துதான். ரெண்டாவது மாடனூருக்குள்ள இருக்குற எடம் மேலத்தெரு பண்ணையாரு சொத்து. அப்பறமா சுதந்திரத்துக்கு முன்னாடி அந்த சின்னச்சின்ன ஊருகள ஆண்ட ஜமீன் குடும்பத்தோட சொத்து.

ஜமீன்தார் குடும்பங்களுக்கு எல்லா ஊருலயுமே சொத்து இருக்கும். மாடனூருக்கு தெக்க மல அடிவாரத்துல கிட்டத்தட்ட ரெண்டாயிரம் ஏக்கரு எடம் அவங்க சொத்துதான். மலை அடிவாரம் மட்டும் இல்லாம, மலையிலயே முக்காவாசி எடம் அவங்க உண்டாக்குன தோப்புக்காடுதான்.

ஜமீன் குடும்பத்து ஆளுக வருசத்துல ஒரு மொற தங்கிட்டு போறதுக்குனு மட்டும் ஒரு பெரிய பங்களா கெட்டி வச்சிருந்தாங்க. ஜமீன் ஆளுங்க அங்க வர்ற நேரம் கிட்டத்தட்ட ஒரு விழாக்கோலமாதான் இருக்கும். அந்த பங்களாவ சுத்தி இருக்குற எடம் அந்த காலம் நெல்லு அறுவடை செஞ்சி கதிரடிக்கிற எடமா இருந்ததால, அத யாருமே ஜமீன் பங்களானு சொல்றதே இல்ல. எல்லாருமே களம் அப்டினே சொன்னாங்க. அந்த எடமே ஏதோ சினிமாவுல பாக்குற மாதிரிதான் இருக்கும். ஆயிரம் ஏக்கருல மலை அடிவாரத்துல தோப்பு, ஐநூறு ஏக்கருல வயக்காடு, எறநூறு ஏக்கரு எள்ளு, கொள்ளு, தொவர, கடலனு விளைய வக்கிற விளை இருக்கும். அந்த ஜமீன் பங்களாவ சுத்தி பாக்கதுக்கே ஒரு மாசம் ஆகும். ஏதோ சொர்க்கத்துல இருக்குறா மாதிரிதா இருக்கும்.

மாடனூரத் தாண்டி தெக்காம நடந்துபோனா, மேலத்தெரு பண்ணையாரு சொத்த தாண்டிதான் ஜமீன் ஐயாவோட பூமிய நெருங்க முடியும்.

அதத்தாண்டிப் போனா, பிரம்மாண்டமா தெரியுத அந்த பங்களாவப் பாக்கலாம். பங்களாவ சுத்திலும் குடிதண்ணி கிணறு, முந்நூறு மாடுக, அதுக்குண்டான நீளமான தொழுவம், ஆட்டுத்தொழுவம், எறநூறு சேவல் கோழிங்க அதுக்கான கோழிக்கூடுகனு, ஒரு ஊரு தண்டிக்கி[1] ஆடு மாடுகளுக்குனு எடம் இருக்கும்.

பங்களா முன்னால நெறய பூச்செடிங்க, நவா மரம், கம்பளிமிசு மரம், நார்த்தங்கா மரம், கடாரங்கா மரம், கொய்யாமரம், எலுமிச்ச மரம் அரண்மனை முன்னாடி வாசலுல இருந்து, மேல மாடி வரைக்கும் கொடியா படர்ந்து கெடக்குற மயில்மாணிக்கப்பூனு அப்டியே பங்களா சொர்க்கம் மாதிரிதா தெரியும் எல்லாத்துக்கும்.

பங்களா தாண்டி நேரா தெக்காம போனா மாந்தோப்பு, புளியந்தோப்பு, அண்டிமாந்தோப்பு, கொய்யாத் தோப்பு, தென்னந்தோப்புனு ஆரம்பிக்கிற எடத்துல இருக்குது நீலியம்மன் கோயிலு.

சுமார் எறுநூறு வருசத்துக்கு முன்னாடி மாடனூர் ஒரு ஊரா உருவாகும் முன்ன மலையடிவாரத்துல வெவசாயம் செஞ்சுகிட்டும் காட்டுக்குள்ள காவல் காத்துக்கிட்டும் இருந்தாங்க. அப்ப அந்த காட்டுக்குள்ளயே கிட்டத்தட்ட அம்பது குடும்பமும் இருந்தது. அவங்க எல்லாருமே கருப்பனையும், வனப்பேச்சியையும் தங்களோட குலத்தெய்வமா வணங்கி வந்தாங்க. அவங்க எல்லோருமே தங்கள வனப்பேச்சியோட வாரிசுகளா நம்பி வாழ்ந்தாங்க. ஒவ்வொரு குடிச முன்னாடியும் ஒரு வேப்பமரம் வளத்து அதுக்கு கீழே ஒரு கருங்கல்ல நட்டுவச்சு கும்பிட்டாங்க. ஒவ்வொரு வருசமும் சித்திர மாசம் வரக்கூடிய பௌர்ணமி அன்னைக்கு காட்டுக்குள்ள மலையடிவாரத்துல இருக்குற எல்லா குடும்பமும் ஒண்ணுகூடி துள்ளு மாவும், காட்டு மல்லியும், பானகமும் கரச்சு வச்சு சாமி கும்பிடுவாங்க.

ஒவ்வொரு வருசமும் சாமி கும்பிடும்போது ஒரு சின்னப்பிள்ள மேல பேச்சி வந்து குறி சொல்லும். நோய், பசி, பஞ்சம்னு எதனால

அந்த வருசம் துன்பம் நேருமுனு அந்த பிள்ள அருளாடி சொல்லும். அதன்படி காடே தீயில எரிஞ்சு போனது, மழையினால மரங்க எல்லாம் மூட்டோட சாஞ்சுது, ஆடு, மாடு, கோழிக எல்லாம் நோயில செத்துப்போனது, மனுசங்கல தாக்கப்போற நோயினு அடுத்த வருசம் வர என்ன நடக்கும்னு தெரியும். அதுப்படிதான் ஒவ்வொரு வருசமும் நடந்திருக்கு.

அந்தக் கூட்டத்துல ஒரு சோடிக்கு கல்யாணமாகி கொழந்த இல்லாம இருந்துருக்காங்க. அந்த வருசம் பேச்சி அருளாடி பேச்சியனுக்கும் மாரிக்கும் இந்த வருசம் கொழந்த பெறக்கும்ணு சொல்லிருக்கு. அதுக்கு மறு வருசமே பேச்சியனுக்கும் மாரிக்கும் ஒரு அழகான பெண் கொழந்த பெறந்துச்சு. அந்த கொழந்தயோட கண்ணு நீலநெறத்துல இருந்துச்சு. அதனால நீலின்னு பேரு வச்சாங்க. அதுக்கு பெறவு கிட்டத்தட்ட ஒவ்வொரு வருசமும் சித்திர பௌர்ணமிக்கு சாமி கும்பிட்டாலும் பேச்சி யாரு மேலயுமே வராது. அந்த கூட்டத்துக்கே செல்வ செழிப்பும் கூடுச்சு. ஆடு, மாடு, கோழின்னு எல்லாருமே செழிப்பா இருந்தாங்க. சோளம், கேப்ப, கம்புனு வீட்ல பெட்டி பெட்டியா தானியங்கள அடுக்கி வச்சிருந்தாங்க. யாருக்கும் எந்த நோயும் வரல. நீலிக்கு பதிமூனு வயசு இருக்கும்போது சித்திர மாசம் பௌர்ணமி அப்போ எப்பவும் போல பொங்க வச்சு வனப்பேச்சிய கும்பிட்டாங்க.

கிட்டத்தட்ட பதிமூனு வருசமா வராத பேச்சி அந்த வருசம் நீலி மேல எறங்கி ஆடுச்சு. மக்க எல்லாரும் கூடி இருந்து சந்தோசத்துல குலவ சத்தம் போட்டு பானகமும் துள்ளு மாவையும் கொடுத்து அரளிப்பூ மாலைய போட்டு வணங்கி நின்னாங்க. நீலி மேல வனப்பேச்சி எறங்கி வந்து பேசுனது இந்த வார்த்த தான்.

இந்த பயிரு மாண்டு மண்ணாகி மண்ணுல இருந்து பொறந்து வருவா. இந்த பயிரு மாண்டு மண்ணாகி மண்ணுல இருந்து பொறந்து வருவா. இந்த பயிரு மாண்டு மண்ணாகி மண்ணுல இருந்து பொறந்து வருவா.

இந்த வார்த்தய கேட்டு எல்லாருக்கும் அதிர்ச்சியாகிடுச்சு. அதுக்கு அப்புறமா அந்த கூட்டமே அந்த நீலி பிள்ளய நல்லா பாத்துக்கிட்டாங்க. ஆறு மாசமா நீலியோட அப்பன் பேச்சியனும் அவள வீட்ட விட்டு வெளிய அனுப்பல. அதுக்கு அப்புறமா ஒருசில

எல்கைய தாண்டிப்போக கூடாதுனு சொல்லி வச்சுருந்தாரு. அதுப்படித்தான் அவளும் நடந்துகிட்டா. ஆனால் அதுக்கு அப்புறமா நீலி பழையபடி காடெல்லாம் திரிய ஆரமிச்சா. எப்போதும் போல அருவிக்கரைக்கு பக்கத்துல இருக்க கொய்யா மரத்துல பழுத்த பறிச்சு தின்னுட்டு வருவா. அதுபோலத்தான் ஒரு பட்ட பகலுல அருவிக்கரைக்கு குளிக்கப்போனா நீலி.

அந்த நேரத்துல காட்டுக்கு மான் வேட்டைக்கு வந்த வெள்ளக்காரன் ஒருத்தன் நீலி குளிச்சுக்கிட்டு இருந்த அழக பாத்து அந்த புள்ளய சீரழிச்சு வெளிய வரமுடியாத புதருக்குள்ள தூக்கி போட்டுட்டு போயிட்டான். அவ உடம்பல்லாம் ரெத்தமாகி மயக்கம் போட்டு கெடந்துருக்கா. ரத்த வாடய மோப்பம் பிடிச்சு வந்த கரடி அவள கடிச்சு கொன்னு அருவிக்கர மேல ஒரு மரத்து தூருக்குல்ல போட்டுருச்சு. பிள்ளைய காணாம தேடுன ஆளுக கடைசியா பெணத்த மூனாவது நாளா கண்டுபிடிச்சாக. அப்படி ஒரு அழகான பிள்ள செத்துப்போச்சுனு தெரிஞ்ச உடனே காட்டுக்குள்ள இருந்த மொத்த சனமும் ஒன்னு கூடிருச்சி.

ராவும் பகலுமா கிட்டத்தட்ட பதினோரு நாளு எல்லா ஆளுகளும் காடே அதிருத அளவுக்கு ஒப்பாரி வச்சாக. அவளுக்கு புடிச்ச அருவிக்கர அடிவாரத்துல இருக்க ருசி அதிகமுள்ள மாம்பழத்தையும், கொய்யாப் பழம், அண்டிமாம்பழம்னு எல்லாத்தையும் வச்சி படச்சி அவள கும்புட்டாக. பதினோராவது நாளு, நீலி குளிக்கப்போன எடத்துல இருந்து ஒரு கல்ல எடுத்து, அவள தெய்வமா வழிபட ஆரம்பிச்சாக, பிள்ள செத்த துக்கம் தாங்காம முப்பதாம் நாளு நீலியோட அம்மயும் அப்பனும் அரளி வெதய அரச்சி குடிச்சி செத்துப்போயிட்டாங்க.

காலங் கடந்துபோன பின்னாடி பாத்தா இப்போ செலயோட கோயிலா இருக்கு. நீலி கோயிலு சிலை பாக்க அச்செடுத்தாப்ல செத்துப்போன நீலியோட மொகம் போலவே அம்புட்டு அழகா இருக்கும். அந்த கோயில் கருவறையில மேற்கூர கெடயாது. வெயிலோ மழையோ அந்த நீலியம்மா எல்லாத்தையும் உள்வாங்கிகிட்டுத்தான் இருக்கா. அந்த சிலைய எந்த ஆம்புளையும் ஏறெடுத்து பாக்கக்கூடாது. அதையும் மீறி பாத்தா அவங்களுக்கு ஒத்த தலைவலியும் ஒடம்பு பூரா அரிப்பும் வந்து கை கால் எல்லாம்

வீங்கிரும். சித்திர மாச பௌர்ணமி அன்னைக்கு ஒருநாள் மட்டும்தான் நீலியோட கோயிலுல எல்லா பொம்பளைகளும் ஒண்ணு கூடி சுத்தம் பண்ணி பெரிய வார்ப்புல பாயாசமும் பழ வகைகளும் வச்சு படச்சு கும்பிடுவாங்க. அன்னைக்கு ஒருநாள் மட்டும்தான் ஆம்பளைங்க எல்லாரும் அந்த செலய பாக்கலாம்.

அதனால களத்துல வேல பாக்குறவங்களும் தோப்புக்கு காவல் காக்குற ஆளுகளும் நீலியம்மன கும்புட்டு தான் காட்டுக்குள்ள சொத்து உண்டாக்குனாங்கன்னு ஒரு பேச்சுக்காலு உண்டு. எப்போதுமே எறநூறு, முந்நூறு ஆளுக களத்துக்குள்ளயும் களத்த சுத்தியும் வேல பாப்பாங்க.

வயக்காட்டுல நடவு, களபறிப்பு, அறுப்புனு வந்துட்டா ஐந்நூறு அறுநூறு பேரு வேல பாப்பாங்க. மாடனூருக்கே இந்த ஜமீன் களம்தான் அடைக்கலம். களத்துல வேல பாக்குறதுதான் அந்த மக்களுக்கே பெரும.

ராக்குக்கு அவளோட வாழ்க்கயில ரொம்பப் புடிச்ச எடமும் இந்த ஐயாக்களந்தான். ஏன்னா, ஒத்த கூர வீட்டுல படுக்கறதுக்கு கொஞ்சமா எடமும், ஒரு அடுப்பாங்கரையும், மோத்தரம் போறதுக்குனு ஒரு நெரசலும் இருக்குற அந்த வீட்டுக்குள்ள வெயில்காலம் ஆனா, கூர காத்துல பறக்கும். மழக்காலமானா வீட்டுக்குள்ள தர முழுக்க நீர்வத்து புடிச்சி கெடக்கும். ராத்திரி எல்லாம் வீடு ஒழுகும். நிம்மதியா தூங்க முடியாது. கால்மாட்டுல, தலமாட்டுலனு எல்லா பக்கமும் அண்டா குண்டா வச்சி ஒழுகுற தண்ணிய புடிக்கவே நேரம் சரியா இருக்கும். அதனால அவளுக்கு அந்த வீட்டுல இருக்கவே புடிக்காது. ஆனா களத்துல அப்டி இல்ல. அந்த எடம் ஒரு சொர்க்கம். களத்துல இருக்க மாட்டுத்தொழுவு கூட அவ்வளவு விசாலமா இருக்கும்.

அங்க கெடக்கிற மாங்கா, தேங்கா, பலாப்பழம், வாழப்பழம், நெனைச்ச நேரம் குடிக்கிற ஆட்டுப்பாலும் அவளுக்கு அம்புட்டு விருப்பம். தொழுவு முழுக்க மாடு இருக்கதால, மாசத்துக்கு மூனு நாலு மொற மாடு ஈனி அதுல கெடக்கிற ரெண்டாவது நாளு சீம்பாலும், அத மண்டவெல்லம் போட்டு காய்ச்சி குடிக்கும்போது அவ மூஞ்சில ஒளிவட்டம் தெரியும்.

ஒவ்வொரு வெள்ளி கெழமயும் எப்டியும் நீலியம்மன் கோயிலுல ஆளுக பொங்க வைக்கும். கோயிலுகிட்ட கெடக்கிற ஊத்துல குளிச்சுகிட்டு கோயில்ல வந்து, பாயாசத்த தேக்கு எலையில வாங்கி திங்கனும்னா அவளுக்கு அப்டி புடிக்கும். இது எல்லாம் தாண்டி இப்போ அவளுக்கு புடிச்ச ஒரே விசயம் முருகன்தான்.

ஆனா ஊர விட்டு விலக்கி வச்சதால முருகன் அம்ம கல்யாணத்துக்கு என்ன சொல்லுவாளோனு கொஞ்சம் பதபதப்பு. ஆனா அவளுக்கு ஊள்ளூர முருகன் நம்மள விட்டு எங்கயும் போக மாட்டான்னு நெனப்பு.

ஆனா அந்த நெனைப்புல மண்ணு விழும்னு ராக்கு நெனச்சே பாக்கல.

---

1. அளவு

7

ராக்கு குடும்பத்த ஊர விட்டு ஒதுக்கி வச்சது யாருக்கு லாவமோ இல்லையோ, முருகன் அம்மக்கி ரொம்ப தோதாப் போச்சி.

ராசாத்தி தன்னோட புருசன்கிட்ட கலந்து பேசுனா. "ஏய்யா நீரு சொல்லிதீரு நம்ம பிள்ளய பத்தி. "ஏட்டி நா என்னத்த சொல்ல. ஒம்ம புள்ள அந்த வெறுஞ்செறுக்கிய கெட்டிக்கிட்டாம்னு வச்சுக்கிடுங்க நான்லாம் நாண்டுக்கிட்டு நின்னுடுவேன்." "ஏலா என்னலா பேசுதா, அந்த கூதியுள்ளைக்காக நீ எதுக்கலா நாண்டுக்கிட்டு நிக்கனும்."

அவ நெனக்கா, இதோட இந்த வெறும்பய குடும்பத்த விட்டுத் தொலச்சிட்டோமுன்னா, நம்ம குடும்பம் தப்பிச்சிரும். நம்மளே குடும்பத்தோட குடும்பமா ஒரு கொலக்காயா இருக்கத்தான் சொத்து பத்தும் உண்டாக்கனும்னு நெனக்கோம். இந்த முருகன் பய என்னனா அந்த வெறுஞ்சிறிக்கி வீட்டுல, அதுவும் அந்த ராங்கி எடுத்த மூதேவியதா கெட்டனும்னுலா இருக்கான்.

இவ இப்பமே, ஊரு பெரிய குடும்பம்னு பாக்காம கொள்ளி கட்டய கொண்டு அடிச்சவா, நாளபின்ன நம்மள வச்சா பாப்பா, யப்பா அத நெனச்சி பாக்கவே பயமாலா இருக்கு. எப்டியாச்சும் முருகனுக்கு நம்ம சொந்தக்காரியள்ல ஒருத்திய பாத்து கெட்டி வச்சிரனு முனு புருசன் கூட சேர்ந்து திட்டம் போட்டா.

அவ நெனச்ச மாதிரியே முருகனோட அப்பன் வழி ஆளுக, சுந்தரபாண்டியபுரத்துல கொஞ்சம் பேரு இருக்காக. அதுல தேடிப்புடிச்சி தூரத்து சொந்தத்துல ஒரு பொண்ணப் பாத்தா

பொண்ணு சுந்தரபாண்டியபுரம், கடையனூரு, எடைகாலு, சுரண்டைனாலே எல்லாப் பொம்பளைகளுக்கும் புடிச்சி போவும். ஏன்னா, காட்டுத்தனமா வேல பாக்குததுல அவளுகள தாண்டி ஒருத்தி பொறந்துதா வரணும்.

ஏமுனா காலையில எழுந்திரிச்சி பல்லத் தேச்சி ஒரு சொம்பு நீச்ச தண்ணி குடிச்சிட்டு தூக்கு சட்டியில பழைய சோத்த வச்சுகிட்டு

வயக்காட்டுக்கு போனாளுகனா சாயங்காலம் சூரியன் மறையுத நேரத்துக்குதான் வீட்டப் பாக்க வருவாளுக. அவளுக போற எடம் பாலையா இருந்தாலும் சோலையா மாறிப்போவும்.

அதுமட்டும் இல்லாம சொந்தக்காரியா இருக்கதால, அவளுக நமக்கு கட்டுப்பட்டுதா நடப்பாளுக. சொத்துபத்து இருக்க எடம்னா சொல்லவா வேணும். அதனால இத எப்டியாச்சும் நடத்தி காட்டணும்னு ஒரே வைராக்கியமா இருந்தா முருகனோட அம்ம ராசாத்தி.

ஒருநாளு முருகன் வீடுவர நேரமாப் பாத்து, "எப்பா முருகா, நடந்தத கேள்விப்பட்டயா. அந்த முத்தம்மா மவ என்ன காரியம் பண்ணுனானு. அவ குடும்பத்த ஊர விட்டே ஒதுக்கி வச்சிட்டாங்கப்பா, நீ என்னடான்னா அவளதான் கெட்டுவமுனு இருக்க, அவள்லா நம்ம குடும்பத்துக்கு சரிபட்டு வரமாட்டாப்பா. நான் நாளக்கி சுந்தரபாண்டியபுரத்துல ஒரு பொண்ண பாக்கப் போறேன், நீயும் வாரதா இருந்தா நாளக்கி வா"ன்னு சொல்லவும், "எம்ம நீ சொன்ன பேச்ச நான் என்னக்காவது மீறி நடந்துருக்கனா, நீ இப்போ எதுக்கு கல்யாணப் பேச்சொல்லாம் எடுக்க, எனக்கு எப்போ பண்ணனும்னு தெரியும், இப்போ எனக்கு வேண்டாம்"னு சொல்லவும் ராசாத்தி அழ ஆரம்பிச்சா.

முருகனுக்கு அவ அம்ம அழுதான்னா தாங்க முடியாது, மொத மொறயா அம்மகிட்ட எதுத்து பேசுனான் முருகன்.

"எம்ம ஒழுங்கா ஒன் வேலய மட்டும் பாரு! யார கல்யாணம் பண்ணனும்னு எனக்குத் தெரியும். ஒஞ்சோலிய மட்டும் பாரு"னு சொல்லவும் ரெண்டு பேருக்கும் பேச்சு வளந்துகிட்டே போகுது.

முருகன் அப்பன் வந்து நேரா ராசாத்திய ஓங்கி அடிச்சுட்டான். "ஒழுங்கா இருக்க மாட்ட, கூதிவுள்ள, அவன் அந்த அடங்காத கூதிவுள்ளயத்தான் கெட்டுவமுனு சொல்லுதாமுலா, நீ எதுக்கு சொன்னதயே சொல்லி ஒப்பாரி வச்சுகிட்டு இருக்க? நான் என்ன செத்தா போயிட்டேன். துட்டி வீட்டுல அழுவுதது மாதிரி அழுதுகிட்டே இருக்க"னு சொன்னதும், அம்மையும் அப்பனும் நம்மால சண்ட போடுதாகளேனு வேடிக்க பாக்கான் முருகன்.

ஆமா, இது துட்டி வீடுதான். நாளக்கி என்ன கட்டணத்துல[1] தூக்கி விட்டுட்டு, நாளாக்கழிச்சி அந்த முண்டைய கெட்டி வீட்டுக்கு கூட்டிட்டு வந்து, நல்ல நிம்மதியா இருங்கனு சொல்லி நேரா வீட்டுக்குள்ள போயி, கதவ சாத்தி உத்திரத்துல தூக்கு கயத்த மாட்டப் போயிட்டா ராசாத்தி. முருகனுக்கு விக்கினாப்லயும் இல்ல, வெறச்சாப்லயும் இல்ல.

எல்லாரும் கதவ தட்டி பாத்து, கடைசியா தாப்பனும் மகனும், ஒரே கூப்பாடு போட்டு கதவ உடச்சி உள்ள போயி அவள தூக்கி கயத்த அறுத்து வெளிய கொண்டாந்துட்டாக. ஒரு அன்னுத்தா[2] இல்லன்னா ராசாத்தி கொஞ்ச நேரத்துல பொணமா ஆயிருப்பா. முருகன் வாழ்க்கயில அவன் அம்மைய இப்டி பாத்ததே கெடயாது.

அவனுக்கு என்ன செய்யிறதுனே தெரியல. உடனே அவன் அம்மக்கி நீச்ச தண்ணி கொண்டாந்து குடிக்க வச்சு, கால் மாட்டுல உக்காந்து காத்து வீசுனான்.

ராசாத்தி கால்மாட்டுல இருக்க முருகனோட மொகத்தப் பாக்கவே இல்ல. உடனே ராசாத்திய பாத்து சொன்னா, “சரி சரி என்னமோ உன் இஷ்டம். நான் ஒன்னும் மனசார இந்த கல்யாணத்துக்கு ஒத்துக்கல, நீ இப்டி செத்துருவே செத்துருவேனு சொல்லுததாலதான் நான் இந்த கல்யாணத்துக்கு சம்மதிக்கே”ன்னு சொன்னான் முருகன்.

உடனே ராசாத்தி, நாடகத்தனத்தோட தொண்ட கெட்டுனாப்புல நடிச்சுகிட்டே “ஏயா நாளக்கி அவன எங்கூட வரச்சொல்லும்” அப்டினு முருகன் அப்பன்கிட்ட சொல்லுதா.

அதுக்கு முருகன், “நீ எவளையும் பொண்ணு பாத்து கெட்டி வையி. ஆனா நான் எவளையும் பாக்க வரமாட்டே”ன்னு சொன்னதும், ராசாத்தி அவ புருசன பாத்து எளஞ்சிரிப்பு சிரிக்கா. அதுக்கு அவ புருசன் “என்னமோ பண்ணித்தொல”னு வீட்ட விட்டு வெளிய கௌம்புதாரு.

அன்னக்கி ராத்திரி முழுக்க முருகனுக்கு தூக்கமே இல்ல. நம்ம ராக்குக்கு என்ன பதில் சொல்லப் போறோமோன்னு நெனைக்கான்

கிட்டத்தட்ட அஞ்சு வருசமா ராக்குத்தான் நம்ம பொண்டாட்டினு நெனச்சு திரிஞ்சுட்டோம். நாம இல்லாம

அவளாலயோ இல்லனோ அவ இல்லாம நம்மளாலயோ இருக்க முடியுமா? நும்ம அம்ம மட்டும் மொரண்டு பிடிக்கைலனா எப்படியாச்சும் அவள கூட்டிட்டு வந்திருவேன். நும்ம அம்ம மொகத்துல இப்படி ஒரு அழுவைய இந்நேரம் வர பாத்ததே கெடயாதேனு யோசிக்கான். எப்டியோ எது நடக்கணும்னு விதி இருக்கோ அப்டியே நடக்கட்டும்.

இந்த ராக்கு நல்ல காலத்துலயே தங்கு தங்குனு குதிப்பா, இந்தக் காரியத்த சொன்னா கோவத்துல என்ன செய்வாளோனு யோசிக்கான்.

---

1. பாடை

2 கொஞ்ச நேரம்தான்

8

அவன் மனசு முழுக்க ராக்கப் பாத்தது, அவ பின்னாடி அலஞ்சது, அவள சிரமப்பட்டு சம்மதிக்க வச்சது, அவ கூடவே சுத்துனது, அவள பாக்கதுக்காகவே எல்லாப் பக்கமும் காத்துக் கெடந்தது, அவளோட நீர்க்கிராம்பு கொளத்துல சேந்து குளிச்சதுனு எல்லாத்தையும் நெனைச்சுப் பாக்கான்.

அவ மொதமொதலா காதலச் சொன்னதே ஊருக்கு தெக்க இருக்குற நீர்க்கிராம்பு கொளத்துல தான். அவ கொஞ்சங் கொஞ்சமா பேச ஆரம்பிச்ச காலம், ஒருநாளு கொளத்துல கெடக்க அல்லிக்கெழங்கு வேணும்னு கேட்டா. முருகன் உடனே குளத்து நடுவுல குதிச்சு, கள்ளச் சவதிக்குள்ளப் போயி, முங்கி அல்லிக்கெழங்க எடுத்துட்டு வந்து அவளுக்கு அங்க வச்சே சுட்டுக் கொடுத்தான். ராக்கு கழுத்துல அல்லிப்பூவ மாலையா கோத்துபோட்டு “என்ன கட்டுக்கிடுதியா ராக்கு”னு கேட்டான். அவளும் பதிலுக்கு, “நான் கெட்டுனா உன்னதா கெட்டுவே”னு சொல்லி சிரிச்சா. அப்போதா ராக்கு கடைசியா ஒண்ணு சொன்னா.

“முருகா நாளக்கி நமக்குனு பிள்ள பொறந்தாலும், மொத நாளு நீர்க்கிராம்பு கொளத்து தண்ணியலதா நம்ம புள்ளயல குளிக்க ஊத்தனும் சரியா”னு சொல்லவும் முருகன் சரிட்டீனு சொல்லி கெட்டிப் புடிச்சதும்.

நீயென்ன கெட்டுததுக்கு முன்னாடியே வாட்டீ, ஏட்டீனு கூப்பிடுதனு சொல்லவும், நான் இனிமே ஒன்ன அப்டிதா கூப்பிடுவேன், நீ எதுவும் கேள்வி கேக்க கூடாதுனு சிரிச்சான். அத நெனச்சு நெனச்சு அழுதுகிட்டே படுத்துருக்கான் முருகன்.

அடுத்த ஒரு வாரத்துல முருகனுக்கு கல்யாணம் பேசி முடிச்சாச்சி. மாசம் பொறந்து மொத முகூர்த்த நாளுல கல்யாணம்னு நாள் குறிச்சாச்சி. முருகன் பொண்ணு எடுக்குற வீட்ல நல்ல வசதி. பொண்ணுக்கு முப்பது கழஞ்சி நகை போடுதோம்னு சொன்னாங்க.

பொண்ணு வீட்ல ஆம்பள பிள்ள யாருமே இல்லங்குறதால அவ்களுக்கு இருக்குற முப்பது ஏக்கரு வெளையில இருபது ஏக்கரு

பொண்ணு பேர்ல எழுதி வச்சிருவேனு சொன்னாங்க. இருபது ஏக்கரு வெளைன்னு சொன்னதும் முருகன் அம்ம ராசாத்திக்கி ரொம்ப சந்தோசமாப் போச்சி.

ஆனி மாசம் அஞ்சாம் தேதி முகூர்த்த நாளுன்னு சொன்னதும், முருகனுக்கு வயத்துக்குள்ள புளியக்கரைக்கி எங்க இவளுக்கு தெரிஞ்சி இவ எதுவும் பண்ணிறப் போறாளோன்னு ஒரே பதட்டமா இருக்கு. இவனுக்கு கொஞ்சங்கூட மனசுல நிம்மதியே இல்ல. நாம ராக்கம்மாள கல்யாணம் பண்ணாம விட்டோமுன்னா நம்ம வாழ்க்க எப்டி இருக்குமோனு அவன் சங்கடப்படுதான்.

யாருக்குமே தெரியாம கல்யாணத்துக்கு உண்டான ஏற்பாடு எல்லாம் நடக்குது. முருகன் இந்த ஊர் பிரச்சனைக்கி அப்பறமா ராக்கம்மாவ பாக்கப் போறதே இல்ல. அவன் உண்டு அவன் வேல உண்டுனு இருக்கான். ஆனா, ராக்கம்மா களத்துக்கு வார போற ஆளுககிட்ட சொல்லி விடுதா. ஆனா யாரும் இங்க வந்து சொல்லுதது கெடயாது. ஏன்னா முருகன் அம்ம ராசாத்தி வாயப்பத்தி எல்லாருக்கும் தெரியும். ஏதாவது தெரிஞ்சதுனா நம்ம பம்மைய[1] அறுத்துறுவானு எந்தப் பொம்பளையளும் முருகன்கிட்ட எதுவும் சொல்லுதது கெடயாது.

அவசர அவசரமா கல்யாண வேல நடக்குது. ராக்கம்மாளுக்கு மட்டும் தெரியவே கூடாதுனு ராசாத்தி கல்யாண வேலைய கமுக்கமா பாக்கா. அவளுக்கு ராக்கம்மா மேல கொஞ்சம் பயம்தான். ஊரேப் பாக்கும்போது முருகன் கழுத்துல மாலைய போட்டவ சும்மா விட்ருவாளா. ஆனாலும் கூட, நம்ம மவனே கல்யாணத்துக்கு சம்மதிச்சிட்டான். அந்த வெத்து செறிக்கியாலே என்ன பண்ணிர முடியும்னு நெனைக்கா ராசாத்தி.

ராசாத்தி ஊரடைக்க கல்யாணத்துக்கு சொல்லாம, அவ சொந்த பந்தம், சுந்தரபாண்டியபுரம் ஊருக்குள்ள பொண்ணு வீட்டு சொந்தபந்தம்னு குறிப்பிட்ட ஆளுக வீடுகளுக்கு மட்டும் சொல்லிட்டு வந்துட்டா. ஆனா ஒரு ஊருக்குள்ள சொந்த பந்தத்துக்குள்ள நடக்க காரியம் எதுவும் தெரியாம இருக்குமா?

சத்தம் போடாம குசுவுனாலே ஊரடைக்க தெரிஞ்சிபோகும். ராக்குக்கும் இது தெரிஞ்சிபோச்சி. மாடனூர் ஆளுக ராக்கம்மாவுக்கு

தகவலைச் சொன்னாக. இவளுக்கு என்ன ஆச்சரியமுனா, எப்டி இந்த முருகன்பெய நம்மள தாண்டி வேற ஒருத்திய கெட்டுவான்னு யோசிக்கா. அவ கனவுல கூட இப்டி ஒண்ணு நடக்கும்னு யோசிக்கல.

ஆனா, மனசுக்குள்ள ஒரு எண்ணம் ஓடுது அவளுக்கு. 'கல்யாணத்து அன்னக்கி ஒரு வேடிக்க இருக்கு'னு.

───────────

1. கொண்டை

9

முருகன் வீட்ல எல்லா சொந்தக்கார ஆளுகளும் காக்கா கூட்டமா கெடக்குதுக. தெனம் மூனு வேளையும் எல்லா ஆளுகளும் மாப்ள சோறு பொங்கிப் போடுதாக.

முருகன் வீடே ஒரே கோலாகலமா கெடக்குது. இவனுக்கும் கல்யாணக்கள வந்துடுது. நம்ம அம்ம சொல்ல இனி மீற முடியாது அதனால நாம இந்த சுந்தரபாண்டியபுரத்துக்காரியவே கெட்டிக்கிருவோம். என்ன இந்த ராக்கம்மாள நெனச்சாதா பயமா இருக்கு. அவள நெனச்சா பாவமாவும் இருக்கு. நாமதான் அவள விரும்புதோமுனு சொன்னோம். இன்னக்கி நாம அவளுக்கு துரோகம் பண்ணுதோமோனு அவனுக்கு உள்ளுக்குள்ள உறுத்துது.

கல்யாணத்துக்கு ஒரு வாரத்துக்கு முன்னாடியே போயி, பொண்ணுக்கு நிச்சாம்பல பட்டு தாலிச்சரடு, தாலிகெட்டுப் பட்டுனு எல்லாம் பாத்து பாத்து எடுத்துட்டு வந்துட்டா ராசாத்தி.

ராசாத்தி இருக்க வேகத்துக்கு அவளே முருகனுக்கு பதிலா தாலி கெட்டிருவா போலனு சொந்தக்கார ஆளுக எல்லாம் பேசுது. அதே ஆளுகதா அந்தப் புள்ள ராக்கம்மா ஊரு பெரியகுடும்பனையே கொள்ளிகட்டைய கொண்டு அடிச்சவா, அவா இந்த கல்யாணத்துல என்ன பண்ணப் போறாளோனு ஒரு பக்கம் பெரணி பேசுது.

கல்யாணத்துக்கு மொத நாளு சாயங்காலமே சுந்தரபாண்டியபுரம் போயி ஒரு வேனுல பொண்ண நிச்சாம்பலம் பண்ணி கூட்டுட்டு வந்துட்டாக.

மறுநாள் காலையில கோழி கூப்பிடவும் நேரா சப்பாணி மாடன் கோயில்ல வச்சி தாலிய கெட்டி கூட்டிட்டு வந்துட்டாக.

தாலிகெட்டு முடிஞ்சதும் நேரா வீட்டுக்கு வந்துட்டு காலையில உப்புமா கிண்டி எல்லா ஆளுகளும் சாப்பிடுது.

இங்க ராக்கம்மா காலையிலயே எந்திச்சி மாட்டுக்கு தண்ணி காட்டிட்டு, கஞ்சிய குடிச்சிட்டு, தெக்க களத்துல இருந்து ஊரப்பாக்க நேரா நடந்து வாரா.

10

இங்க முருகன் வீட்டுல ஒரே கூட்டமா இருக்கு. எல்லா ஆம்பளைகளும் வெள்ள வேட்டி பண்டாரமா இருக்காக. பொம்பளைய எல்லாரும் கழுத்துல கொத்து கொத்தா நகையப் போட்டுகிட்டு இருக்காக. பட்டுச்சேலயும் வெள்ள வேட்டியுமா முருகன் வீடு கள கெட்டுது. சீரியல் பல்பு, வாழக்கொல, சீர்வருச, தோரணம், கொட்டா எல்லாம் போட்டு அந்த வீடே சும்மா செகசோதியா இருக்கு.

எல்லா ஆளுகளும் மும்மரமா வேல பாக்குதுக. இருக்க எல்லா பொம்பளையளும் சமையக்கெட்டுல, பெரிய டவ்வில[1] கொட்ட அரிசி சோறு பொங்குதாக. ஒரு பக்கம் முருகன் வீட்டு பின்னாடி ஆளுக மத்தியான சாப்பாட்டுக்கு எலைய அறுக்கவும், தண்ணி கோரி ஊத்தவும், பாத்தரங்கள கழுவவும், வந்துருக்க ஆளுகள கவனிக்கவும் செய்யுதுக.

என்னக்குமே மாடனூர் பள்ளக்குடி ஆளுக கல்யாணத்துக்குனு விசேசமா ஒரு பக்குவம் நடக்கும். அது என்னனா கல்யாண சாப்பாடு. கல்யாணத்துக்கு ஒரு மாசத்துக்கு முன்னால அம்பைய பதினாறு நெல்ல அவிச்சு, காயப்போட்டு, மெல்லுல போயி குத்திட்டு வந்து அததான் கல்யாணத்துக்கு சோறு பொங்குவாங்க.

அதே போல அவங்க அவங்க வசதியப் பொறுத்துதா தொடுகறியோட எண்ணிக்க கூடும். சாதாரணமா வசதி இல்லாத வீட்டு கல்யாணமுனா, அதுல அம்பய பதினாறு நெல்லுச்சோறு, புளிரசம், பலாக்கா தொவரம் மட்டும் இருக்கும்.

நல்ல வசதி படச்ச ஆளுக வீட்டுலனா, எலையில சாம்பாரு, அவியல், ரசம் அப்பறமா பலாக்கா தொவரமும், பாயசமும் இருக்கும்.

ஒரு கல்யாண வீட்டுல வசதி இருக்கோ இல்லையோ, ஆனா பலாக்கா தொவரம் கண்டிப்பா இருக்கணும். கல்யாண வீட்டு பலாக்கா தொவரம் சாப்புட எல்லா ஆளுகளும் தவங்கெடக்கும்.

அஞ்சு வயசு நண்டுசிண்டுல இருந்து நாலக்கி மண்டையப் போடப்போற பெருசு வரைக்கும் அந்த பலாக்கா தொவரத்துக்கு ஏங்கிப்போயி இருப்பாக. கல்யாணத்துக்கு ஒரு மாசத்துக்கு முன்னாடியே போயி தோப்பு ஆளுககிட்ட சொல்லி முன்பணமா கொஞ்சம் ரூவாய கொடுத்துட்டு வருவாங்க.

கல்யாணத்துக்கு மொத நாளு பத்து ஆளுகள கூட்டிகிட்டு போயி, பலா மரமா பாத்து ஏறி, அர வெளச்சல் இருக்குற பலாக்காய்கள எல்லாம் கயறு கெட்டி எறக்கி ஆளுவச்சு செமந்துகொண்டு வருவாங்க.

அத மொத நாளு முழுக்க வாசல்ல வச்சு பலாப்பால் வடியவிட்டு, சமையல் செய்யுத ஆசாரிய கூட்டிட்டு வந்து, காலையில ரெண்டு மணிக்கி வேலையத் தொடங்குவாங்க.

இருக்க பலாக்காய்கள ஆசாரிமாரு உளி வச்சு பலாக்கா தோலு எல்லாத்தயும் தச்சமாரு மரத்த செதுக்குதது மாதிரி செதுக்கி எடுப்பாரு. செதுக்கி முடிச்சதும் அந்த பாதி வெளஞ்ச பலாக்காய்கள உருக்கு[2] அருவாளைக் கொண்டு, கொஞ்சங் கொஞ்சமா கொத்தி எடுப்பாங்க. ஒரு பலாக்காய பதமா கொத்தி எடுக்க அரமணிக்கூறு ஆகும்.

அத கொத்தி எடுத்து உதுத்து ஒரு பன ஓலையில அம்பாரமா குமிச்சு போட்ருப்பாங்க. அத பாக்கதுக்கே பத்து கண்ணு வேணும். செல கெழடு கெட்டைக இந்த குமிச்சு வச்சிருக்க பலாக்கா பொடிய எச்சி ஒழுவ பாத்துகிட்டு இருக்கும். வாழ எலையில எது இருக்குமோ, இருக்காதோ ஆனா பலாக்கா தொவரம் இருக்கணும்.

"அந்த பலாக்கா பொடிய எடுத்து பெரிய பானையில போட்டு அத உப்பு போட்டு அவிச்சு வச்சுக்கிடுவாங்க. வேற ஒரு சட்டியில தேங்கா எண்ணெய ஊத்தி, அதுல சதச்சி[3] வச்ச பொடி உள்ளி, வெள்ளப்பூடு, பச்ச மொளகா எல்லாம் போட்டு கௌறி அது வதங்குன பெறகு, வேக வச்ச பலாக்கா பொடிய போட்டு, உப்பு போட்டு கௌறி விடணும்.

அடுத்து துருவி வச்சிருக்க எளந்தேங்காய போட்டு நல்லா கௌறி கொஞ்ச நேரம் மூடி வைக்கணும். அது மணக்க மணக்க வெந்துபோகும்.

கடைசியா பானைய தொறந்து பச்ச தேங்கா எண்ணெய ஊத்தி ரெண்டு கிண்டு கிண்டி மூடி வச்சோமுனா, பலாக்கா தொவரம் எட்டு ஊருக்கு மணக்கும். இந்த பலாக்கா தொவரம் மணந்தாதான் அது கல்யாண வீடு. அந்தத் தொவரத்த திங்கதுக்குனே சொல்லாத வீடுனு கூட பாக்காம, வயசான கெழடு கெட்டைக கல்யாண வீட்டத் தேடிவரும்.

ராக்கம்மாளுக்கு இந்த பலாக்கா தொவரம்னா உயிரு. கல்யாண வீடு எது வந்தாலும் பலாக்கா தொவரம் திங்கதுக்காகவே அவ மொத ஆளா போயிருவா. வயசுக்கு வந்ததுக்கு அப்பறமாதா கொஞ்சம் நாணப்பட்டு ஒரு வீட்டுக்கும் போறதில்ல.

ஆனா அவா கூட சுத்துத புள்ளககிட்ட சொல்லுவா "எனக்கும் முருகனுக்கும் கல்யாணம் நடக்கும்போது இந்த ஊருல ஒருத்தரு விடாம வரச்சொல்லி, எல்லாரு எலையிலயும் பலாக்கா தொவரம் அள்ளி அள்ளி வைப்பேன்"னு.

கல்யாண வீடு ஒரே கூட்டமா கெடக்கு, முருகனும் புதுபொண்ணும் தாலி கெட்டு முடிஞ்சதும், பொண்ணு வீட்டுக்கு மறுவீடு போய்ட்டு வந்துட்டுதுக. எல்லாம் சமையல் வேல முடிஞ்சதுனு பந்திக்கி தயாரா இருக்குதுக. இவ வேகவேகமா நடந்து வாரத பாத்து ஆளுக அங்குட்டும் இங்குட்டுமா ஒதுங்குதுக.

அங்க வீட்டுக்குள்ள முருகனுக்கும் அவன் பொண்டாட்டிக்கும் பாலும் பழமும் ஊட்டி விடுதாக.

---

1. வார்ப்பு, டபரா

2. கூர்மையான

3. இடிச்சி

11

களத்துல இருந்து நடந்து வரா ராக்கம்மா. வரும்போதே அவங்கூட பழகனது, அவங்கூட திரிஞ்சுது, அவனுக்காக நீலியம்மா கோயிலுல மேல சத்தியம் செஞ்சதுனு எல்லாத்தையும் நெனச்சு பாக்கா. அவனுக்காகத்தான் இந்த வாழ்க்கையவே வாழனும்னு இருந்ததெல்லாம் மண்ணோடு மண்ணாகிப் போச்சேனு நெனைக்கா. ஊருக்கிட்ட வந்ததும் அவளுக்கு வேகமும் படபடப்பும் கூடுது. தெருவுல நடந்து வரும்போதே எல்லா ஆளுகளும் இவளையே பாக்குதுக. இன்னைக்கு கல்யாண வீட்டுல ஒரு கச்சேரி இருக்குணு எல்லா ஆளுகளும் நெனைக்குது. நேரா ஊருக்குள்ள மூணாவது தெருவுக்கு வாரா. பந்தலு, ரேடியா, பாட்டுனு அந்தத் தெருவே ஜெகஜோதியா இருக்கு. இவா அந்த தெருவுக்குள்ள வரும்போதே எல்லா ஆளுகளும் பங்கர பங்கர முளிக்குதுக. முருகன் வீட்டு வாசலுக்கு வந்து ரேடியோ போட்டவன, ஏலே தூமயக்குடிக்கி நான் இங்க வயித்தெரிச்சல்ல இருக்கேன். உங்களுக்கு பாட்டு ஒண்ணுதான் கொறையோனு கேட்டா. ஒடனே பாட்ட அமத்திட்டாங்க.

வீட்டு வாசல்ல நின்னு, ஏல, ஏ... ஏமாத்துக்காரப் பேல, நான் இருக்கும்போது உனக்கு என்னல வேற ஒருத்தியோட கல்யாணம். எத்தன நாளா ஏங்குடிய கெடுக்கணும்னே காத்துக் கெடந்தல கேடுகாரப்பயல. வெளிய வால எடுபட்ட பயலனு கத்துனா. எல்லா ஆளுகளும் வேடிக்க பாக்குது. ராக்கம்மா சத்தத்த கேட்டு அவன் பதட்டத்தோட வெளிய வந்தான்.

வெளிய வந்த முருகன, அட கேடுகாரப்பயலானு கோவத்துல எட்டி புடிச்சு சட்டைய இழுத்தா. அவ புடிச்ச புடியில அவனோட கல்யாண சட்டையில இருந்த பித்தான் பூராவும் பிஞ்சி சட்ட கிழிஞ்சே போச்சி. அவனுக்கு என்ன பேசுததுனே தெரியல. தப்பு அவன்மேல அப்டிங்குறதால அவனால எதுவும் பண்ண முடியல. ஊரே அவன ஒரு மாதிரி பாக்கு. அவனுக்கு பொண்ணு வீட்டுக்காரங்க முன்னாடி இவ பேசறத பாத்து ஒரே அவமானமா இருக்கு.

எல்லா ஆளுகளும் வெளிய நின்னு வேடிக்க பாக்குது. இதே வேற ஆம்பளய யாரா இருந்தா, இப்டி முருகன் சட்டையில கையவச்சு பேச முடியாது. ஆனா எம்புட்டு தைரியம் இருந்தா இந்த ராக்குபுள்ள அவன் சட்டைய கிழிப்பானு நெனைக்காங்க. அவ வாய்க்கு வந்தபடியெல்லாம் வைதா.

அவ பேசிக்கிட்டே போறா, அதுக்குள்ள பக்கத்து தெருவுல இருந்து ஓடிவந்த ராசாத்தியும் அவ புருசனும் அவள வெளிய தள்ளுதாக.

ராசாத்தி வாயத்தொறந்தா, "அடா வெறுஞ்செறிக்கி, உனக்கு எம்புட்டு அகம்பாதம் இருந்தா நல்ல காரியம் நடக்க வீட்டுக்குள்ள வந்து இப்டி குட்டைய கொழப்புவ?"

"ஏலா கோட்டி புடிச்ச முண்ட, ரம்ப மாதிரி ஏமுலா இந்த வரத்து வார, என் புள்ளக்கி இப்பதா ஒரு நல்ல காரியம் நடக்கு. நீ அத கெடுக்கலாமுனு காத்து கெடந்தியோ"னு சொல்லவும்,

ராக்குக்கு கோவம் உச்சத்துல ஏறிறுச்சி.

"ஆமா, நானும் ஒம்மவனும் பழகுனது உனக்கு தெரியத்தான செய்யும், பின்ன எதுக்குலா இந்த வேலய பாத்த"னு மனசு ஒடஞ்சு அழுதுகிட்டே கேட்ட ராக்கு.

பதிலுக்கு ராசாத்தி "என் மவன்கிட்ட நாங்களா உன்ன பேசச்சொன்னோம். நீயெல்லாம் ஒரு குடும்பத்துக்கு சரிபட்டு வருவயாலா, ஒரு ஆம்பளனு பாக்காம பெரிய குடும்பன கொள்ளிக்கட்டைய கொண்டு அடிச்சு, உன் குடும்பத்தையே ஊரவிட்டு ஒதுக்கி வச்சிருக்காங்க அதயும் தாண்டி உனக்கு கல்யாணம் பன்னதுக்கு உங்க அம்மகிட்டயும் அப்பங்கிட்டயும் என்னலா இருக்கு? ஒரு மயிரும் கெடயாது. உங்க அம்மக்கும் அப்பனுக்கும் முன்னால இருக்கத அறுத்துதா உனக்கு நக செஞ்சு போடனும்"னு சொல்லவும், ராக்கம்மாளுக்கு ஒண்ணுமே ஓடல. அவளால எதுவுமே பேச முடியல. ஆத்தரத்துல என்ன பேசனுமுனே தெரியாம இருந்த ராக்கு, அவ குடும்பத்த எளக்காரமா பேசுனதும் இல்லாம, அவளோட அம்ம அப்பன் ரெண்டு பேரையும் வக்கு இல்லாதவுகனு சொல்லவும் அவளுக்கு கோவம் சிரசு முட்டிட்டு வருது.

“ஏலா நான் ஒன்னுமில்லாதவதா, ஆனா நீ சொத்துப்பத்தோட தான இருக்க அடா எடுபட்ட முண்ட, எங்க அப்பனுக்கு ஒன்னும் முடியலதான், அதுக்குக்காக வேற பொண்ணு பாத்துருவியோ, ஓங்கழுத்துல ஓம்மவனயே தாலிய கெட்டி அந்தப் பயலுக்கூட குடும்பம் நடத்திக்கிட வேண்டியது தான”னு சொல்லவும். அத கேட்டுகிட்டு இருந்த முருகன் உள்ள இருந்து நேரா வெளிய வந்தான்.

“ஏலா போய்ரு... என்ன கொலகாரனா ஆக்காத. எங்க அம்மயப் பத்தி தப்பா பேசாத”னு சொல்லவும், அவன என்ன சொல்லி வையனு தெரியல.

“எல தேவிடியாப் பேல, கிட்டத்தட்ட அஞ்சு வருசம் ஆவுதுல நீ என் பின்னால வந்து, என்கூடவே சுத்திட்டு கடைசியா இப்டி பன்னிட்டியே”னு ஓன்னு ஓலம்போட்டு அழுதா ராக்கு. அவ அழுவுதத பாத்த உடனே அங்க நின்ன எல்லாருக்கும் கண்ணு கலங்கிருச்சி.

ஏன்னா ஊருல இருக்க எல்லாருக்குமே அவளப் பத்தி நல்லாத் தெரியும். ராக்குக்கு முருகந்தா, முருகனுக்கு ராக்குதாமுன்னு அதனாலதா அவ்வளவு வீராப்பா பேசுதவ இப்டி மனசொடஞ்சி பேசவும் யாருக்கும் மனசு கேக்கல, ராக்கு முருகன் வீட்டு வாசல்ல இருந்து ஒப்பாரி வைக்கா உடனே எல்லா ஆளுகளும் அவள பாவமா பாக்கவும் முருகன் அம்மக்கி என்ன செய்யிறதுனே தெரியல.

ராசாத்தி முருகன வீட்டுக்குள்ளப் போகச்சொன்னா, முருகன் கெட்டி கூட்டியாந்துருக்க புதுப் பொண்ணு உள்ள இருந்து வெளிய ராக்கு ஒப்பாரி வைக்கிறத பாத்து கண்ணு கலங்கி அழுவுதா. ஆனா எல்லா ஆளுகளுக்கும் ராக்கம்மா கதையப் பத்தி நல்லாவேத் தெரியும். அதனால அம்புட்டு ஆளுகளும் எதுவுமே தெரியாதது மாதிரி நிக்காங்க.

அவ அழவும் ஒரு கெழவி வந்து “எம்ம ராக்கு அதான் எல்லாம் முடிஞ்சு போச்சில்லாம்ம, ஊரா வீட்டுல வந்து எதுவும் பன்னாதம்மா, அங்க பாரு உன்ன மாதிரி ஒருத்திதான தாலிகெட்டிட்டு வந்து நிக்கா. அவளயும் கொஞ்சம் நெனச்சுப் பாரு தாயி”னு சொல்லவும், அந்தக் கெழவிய கேட்டா பாரு ஒரு கேள்வி.

“அடா எடுபட்ட கெழட்டு முண்ட, உங்கூட ஒருத்தன் பழகி, உங்கூட படுத்து கெடந்துட்டு ஒருநாள் வேற ஒருத்திகூட போனா உனக்குத் தெரியும். பேசாம சாமான பொத்திக்கிட்டு போயிரு”னு சொல்லவும், அந்தக் கெழவி துண்டக்காணும் துணியக்காணும்னு ஓடியே போய்ட்டா.

இவ வேதன தீரும்படி பேசுதா. ஆனா இவள யாருமே கண்டுக்கல. எல்லாரும் ஏதோ பேசி வச்சது மாதிரியே அவரவரு வேலைய பாத்துகிட்டு இருந்தாக. முருகன் வீட்டுப் பின்னாடிதா எல்லாரும் பந்தல் போட்டு சமைக்காங்க. அதனால அங்க பாத்திரம் தட்டுத சத்தம் கேட்டதும், இவளுக்குப் பொறுக்கல. பந்திக்கு போறவங்கள பாத்து, “நா இங்க என்ன கொல கொதிப்புல இருக்கேன். அங்க நீங்க கெளிமதம்[2] கொண்டாடுதேலோ”னு வஞ்சுகிட்டே போனா.

ராக்குக்கு அன்னக்கி இருந்த வெப்புராளத்த[1] அப்டி காட்டுவானு யாரும் எதிர்பாக்கல. நேரா முருகன் வீட்டு பின்னாடி போனா, அங்க ஒரு டவ்வியில சோறும் இன்னொரு டவ்வியில பலாக்கா தொவரமும், ஒரு பெரிய கொப்பரயில ரசமும், சாம்பாரும், பச்சரிசி பாயாசமும் இருந்துச்சி. என்ன நெனச்சானே தெரியல, அவள பாத்ததும் யாரும் எதுவுமே பேசல. அவ நேரா போயி பின்னாடி கெடந்த ஆத்து மணல ஒரு சாந்து சட்டியில அள்ளி, சாம்பாரு, பலாக்கா தொவரம், சாப்பாடு, ரசம், பாயாசம்னு எல்லாத்துலயும் அள்ளிப் போட்டுட்டா,

“நான் இங்க மூலி மாதிரி ஒப்பாரி வக்கேன், இந்த எடுபட்ட பயலுகளுக்கு பலாக்கா தொவரம் கேக்கோ, அடா தேவிடியாப்பேகா, பலாக்கா தொவரத்து மேல இன்னும் எவனுக்கும் ஆசையே வரக்கூடாது. தின்னிக்கூதியளா... விருந்து வேணுமாம் விருந்து, இங்க என் வாழ்க்கயே மண்ணு விழுந்து கெடக்கு. உங்களுக்கு எலச்சோறு கேக்கோ”ன்னு சொல்லி திட்டுதா. இத முருகன்கிட்ட போயி ஒரு ஆளு சொல்லிடுச்சி. முருகன் நேரா பின்னாடி வந்தான்.

அவன் ராக்கு தலையப் பிடிச்சி, “எலா முட்டாப்புண்ட, பிச்சக்காரக்கூதி... உனக்கு மண்டையில சாக்கடையாலா ஓடுது? செஞ்சி வச்ச சாப்பாட்ட பூராவும் இப்டி பன்னிட்டியே”னு சொல்லி மாறிமாறி அவள போட்டு அடிச்சான். அவ எதுவுமே அசரல.

“எதுக்குல எம்மேல கைய வைக்க நீ? என்னத்தொட உனக்கு என்னல உரிம இருக்கு?”

“எலாப் போயிரு, என்னலா நெனச்சுகிட்டு இருக்க, ஆமாலா நான் வெளங்காட்டுக்கும், நகைக்கும் ஆசப்பட்டுதா அந்தப் புள்ளைய கெட்டுனேன், ஏன் உன்பேருல அம்பது கோட்ட வெதப்பாடு இருக்கோ”னு கேட்டான்.

“அது ஏங்கூட பழகும்போது தெரியலயோல, என்கிட்ட என்ன இருக்குனு தெரியனுமோ”னு கேக்கா அவ.

“போலா பிச்சக்காரப் பயவுள்ள, நீ என்னலா பன்னீருவ, அப்டியே கப்பைய பொளந்து கேப்பைய நட்டூருவா பாரு, ஏலா உன்னாலயும் உங்க அப்பனாலயும் என்னலா செய்ய முடியும். நீயும் உங்க அம்மயும் உங்க அப்பன் வேல பாக்கான் பாரு, அந்த களத்து மொதலாளி கிட்ட கால விரிச்சு காலத்த கழிங்க. நீங்க சும்மாப் போனாலும் உங்கள எவனும் சீண்ட மாட்டான், முட்டாப் புண்டனு சொல்லி, அவ தலமுடிய புடிச்சி தள்ளிக்கிட்டே வந்து தெரு முக்குல ஒரு தள்ளு தள்ளுனான். அத அந்த ஊரே வேடிக்க பாத்துச்சு. அவளால அந்த நொடியில எதுவும் பேச முடியல. நாம காதலிச்ச அந்த முருகனா இப்டி நம்மல தேவுடியா கூதினு கேட்டு அவமானப்படுத்திட்டானு நெனச்சு அழுவுதா. இன்னைக்கே நாம போயி செத்துரணும், இப்பிடி ஒரு கேள்விய கேப்பாம்னு அவ தன்னோடு வாழ்க்கையில ஒருபோதும் நெனைக்கல. அவன் அப்டி தள்ளிட்டு வந்தத ஊருக்கார ஆளுக, கல்யாண வீட்டு ஆளுகனு எல்லா ஆளுகளும் பாத்துச்சி. அவ்வளவு அவமானம் பட்டதுல, அவளுக்கு மாலமாலயா கண்ணீர் வருது.

என்ன செய்யறதுனே தெரியாம, மெதுவா எந்திரிச்சி நடந்துபோனா, அவன் தள்ளுனதுல, கையில காலுலலா மண்ணு உரசி ரத்தம் வருது. அந்த ஊரே அவள வேடிக்க பாத்துச்சி. ஆனா ஒருத்தி கூட அவள தூக்கிவிடல.

அவ அழுதுகிட்டே ஐயா களத்த பாக்க நடந்தா.

---

1. வெறுப்பு

2. களிப்பால் வரும் திமிர்

12

முத்தம்மா தன்னோட மக ராவும் பகலும் இப்டி ஒறக்கம் இல்லாம இருக்குறத பாத்து சங்கடப்படுதா. முருகனுக்கு கல்யாணம் ஆயி கிட்டத்தட்ட ஒரு மாசம் ஆகப்போகுது. ஆனாலும் இவளால அதுல இருந்து மீண்டுவர முடியல. யாருகிட்டயும் பேசுறது இல்ல. காடு கர எல்லாம் ஒத்தயில சுத்தி வாரா. ஏன்னமும் ஏதும் ஆயிருமோனு முத்தம்மா பயப்படுதா. நீலியம்மன் கோயிலே கெதினு கெடக்கா. ஒழுங்கா சாப்டுதது இல்ல. ரெண்டு தடவ அரளி விதைய அரச்சுக்கிட்டு இருந்தத பாத்து காலுல விழுந்து கும்பிட்டா முத்தம்மா. ராத்திரி எல்லாம் குடிச வாசலுல இருந்து சிடுசிடுனு அழுதுகிட்டு இருக்கா. அவ அம்மயும் இவள நெனைச்சு அழுதுகிட்டே இருந்தா. முத்தம்மாவாள தன்னோட மகளுக்கு எப்டி ஆறுதல் சொல்லனே தெரியல.

அவ எந்த நேரமும் என்னவும் பன்னிக்கிடுவாளோனு முருகையாவும் முத்தம்மாளும் மாறி மாறி அவளுக்கு காவல் இருக்க, முருகையா மாமரத்துக்கு அடிக்கிற பூச்சிமருந்து, கயறு, அருவா, கத்தினு எல்லாப் பொருளயும் தூக்கி ஒளிச்சு வச்சான். அவ அம்ம ராக்கு தூங்கும்போது கூட சரியா தூங்க மாட்டா. எங்க நாம கண்ணு அசருத நேரத்துல நம்ம ஒத்த மவா எதுவும் பன்னிக்கிடுவாளோனு அவளுக்கு பயம்.

அவ சாயங்காலம் ஆச்சின்னா நேரா நீலியம்மன் கோயிலுக்கு முன்னால வந்து இருப்பா. அவ அம்மயும் பின்னாடியே வந்து உக்காந்துருப்பா.

இப்டி அம்மயும் அப்பனும் பயப்படுதத பார்த்தவுடனே, அவளே ஒருநாளு சொன்னா "எம்ம நீங்க ரெண்டு பேரும் எதுக்கு இப்டி பயந்து சாவுதிய, நான் ஒன்னும் பன்னிக்கிட மாட்டேன். எல்லோரும் கேடு செஞ்சிட்டு நல்லா வாழுதாகா, நான் மட்டும் சாவனுமா என்ன? நான் ஒருகாலமும் சாவ மாட்டேன்." இத கேட்ட அப்பறந்தான் ரெண்டு பேத்துக்கும் கொஞ்சம் தெம்பா இருந்துச்சி.

"இல்லைம்ம ஒன்னு பணம் இருக்கனும், இல்ல நாலு ஆளுக நமக்குனு இருக்கனும். இது ரெண்டுமே இல்லனா, இப்படிதா நம்ம பொழப்பு நாத்தமெடுத்து கெடக்கும்னு" சொல்லவும், அவளால அந்த வார்த்தைய புரிஞ்சுக்க முடியுது.

இத கேட்ட உடனே ராக்கு ரொம்ப அமைதியா ஆகிட்டா. பிள்ள இப்டி பெணமா திரியுறத நெனைச்சு நெனைச்சு அழுவுதாக புருசனும் பொண்டாட்டியும்.

13

கிட்டத்தட்ட ஒருவருச காலம் ஆகிப் போச்சி. முருகன் பொண்டாட்டி மாசமானது, அவளுக்கு பொங்கிப் போட்டது இப்போ ஒரு ஆம்பள புள்ளக்கி அவன் தகப்பன் ஆனதுனு காலம் ரொம்ப சீக்கிரமா ஓடிப்போச்சி.

ராக்கு மொத்தத்துல பொணம் மாதிரிதா நடமாடுதா. அவளுக்கு என்ன செய்யிறதுனே தெரியல. அவளால யாருகிட்டயுமே செஞ்செழிப்பா[1] பேச முடியல.

அவ காலம் ஐயா களத்துல சாணி அள்ளுறதாவே கழியுது. அவ நடக்குத எல்லாத்தயும் அப்படியே ஏத்துகிட்டா. அவளுக்கு எதப்பத்தியும் யோசிக்க முடியல. ஆனா, எப்போ மனசு சரியில்லயோ அப்போலாம் நேரா நீர்கிராம்பு கொளத்துல போயி உக்காந்து தனியா அழுவா.

வேலு, களத்துல வேல பாக்குற எல்லார விடயும் மூத்தவரு. அந்த களத்துல இருவத்தஞ்சு வருசமா வேல பாக்காரு. ராக்கு அப்பன் முருகையாவும் வேலையாவும் ரொம்ப நல்லா பழகி வந்தாங்க. வேலுவுக்கு கல்யாணம் ஆகி ரெண்டு பொம்பள புள்ளைய இருக்கு. ஆனா மூணு வருசத்துக்கு முன்னாடி வேலு பொண்டாட்டி வயக்காட்டுல களபறிச்சி வரப்பு மேல ஏறும்போது வெயிலுக்கு காஞ்சுகிட்டு கெடந்த நல்லபாம்பு வேலு பொண்டாட்டி பொன்னம்மாள கொத்திருச்சி.

பொண்டாட்டி செத்துபோனதும் வயசுக்கு வந்த ரெண்டு பொம்பள பிள்ளைகளையும் பொன்னம்மா தம்பிகிட்ட ஒப்படச்சிட்டான் வேலு. பொன்னம்மா தம்பி ஊட்டி பக்கம் இருக்குற ஒரு எஸ்டேட் தேயில காட்டுல வேல பாக்கான். அவன் ரெண்டு பிள்ளைகளையும் கூட்டிட்டு போயிட்டான். வேலு மட்டும் இப்போ களத்துல வேல பாக்கான். அவனுக்கும் பங்களாவுக்கு பின்னால ஒரு குடிச இருக்கு.

ஒருநாள் வேலுவும் ராக்கு அப்பன் முருகையாவும் களத்துக்கு மேக்க இருக்க வயக்காட்டு பக்கம் இருந்து சாராயம் குடிச்சாங்க.

ரெண்டு பேரும் பேசிக்கிட்டே இருக்கும் போது வேலு தயக்கத்தோட "எடா முருகையா உன்கிட்ட ஒன்னு கேக்கட்டுமா"னு கேட்டாரு.

"கேளு வேலு, ஏன் கேக்கத் தயங்குதனு" சொன்னான் முருகையா.

"எப்பா முருகையா உன் மவ ராக்கம்மாளை நானே கெட்டிக்கிடட்டுமா"னு கேட்டான் வேலு.

உடனே முருகையா "ச்சீ ஒக்கா புண்ட, என்னல... கேனத்தனமா பேசுத"னு சொன்னாரு.

"எடா முருகையா, நான் எதாச்சும் தப்பா பேசியிருந்தா உன் கால்ல கெடக்க செருப்பக் கொண்டு என்ன அடிடே. ஓஞ்சூழ்நெலய கொஞ்சம் யோசிச்சி பாரு உன்ன ஊரவிட்டு ஒதுக்கி வச்சிருக்காங்க. அது முடிஞ்சி ஊரோட மவன் முருகனும் பழகுனது எல்லாருக்கும் தெரியும். அதுனால நடந்த பிரச்சனையும் ஊரு உலகத்துக்கே தெரியும். இதுக்கு அப்பறமா உன் மவள யாரு கெட்டுவா? எந்தப் பயலும் வரமாட்டான். இல்லனா நாலு நகநட்டு சேத்து வச்சிருக்கியானு பாத்தா அதுவும் இல்ல. இப்போதக்கி நீ பத்து பவுனு நக போடுதேன்னு சொன்னாலும் எவனும் வர மாட்டான். என் பொண்டாட்டி நல்லாதான் இருந்தா, திடீர்னு என்ன நேரமோ அவள பாம்பு கடிச்சிருச்சி. அவளுக்கு ஆயுசு அம்புட்டுதான். எம் பொண்டாட்டிய நான் என்னக்காச்சும் கொடுமைப்படுத்திருப்பனா உனக்கே தெரியுத்தான செய்யும்"னு சொன்னதும்,

"என்ன முருகையா பாக்க, உன்மவா எனக்கு ஒரு மயிரும் பன்ன வேண்டாம். எனக்கு அஞ்சாறு கஞ்சிய மட்டும் காச்சி வச்சா போதும். காலம் போன போக்குல எனக்குனு ஒரு தொணயா மட்டும் இருந்தா போதும்னு தான் சொல்லுதேன். நான் சேத்து வச்சிருக்க நகையும், கருமத்தமாம்பட்டி ஊருல இருக்க மூணு ஏக்கரு வெளயும் யாருக்கு? கடைசிவரை கழுத்துல போடுத நக கொறயாம இருந்தா மட்டும் போதும். என்னோட ரெண்டு பொட்ட புள்ளயளயும், என் மச்சினன் கெட்டி கொடுத்து வரவு செலவு பாத்துக்குருவான். உன் மவா எங்க போனாலும் சங்கடப்படத்தான் செய்வா. அதுக்கு எங்கூட இருந்தா நிம்மதியாவாச்சும் இருப்பால்லா. நான் சொல்லுதத சொல்லிட்டேன் அப்பறம் உன் விருப்பம்."

முருகையா யோசிச்சி பாக்கான். அவனுக்கு மனசுல பாதி பிடிபடுது. ஆனாலும் என்ன பேசுததுனு தெரியல. உடனே திரும்பயும் சாராயத்த ஊத்தி கொடுத்தான் வேலு.

ஊத்திக் குடுத்து தலதட்டும்படியா போதையாக்கி, கடைசியா கேக்கான். "நீ அந்த நீலியம்மா மேல சத்தியம் பன்னு"னு. முருகையாவோட பயந்த சுபாவத்தையும் அவனோட இயலாமயயும் பணயம் வச்சு அவன ஒத்துக்க வச்சான் வேலு. முருகையா குடிபோதையில போயி, முத்தம்மாகிட்ட இதப்பத்தி பேசுனான்.

"முத்தம்மா, நம்ம ரக்கம்மாள நம்ம வேலு அண்ணே கெட்டிக்கிடுதேனு சொல்லுதாரு அவருக்கே பேசாம கெட்டி வச்சிருவமா"னு கேட்டான். இத கேட்டதும் விசுக்குவிசுக்குனு அழுவுதா முத்தம்மா. கண்ண தொடச்சுகிட்டு கோவத்தோட கேக்கா.

"ஏய்யா, உமக்கு ஏதாச்சும் அறிவு இருக்கா, ஏன் இப்டி செய்தீரு, உம்ம யாரு அந்த வேலு அண்ணங்கூட சேந்து சாராயத்த குடிக்க சொன்னா. அந்த மனுசன் நல்லவருதா, நமக்கு எவ்வளவோ உதவி பன்னியிருக்காரு. அவரு வயசென்ன, நம்ம ராக்கம்மா வயசு என்ன? ராக்கம்மாள பெத்து அவ மூணாவது வயசுல அவருக்கு பொன்னம்மா கூட கல்யாணம் நடந்துச்சி. அவரு மவா இவள விட நாலு வயசு மட்டுந்தா எளம, அந்த மனுசனுக்கே ஒரு நாயம் வேண்டாமா? அவரு பன்ன உபகாரத்துக்கு மவா வயசு பொண்ணதா கெட்டி கொடுக்கனுமோ? நீரெல்லாம் சோத்தத்தான திங்கீரு, ஈரமண்ணயா திங்கீரு"னு.

முத்தம்மாளுக்கு அழுக ஓயவே இல்ல. 'நான் பெத்த மவளுக்கு இப்டி ஒரு நெலமயா, ஏய் சப்பாணிமாடா, ஏ நீலியம்மா, ஏ கோட்டவாச கருப்பா, உங்களுக்கு கண்ணு இல்லயா, உங்களுக்கு சத்தி இல்லையா, நாங்க யாருக்கு என்ன கொடும செஞ்சோம், எதுக்கு எங்க மவளுக்கு இதெல்லாம் நடக்கு'னு ஓன்னு ஒப்பாரி வைக்கா. அந்த ஒப்பாரி அந்த நீலியம்மாளுக்கே கேட்டிருக்கும்.

---

1. கலகலப்பா

14

ஒருவாரத்துக்கு புருசனும் பொண்டாட்டியும் சரியா மொகங்குடுத்து பேசிக்கல. ஒருவாரத்துக்கு அப்பறம் திரும்பவும் வேலு முருகையாகிட்ட கேட்டான்.

“என்ன முருகையா ஏதாச்சும் முடிவு பன்னுனியா, இல்ல வேற யாருக்கும் ஒம்மவள கெட்டிக் குடுக்கப் போறியா ?”.

“ஏண்ணே, ஒரு ஆறு மாசம் பொறுணே, நானே உங்கிட்ட வந்து பேசுதேன். இப்பதா எம்மவா கொஞ்சங் கொஞ்சமா பழைய மாதிரி மாறிட்டு வாரா. உடனே கல்யாணம்னு சொன்னா என்ன நெனப்பா”னு சொல்லுதான்.

“சரிப்பா நான் ஆறு மாசத்துக்கு உங்கிட்ட இதப்பத்தி எதுவுமே பேசல. நீ எதுக்கும் கவலப்படாத. ஆனா நல்லா யோசிச்சிக்கப்பா.”

பத்து நாளு கழிஞ்சதும் மாட்டுத் தொழுவுல சாணி அள்ளும்போது வேறு யாரும் இல்லாத நேரமா நேரா முத்தம்மா கிட்ட பேச்சுக் கொடுத்தாரு முருகையா. “ஏட்டி நா சொன்னா ஏதும் நெனைக்க கூடாது. நீயே நெனச்சு பாருட்டி, நல்லா பிள்ளையா பெத்தா மட்டும் போதாது, அதுக்கு நாலு நக நட்டு தங்கரயம் பண்ணி வைக்கனும். நுமக்கு அதுக்கும் வழி இல்ல. இவா அந்த பயலுக்கு கொடைக்கு மால போடும்போது எனக்கு ஒப்பல. சரி நானும் ஒத்த பொட்ட புள்ளய பெத்துட்டோம்னு அமைதியா இருந்தேன். ஆனா அந்த ராசாத்தி நம்மள நாண்டுக்கிட்டு நிக்கும்படியா பேசிட்டா. இவ்ளவையும் என்னனுலா பொறுக்க. இதுல இந்த ஊருக்கார பயலுக வேறே நம்மள சந்தி சிரிக்க வச்சு ஊரவிட்டு ஒதுக்கி வச்சுட்டாங்க. எவமுளா நம்ம ராக்கம்மாள கெட்ட முன்னவந்து நிப்பான். நமக்கு நகநட்டு செஞ்சு போட வழி இருக்கா, இல்லனா கெட்டுததுக்கு சொந்த பந்தமுனு யாரும் இருக்காங்களா. அன்னிக்கி ஊரவிட்டு ஒதுக்கி வச்ச நேரத்துல, அங்க நம்ம சொந்தக்காரப் பயக எத்தன பேரு நின்னா, எவனாச்சும் நமக்கு ஏண்டு பேசுனானா? எல்லாப் பயலும் வேடிக்க தான பாத்துகிட்டு இருந்தாங்க.” முத்தாம்மாக்கு என்ன பதில் பேசன்னே தெரியல. செல மாதிரி நிக்கா.

“இந்த ஐயா களத்து வேல மட்டும் இல்லன்னா, நம்ம பொழப்பு என்னனட்டி ஆகிருக்கும். நாம அந்த ஊருக்குள்ள வாழ முடியுமா? நீயே நெனச்சு பாரு. நாம நாதியத்தவுகளா இருக்கோம். நமக்குனு எல்லாரும் இருந்தாலும், நாம அனாததா. அதனால நம்ம ராக்கம்மாள வேலு அண்ணனுக்கே கெட்டி வச்சிருவமா”னு கண்கலங்கி கேட்டதுக்கு அவளால எதுவுமே பேச முடியலே.

உடனே அவர பாத்து, “சங்கடப்படாதரும். ஏய்யா நீங்க கண் கலங்காதரும். ஒமக்கு எது சரினு படுதோ அதையே செய்யும். நீரு சங்கடப்பட்டு பேசாதிரும். நீரு சொல்லுததும் சரித்தா. நுமக்குனு யாரு இருக்கா. நாதியத்து இருக்கக் கூடாது”னு பேசிக்கிட்டே திரும்பி கீழ குனிஞ்சு முருகையாவ பாக்காமலே கண்ணீரோட சாணி அள்ளுதா முத்தம்மா.

ஒரு ஆறுமாசங் கழிச்சி ராக்கம்மாள வேலுக்கு கெட்டி குடுக்கலாமுனு முடிவு எடுத்துட்டாக முருகையாவும் முத்தம்மாளும். இது யாருக்கும் வெளியில தெரிஞ்சா சொந்த பந்த ஆளுக கொமச்சு[1] விட்டுருவாகன்னு ரெண்டு பேரும் இந்த காரியத்தப் பத்தி மூச்சு விடல. வெளியில தெரிஞ்சா எப்டி இருந்தாலும் களத்துக்கு வாரபோற ஆளுக எல்லாரும் ஏதோ துட்டி வீட்டு துக்கத்துல பங்கெடுக்கது மாதிரி வந்து விசாரிப்பாங்க. அடுத்து நம்மள பத்தி ஊருக்குள்ள பெறணி பேசுவாங்க. அதனால கல்யாணம் முடியுறவர யாருட்டயுமே சொல்லக் கூடாதுனு புருசனும் பொண்டாட்டியும் முடிவு எடுத்துட்டாங்க. இது ராக்கம்மாளுக்கு கூட தெரியாது.

---

1. பரிகாசம்

15

வாரத்துக்கு ஒருமொற செங்குளத்து சந்தக்கி போயிட்டு வந்தேன்னு சொல்லி, அன்வர் பேக்கரியில இருந்து அல்வா, மிச்சருனு வாங்கியாந்து குடுப்பாரு வேலு. அதுக்கு முத்தம்மா, "ஏணே அத நீங்களே தாயிகிட்ட குடுங்க"னு சொல்லுவா. ராக்கு ஆரம்பத்துல எதுவும் நெனக்காம, நமக்கு வெவரம் தெரிஞ்ச நாள் மொதலா இந்த வேலு மாமே அன்பா பேசத்தான செய்தாரு. அவரு ரெண்டு புள்ளயலும் இங்க இல்லல்லா, அதான் நமக்கு பண்டம் வாங்கி கொண்டாந்து தாராருனு நெனச்சு வாங்கித் திம்பா. ஆனா நாள் போகப்போக, அவரு பேச்சும் சிரிப்பும் ஒரு மார்க்கமா இருந்த உடனே, ஒருநாள் அவரு கொண்டுவந்த பொருள வாங்க மாட்டேங்குறா ராக்கு. அதுக்கு முத்தம்மா வெடுக்குனு மவள வையுதா. "அந்த அண்ணே எம்புட்டு ஆசயா பண்டம் வாங்கிட்டு வந்துருக்காரு, நீ என்னலா திமிருத்தனம் பன்னுத. ஒன் இடும்ப அவருகிட்ட காட்டாத"னு சத்தம் போடுதா.

கடைசியா சண்ட வந்து, தாயிக்கும் மவளுக்கும் பேச்சு முத்திப்போவுது. கடைசியில முத்தம்மா அவாகிட்ட கதைய போட்டு உடச்சிட்டா. ராக்கம்மா அவ அப்பன்கிட்ட சொல்லி அழுதா. ஆனா கடைசியாதா தெரிஞ்சது, இந்த முடிவ எடுத்தது அம்மையும் அப்பனும்தான்னு.

"ஒன்னு நீ அந்த வேலு அண்ணன கெட்டு, இல்லன்னா, நானும் உங்க அப்பனும் நாளைக்கே அந்த நீலியம்மன் கோயிலுல தூக்குல தொங்கிருவமு"னு சொன்னா. நீ அந்த முருகன் பயல கெட்டுவோம்னு ஒத்த காலுல நின்ன. அவன் ஒன்ன சீண்டுனானா. அவன் என்னலாம் பேசுனாமுனு என் காதுக்கு வந்துச்சு. ஒன்னயும் என்னயும் களத்து மொதலாளிக்கு கால விரிச்சு கஞ்சி குடிக்க சொல்லிருக்கான் அந்த தூமயகுடுக்கி. அவனே அவ்க அம்ம பேச்ச கேட்டுக்கிட்டான். ஒனக்கு என்னட்டி? எங்க மானத்த வாங்குதயோ? ஒழுங்கா நாங்க சொல்லுதத கேளு. இல்லனா நாங்க நாண்டுக்கிட்டு தான் நிக்கனும்." எல்லாம் கைய விட்டு போயிருச்சு ராக்குக்கு.

ஒரு நல்ல நாளாப் பாத்து கல்யாணத்துக்கு ஏற்பாடு பன்னுதாக. செங்கொளத்து சோசியக்காரன் வீட்டுக்கு போயி, முகூர்த்த நாளு பாத்துட்டு அப்டியே ஒரு சீலையும் எடுத்துட்டு வந்தாக முருகையாவும் முத்தம்மாளும்.

அடுத்து ஒரு வாரத்துல தாலி கெட்ட வச்சுகிட்டு, ஊருக்குள்ள வந்து முத்தம்மா வீட்டுல இருக்க அஞ்சாறு பித்தாள பாத்தரங்கள, புளிய வச்சு தேச்சு பளபளப்பா ஆக்குதா.

அவகிட்ட இருக்குற பித்தாள பொருளே கொஞ்சந்தான். ஒரு காதுவளையம் போட்ட சின்ன கொப்பர, ஒரு பெரிய கொப்பர, ஒரு சின்ன வெளக்கு, ஒரு உருளிப்பான, ஒரு பொங்கப்பான, மூனு போணி, ரெண்டு தட்டு, ரெண்டு கொடம் எல்லாத்தயும் செங்கல உடச்சி பொடியா நச்சு,[1] அதுகூட பழம்புளி ஒரு உருண்டைய எடுத்து நல்லா பெணஞ்சு போட்டு தேயிதேயினு தேய்க்கா முத்தம்மா. எல்லாத்தயும் புருசனும் பொண்டாட்டியும், வேலும் சேர்ந்து மசங்குன நேரத்துல[2] களத்துக்கு தூக்கிகிட்டு போனாக.

---

1. நசுக்கிப் பிசைந்து

2. மங்கிய மாலைப் பொழுது

16

கொளத்து முக்குல இருந்த மஞ்ச அரளிப்பூ மரத்துல இருந்து ஒரு பெட்டி நெறய பூவ புடுங்கிட்டு வந்து மேலத் தோப்புக்குள்ள இருக்க அய்யனாரு கோயிலுல வச்சு மாலய மாத்திக்கிட்டாக.

ராக்கு கழுத்துல பொன்னம்மாளோட தாலிய கெட்டுனான் வேலு. ராக்குக்கு கொஞ்சமும் புடிக்காத இந்த கல்யாணம் எப்டியோ நடந்து முடிஞ்சது. அவளுக்கு நடந்த காரியத்த நெனச்சு எதுவுமே செய்ய முடியல. அந்த கல்யாணத்துக்கு ஒரே ஒரு ஆளு மட்டும் ஊருக்குள்ள இருந்து வந்துச்சு. அவதான் ராக்கம்மாளோட சேக்காளி ஆடு மேஞ்சா காளி.

அவளுக்கு ஆடு மேய்க்கிறது தான் வேல. ஆனா அவ ரெண்டு ஆம்பளக்கி சமம். அவளோட அம்மையும் அப்பனும் தோப்புக்கு காவல் காப்பாக. அவகூட பொறந்தது அஞ்சு ஆம்பளய. இவ மட்டுந்தான் ஒரே ஒரு பொம்பள. இவ கூடப் பொறந்தவங்க அஞ்சு பேரு இருந்தும் இவ ஒருத்தி மட்டும் ஒத்தயில காவல் காக்கப் போவா. ஒரு தோப்பையே இவ ஒத்த ஆளா காவல் காப்பா. இவள எல்லா ஆளுகளும் காட்டுப் பெறவினுதா சொல்லுவாங்க.

ஏன்னா ஒத்த சமஞ்சபுள்ள, ஏமமும் சாமமும் இப்டி மாந்தோப்பு காவலுக்கு நிக்கிறது சாதாரண காரியம் இல்ல. ஏமுனா அவ காவக்காக்குற தோப்பு பக்கந்தான் ஊர் சுடுகாடு இருக்கு. எத்தனயோ பேரு தோப்பு காவலுக்கு வந்து பயந்து ஓடிப்போயிருக்காக.

ஊருக்கு தெக்க தோப்புல இருக்கு தெரட்டு சொடலமாடன் கோயில். அந்த தெரட்டுப் பக்கம் இருக்குற சவந்தின்னி குளத்துல ஊர் ஆளுக குளிக்கும். ஆனா செவ்வா, வெள்ளி கெழம மட்டும் அந்த குளத்துப் பக்கம் யாரும் தல வச்சு படுக்க மாட்டாங்க. தெரட்டு சொடலைக்கும் சவந்தின்னி குளத்துக்கும் பக்கத்துல இருக்க சுடுகாட்டுக்கும் ஒரு மர்மம் இருக்கு. அதுலயும் உச்சி மத்தியானம் பனிரெண்டு மணிக்கு யாரும் அந்தப் பக்கம் போகவே மாட்டாங்க. காளியோட அப்பன் கூட மத்தியானம் ஆச்சுனா தோப்பு பக்கம் போக மாட்டாரு. யாராவது தப்பித்தவறி மத்தியானம் வெளிக்கு

இருக்க போனாங்கனா சின்ன பிள்ள சத்தத்துல இங்க வா, இங்க வானு கொரலு கேக்கும். திரும்பி பாத்தா தெரட்டு தோப்புக்குள்ள இருந்து வெள்ளச்சட்ட வெள்ள வேட்டியோட ஒரு ஆளு உருவம் தெரியும். அதப்பாத்த எத்தனையோ பேரு வயத்தால போயி படுத்தப் படுக்கையிலே கிடந்து எட்டு நாளைக்குள்ள செத்துப் போயிருக்காங்க.

ஆனா தோப்பு காவலுக்கு வயசுக்கு வந்த புள்ள அவ அப்பன வீட்டுல படுக்க சொல்லிட்டு இவ மட்டும் காவல் காக்கா. தோப்புல இருக்குற சொடலமாடன் கிட்ட, ஏதோ கூடப்படிச்ச சேக்காளிகூட பேசுதது மாதிரி பேசுவா. தெனம் சூடம் ஏத்திட்டு காவல் காக்குற தெய்வம்னு ஒரு மருவாதி இல்லாம, சுடலமாடன ஏதோ மனுசங்கள வையுதது மாதிரி வையுவா. அவர ஏல முட்டாப் பேல, எடுபட்ட பெல ஒழுங்கா நீ இருக்க தைரியத்துல தான் நானே காவல் காக்கே. எதுவும் களவு போச்சி உன்னய கோயிலோட சேந்து தீய வச்சிருவேனு சொல்லுவா.

அவா ஒரு காட்டுப்பெறவி அதனால தானோ என்னவோ, ராக்கம்மாளுக்கும் ஆடு மேஞ்சா காளிக்கும் அப்பிடி ஒரு பெணப்பு. கூட்டாளிய ரெண்டு பேரும் சேந்தாளுகனா ராவு விடிய விடிய கத பேசுவாளுக. அவ மட்டுந்தான் அய்யனாரு கோயிலுக்கு கல்யாணத்துக்கு வந்தா.

காலையிலேயே விடிஞ்சதும் காளி வந்துட்டா. ஒரு ஒம்போது மணிக்கு அரளி மாலைய மாத்தி தாலி கெட்டு முடிஞ்சிருச்சி. ஒரு பதினோரு மணி இருக்கும். களத்து வீட்டு குடிசையில இருக்கும் போது காளி கேட்டா.

“என்னக்கா இப்டி பண்ணிட்ட, போயும் போயும் இந்த கெழட்டு தூமயக் குடிச்ச பயலுக்கு இப்டி கழுத்த நீட்டிட்ட. ரெண்டு வருசத்துல மண்டைய போடுதவன் கணக்கா இருக்கான். இவன் ஒம்புருசனா? உனக்கு மண்ட எளவிருச்சா என்ன?”னு கேட்கவும்.

காளிகிட்ட ராக்கு சொன்னா, “எலா காளி, நாஞ் சொல்லுதத கேளு, வாழ்க்கயில நான் முந்திவிரிச்சா அது முருகன்கூட தானு நெனச்சே. ஆனா அது நடக்காம போயிருச்சி. அந்த எடுபட்ட பய இருவது ஏக்கரு வெளைக்கும், பத்து களஞ்சி நகைக்கும் ஆசப்பட்டு

அந்த அசலூர்காரிய கல்யாணம் பன்னிட்டான். நான் போயி என்னன்னு கேட்டதுக்கு அவன் என்னலா கேட்டாமுனு ஒனக்கே தெரியும். போலா பிச்சக்கார புண்டமவானு சொல்லி என்ன அடிச்சு பத்திட்டான். அதுகூட பரவாயில்ல வேற என்னமெல்லாம் பேசுனாந் தெரியுமா? நீ எவன்கூடயும் படுக்கப் போனாலும் கூட உன்னால பத்து களஞ்சி நகைய பாக்க முடியாது. காலம்பூரா எவனுக்கும் வைப்பாட்டிய இருனு சொன்னா. ஆனா அதே மாதிரிதான இந்த கெழட்டு பயலுக்கு என்ன கெட்டி வச்சிட்டாக எங்க அம்மையும் அப்பனும். எல்லாம் என் கையவிட்டுப் போயிருச்சிலா. இனிமே என் தலையில என்ன எழுதியிருக்கோ அதுப்படி எல்லாம் நடக்கட்டும்."

இத கேட்ட காளிக்கி கண்ணுல பொங்கு பொங்குனு வருது. பெத்த அம்மைய அடிச்சதுக்கு கொள்ளிகட்டய கொண்டு அடிச்சவளா. இன்னக்கி இப்டி இந்த கெழட்டுப் பயலுக்கு கழுத்த நீட்டுனானு நெனச்சு பாக்கா. அத பாத்த ராக்கு "இதுக்கு மேல எங்கிட்ட எதயும் கேக்காதலா, எனக்கு பேச தெம்பு இல்ல"னு சொல்லி அழுவுதா. எப்டி இவள தேத்தனும்னு தெரியாம முளிக்கா காளி.

17

வேலு கூட கல்யாணம் ஆனதும், ஏதோ ஒப்புக்குனு ஒரு வாழ்க்கய வாழ்ந்துட்டு வாரா. மனசுக்குள்ள எவ்வளவோ வலி இருந்தாலும் அவ யாருகிட்டயுமே அத காட்டிக்கல. அவ மனசுல என்ன இருக்குனு புரிஞ்ச ஒரே ஆளு காளியம்மாதான். பெத்த அப்பனும் அம்மையும் சேந்து நம்மள கல்யாணம் பண்ணி வைக்கிறேனு இப்டி குழியில போட்டு மூடிட்டாகளேனு நெனச்சு ஆதங்கப்படுதா ராக்கு. ஊரடைக்க இவ்க கல்யாணத்த சொல்லி சொல்லி சிரிச்சாகளாம். இவளுக்கு இந்த வாழ்க்கய நெனக்க நெனக்க வெப்புராளம் கூடிகிட்டே போவுது. ஆனா வேலுவுக்கு பேசவே தெரியாது. ஊருக்குள்ள எல்லா ஆளுக கிட்டயும் நல்ல பேரு வாங்கினவன் தான். ஆனாலும் ஒரு பொண்டாட்டி கிட்ட எப்டி ஆசாபாசமா பேசனும்னே தெரியல. எப்டி இந்தப் பயலுக்கு கல்யாணம்னு ஒன்னு ஆகி, ரெண்டு புள்ளக்கி அப்பனா ஆனாமுனு நெனக்கா ராக்கு.

வேலு கொஞ்சுததும் தடவித்தடவி பேசுததும் புது மாப்ள கணக்கா துணி உடுத்துததும் மீசைய சவரம் பண்ததும் இவளுக்கு ரொம்ப அசிங்கமா தெரியுது. காளிக்கிட்ட தான் சொல்லி அழுவா. ஒரு விருப்பம் இல்லாத பயகூட படுக்கது மாதிரி கேவலமான காரியம் வேற எதுவும் இல்ல. பொண்ணா பெறந்தா இதுதான் கதி. இந்த கெழட்டு பெத்தாய ஒத்த பயலு கூட என்னால வாழ முடியல. அவன் மவா சின்னப் பொண்ணும் நானும் வெளயாடிக்கிட்டு திரிஞ்சோம். ஆனா இப்ப நா அவளுக்கு நா சித்தி. நெனச்சாலே அருவருப்பா இருக்கு. கடந்தை[1] கூட்டுக்குள்ள போயி கழுத்த முட்டிட்டு செத்துரலாம் போல இருக்கு.

இந்தப் பயலுக்கு கஞ்சி காச்சி வைக்கவா நாம பொறந்து வளந்தோம். இந்நேரம் நாம முருகனோட இருந்துருக்கனும், அவன்கூட குடும்பம் நடத்திருக்கனும்னு நெனக்கா. இந்த வேலுக்கு துணி தொவச்சு போடனும், நல்லா கஞ்சி காச்சி வைக்கனும். இதுகூட பரவால்ல, இவன் சாப்பிட்டுட்டு தட்டுலயே கைய

கழுவி வச்சிருவான். அதுதான் ரொம்ப மோசம். சாப்பிட்ட எடத்த சோத்து பருக்கையா வெதச்சு வச்சிருவான். அத சுத்தம் செய்யிதது போல மோசமான வேல வேற எதுவும் கெடயாது. இந்தக் கெழட்டுப் பயலுக்கு நாம ஒரு பொண்டாட்டி. எனக்கு இவனல்லா ஒரு புருசனா. எனக்குனு வந்து சேர்ந்தானோனு நெனச்சு மனசுகுள்ளே புழுங்குதா.

எல்லாம் போனபடி இருந்தாலும், இவளும் மாசமா இருந்தா. இவா மாசமா இருக்கானு தெரிஞ்சதும் வேலுக்கு சந்தோசம் தாங்கல. ஆனா ராக்குக்கு அத நெனச்சா எரிச்சலா இருக்கு.

---

1. பெரிய அளவிலான காட்டுத் தேனீ

18

அங்க வேல பாக்க எல்லா ஆளுகளுக்கும் ராக்குதான் சாயா போட்டு கொண்டு போவா. அப்போ, நல்ல அறுப்பு சமயம். அறுப்பு முடிஞ்சதும், களத்துல நெல்லு மூட்ட துக்கதுக்கு ஆளுக வருவாங்க. அப்போ முருகனும் வருவான்னு ஆடு மேஞ்சா வந்து சொல்லிட்டா.

முருகன் கல்யாணத்து அன்னிக்கி அந்த சண்டைக்கி அப்பறமா, ராக்கம்மா முருகனை பாக்கவே இல்ல. ஆனா முருகன அவ நெனக்காத நாளே இல்ல. முருகன அவளால ஒருபோதும் மறக்க முடியல. அவன் வாரான்னு சொன்னதும். மொத நாளு ராத்திரியில இருந்தே இவளுக்கு தூக்கம் வரமாட்டக்கு.

மறுநாள் நெல்லு மூட்ட தூக்க முருகனோட சேர்ந்து மொத்தம் முப்பது ஆளுக களத்துக்கு வந்தாங்க. இவ காலையிலயே குளிச்சு நீலியம்மன் கோயிலுக்குப் போயி கும்புட்டுட்டு வந்தா.

அவ வீட்டுல ஏற்கனவே தோப்புல இருந்து பொறக்கிட்டு வந்து வச்சிருந்த நெக்கட்டங்கொட்ட [1] இருந்துச்சி. அத உடச்சி தோல ஊறவச்சி, தலைக்கி போட்டு தலைய பஞ்சாப் பறக்க முடியுமா தல சீவியிருந்தா. மஞ்ச தேச்சு குளிச்சு, நெத்தியில பெரிய பொட்டு வச்சு, வேலு பொண்டாட்டியோட ஒத்த செயினு, தாலிக்கொடியோட முருகன் முன்னாடி வாங்கி தந்த கண்ணாடி வளையலும், அவகிட்ட இருந்த மஞ்சக் கலரு சேலய கெட்டி, அம்மன் கோயிலு செல மாதிரி கௌம்பி இருந்தா.

ஒரு பதினோரு மணி இருக்கும், எல்லா ஆளுகளும் களத்துக்கு மேல்பக்கமா இருக்குற நவாமரத்து நெழலுல உக்காந்துருந்தாங்க. காலையில 6 மணியில இருந்தே மூட்ட தூக்குன களப்புல எல்லாரும் ஆளாளுக்கு துண்ட விரிச்சு படுத்துருந்தாங்க. இவ போயி, “ஏண்ணே எல்லாருக்கும் சாயா கொண்டாந்துருக்கேன் எந்திரிங்க”னு சொன்னா. முருகன் தெக்கோரம் கடைசில படுத்துக் கெடந்தான். இவ சத்தம் கேட்டதும் எந்திரிச்சி உக்காந்தான். இவள பாத்த உடனே அவனுக்கு பழைய நெனப்பு கொஞ்சங் கொஞ்சமா

வருது. அவனால இவ மொகத்த பாக்கவும் வெக்கமா இருக்கு. கிட்டத்தட்ட ஒன்றர வருசம் கழிச்சு நாம அவள பாக்கோம். அவள பாக்கனும்னுதா நாம இந்த களத்துக்கே மூட்ட தூக்க வந்தோமுனு நெனச்சு பாக்கான். அவள ஏறெடுத்து பாக்கான். மஞ்ச கலருல சேல கெட்டி தலைய விரிச்சு போட்டு, அம்மங்கோயிலு செல போல வாரா.

அவன் இவகிட்ட எப்பவுமே சொல்லுவான் நீ மஞ்ச கலருல துணி உடுத்தாதனு. ஏமுனா இவ ஏற்கனவே நல்ல கலரா இருப்பா. இவ தோலும் கெழங்கு மஞ்ச கணக்கா பளிச்சினு இருக்கும். அதுகூட இவ மஞ்ச கலரு சேலய உடுத்துன, உரிச்சி வச்ச மாம்பழம் மாதிரி இருப்பா. முருகன் வெவரம் தெரிஞ்ச நாளுல இருந்தே கேரளாவுக்கு மூட்ட தூக்கப் போவான். அங்க எல்லாத் தெரு மொனையிலயும், சினிமா பட விளம்பரம் ஒட்டி இருப்பாங்க. அதுல ஒரு படத்த பாத்து, இவா நம்ம ராக்கம்மாள உரிச்சி வச்சிருக்காளேனு நெனச்சு, அங்க கூட வேல பாக்க ஆளுக கிட்ட கேட்டான். இந்த விளம்பரத்துல இருக்க நடிகை பேரு என்னனு.

அதுக்கு அந்த ஆளு சொன்னாரு. “இவளானு கேரளத்தின்டே ஒன்னாந்தர நடி ஜெயபாரதி. மலையாள சினிமாவின்டே ஏற்றும் சௌந்தர்யமுள்ள நடி. இவளானு மலையாளிகளிடே சொப்ன தேவதை. சேரி உடுத்தி ஸ்கிரீனிலே வந்தெங்கில் அவள நோக்குந்நவரு கண்ணடஞ்சு போவும். கேரளத்தில் உள்ள சேட்டன்மார் எல்லார்க்கும் பெண்ணு நோக்கனுமெங்கில் அவரெல்லாரும் பறயிந்ந ஒரே வாக்கு பெண்ணு ஜெயபாரதி போலதன்னே வேணுமின்னு பறயும்.”

ராக்கம்மாளும் ஜெயபாரதி மாதிரிதா நடந்து வந்தா. அவ உயரமும், அவ சேலயும், அவ மொகமும், பொட்டையும் பாக்கும்போது கண்ணைப் பறிக்கி. அவள பாக்கப் பாக்க முருகனுக்கு கண்ணுமுழி பிதுங்குது. ஆனா அவன தேடி ஒரு மொற கூட அவனோட மொகத்த பாக்கவே இல்ல.

எல்லாருக்கு சாயா ஊத்துனா, ஒவ்வொருத்தருக்கும் பக்கத்துல போயி ஊத்துனா, கடைசியில முருகன் கிட்ட போகனும், அவனும் நம்மகிட்ட வருவானு இருக்கும்போது, அவ இருந்த எடத்துல இருந்தே சாயாவ ஊத்தி குடுக்க சொன்னா. அந்த ஊரு

ஆம்பளைங்க எல்லாருமே ராக்கம்மா முருகன்கிட்ட போயி சாயா குடுப்பானு எதிர்பாத்தாங்க. ஆனா அப்டி ஒன்னு நடக்கவே செய்யல. அந்த பத்து நாளும் இதுதான் நடந்துச்சி. குளிச்சி சீவி சிங்காரிச்சு தெனமும் சாயா குடுக்க போவா. ஆனா ஒரு மொற கூட அவன நேர்கொண்டு பாக்க மாட்டா. ஒரே ஒருநாள் வேல முடிஞ்சி போகுற நேரத்துல கெணத்துல தண்ணி எறைக்கும் போது ராக்கு பின்னால வந்த முருகன், "ராக்கு நல்லா இருக்கியா புள்ள"னு கேட்டான். அதுக்கு அவ "உனக்கும் எனக்கும் எந்த சம்மந்தமும் கெடயாது. எல்லாம் முடிஞ்சு போன கத. நான் சாவுத வரக்கும் உன் மூஞ்சியிலயே முழிக்க மாட்டேன். நீயும் அப்டியே இருந்துக்கா" அப்டினு சொல்லிட்டு அவனோட மொகத்த நேரிட்டு பாக்காம களத்துக்குள்ள இருக்குற வீட்டப் பாக்க விறுவிறுனு நடந்து வந்துட்டா.

அந்த பத்து நாளும் பகல் முழுக்க சுறுசுறுப்பா அவ்வளவு செஞ்செழிப்பா இருக்கவ, ராத்திரி எல்லாம் முருகன நெனச்சு அழுவா.

அந்த பத்து நாளும் முருகன் ஏதாச்சும் ஒரு நாளு ராக்கம்மா நம்மகிட்ட பேசிர மாட்டாளானு ஏங்கி ஏங்கி ஏமாந்து போனான்.

ராக்கம்மாளுக்கும் கூட ஆசதா. முருகன் கிட்ட பேசனும்னு. ஆனா அவன் அடிச்சது கூட பரவாயில்ல. அவன் கேட்ட கேள்வி ஒன்னொன்னும் நெஞ்சுல முள்ளாக் குத்துது. அவளால அவன் கேட்ட அவமானக் கொறவு வார்த்தையில இருந்து வெளிய வரவே முடியல.

இன்னக்கி யாரோ ஒருத்தனுக்கு தாலிய கெட்டிகிட்டு அவன் புள்ளய சொமக்கும்படியா ஆனதுக்கு காரணம் முருகன் தான். இந்த கெழட்டுப் பயலுக்கு புள்ளைய செமக்கமுனு நெனச்சாலே அவளுக்கு என்னவோ மாதிரி அருவருப்பா இருக்கு.

காளி மட்டும் செங்குளம் சந்தக்கி போய்ட்டு வார நேரம் எல்லாம் இவளுக்கு அன்வர் பேக்கரியில இருந்து அல்வாவும், மிச்சரும், பூந்தியும் வாங்கிட்டு வருவா.

அதே போல களத்துக்கு வேலக்கி வார பொம்பளைகளும் இவ மாசமா இருக்கது தெரிஞ்சி இவளுக்கு பண்டம் செஞ்சு கொடுப்பாளுக.

வேலு கூடப் பொறந்தவ பேரு சங்கரம்மா. அவ களத்துலதா வேல பாத்தா, அவ ஆளுகளுக்கு பால் சாயா போடாம, கடுஞ்சாயா போட்டுக் கொடுப்பா. பால் எல்லாத்தயும் சாயங்காலம் வீட்டுக்கு கொண்டு போயிடுவா. ஆனா ராக்கு அப்டி இல்ல. வேல பாக்குற எல்லாத்துக்கும் பால்சாயா ரெண்டு ரெண்டு தடவ கொடுப்பா. அதனால இவள வேலைக்கி வார பொம்பளைக எல்லாருக்கும் ரொம்ப பிடிக்கும்.

கருமத்தான்பட்டியில இருந்து வார பொம்பளகிட்ட நீலி கெழவி இவளுக்கு சென இட்லி[1] அவுச்சு கொடுத்து விடுவா.

---

1. சிறுபயிறு அவித்து தேங்காய்ப்பூ, மண்டை வெல்லம் போட்டு, இட்லி கொப்பரையில் இட்லி தட்டில் மாவூற்றி, அதன்மேல் பயித்தம் பருப்பு உருண்டைய போட்டு அதற்கும் மேல் மறுபடியும் மாவு ஊற்றி அவித்து தருவது.

19

களத்து பூராவும் பெரியய்யா வாரதப் பத்திதா ஒரே பேச்சு. நாலஞ்சு வருசத்துக்கு ஒரு மொற களத்துக்கு பெரியய்யா வருவாரு. அவரு குடும்பத்தோட திருநெல்வேலியில தங்கி இருக்காரு.

பெரியய்யாவோட அப்பா, அதாவது களத்து மொதலாளி பேரு சேதுபதி தொண்டைமான். அவருக்கு பட்டம் கட்டும் முன்னயே ஜமீன்தார் முறைய ஒழிக்க சட்டம் ஏத்துனதால அவருக்கு தன்னால ஒரு ராஜாவா முடிசூட்ட முடியலங்குற ஏக்கமும் வேதனையும் காலம் பூரா இருந்துச்சு. சின்ன வயசுல இருந்து ஒரு ராஜாவா மாற என்னலாமோ வித்தைகள கத்துக்கிட்டாரு. குதிரையேத்தம், வாள் பயிற்சி, சண்ட பயிற்சினு ஏகப்பட்ட கலையில வல்லமையா இருந்தாரு. தன்னால ஒரு ராஜாவா ஆக முடியலங்குற கவலைய மறக்க எழுபது வயசு வரைக்கும் காடுகளுக்குள்ள வேட்டைக்கிப் போயி மான், மௌா, புலினு எல்லா விதமான காட்டு விலங்குகளோட கறியையும் ருசி பார்த்து வாழ்ந்தாரு. அவரோட மூத்த பிள்ள பேரு ராஜா. ரெண்டாவது பிள்ள பேரு இளவரசு. பிள்ளைங்கள நல்லா படிக்க வச்சாரு. ரெண்டாவது மகன் இளவரசு வெளிநாட்டுல செட்டில் ஆயிட்டாரு. அதனால அஞ்சாறு வருசத்துக்கு ஒரு மொற தான் ஊருக்கு வருவாரு. மூத்தவரு ராஜா மொதலாளியோட சொத்து எல்லாத்தையும் பராமரிச்சுக்கிட்டு திருநெல்வேலில ஒரு பெரிய வீட்டுல வாழுதாரு. அவர எல்லாரும் பெரியய்யானு தானு கூப்டுவாங்க. சேதுபதி அய்யா வாழ்ந்த கடைசி காலம் வர பட்டங்கட்ட முடியலேயேங்குற மனக்குமுறலோட போயி சேந்தாரு. மூத்தவரு ராஜா அப்படியே அவரு அப்பா மாதிரி. எல்லார் கிட்டயும் ரொம்ப எளிமையா பழகுவாரு. ஆனா அவருக்கு அவரோட அப்பாக்கிட்ட இருந்து வந்த ஒரே பழக்கம் பொம்பளய விசயம் தான். அதுல மட்டும் குறியா இருப்பாரு. அவருக்கு யார எல்லாம் பிடிக்குதோ அவங்க எல்லாரையுமே ஆட்டிப் படைக்கனும்னு நெனப்பாரு. அவரோட செல்வாக்க பொம்பளைங்க விசயத்துக்கு தாராளமா செலவு செய்வாரு.

பெரியவரு மாடனூரு பங்களாவுக்கு வந்தாருனா கொறஞ்சது ஆறு மாசம் இருந்துட்டுதா போவாரு. களத்துல வந்து, தோப்பு குத்தக, தென்னந்தோப்பு கணக்கு, வயக்காட்டு லாபமுனு எல்லாத்தையும் பாப்பாரு. அவரு வாராருனு சொன்ன உடனே பங்களா, களம், தெக்க கெணறு எல்லாம் ரொம்ப சுத்தமா ஆகுது.

ஒருநாள் காலையில அவரு களத்துக்கு கருமத்தான்பட்டி வழியா கார்ல வந்தாரு. வேல பாக்குற அத்தன ஆளுகளுமே களத்துல ஒன்னா கூடி இருந்துச்சி. குடும்பத்தோட வருவாருனு பாத்தா, அவரு குடும்பத்த தென்காசி பெரிய வீட்டுல விட்டுட்டு, அவரு மட்டும் வந்தாரு. கார விட்டு கம்பீரமா எறங்கி எல்லாருக்கும் வணக்கம் சொல்லி நின்னாரு.

நெறய பேரோட பேர ஞாபகம் வச்சி சொல்லிக் கூப்பிட்டாரு. வேலு ராக்கம்மாள கூட்டிட்டு வந்து பெரியய்யாகிட்ட அறிமுகப்படுத்தி வச்சான். ரக்கம்மா இருக்க அழகப் பாத்து ஏற எறங்க பாத்தாரு பெரியய்யா. ஆனா அவரு ஆசப்பட்டுட்டாருன்னா அதுக்கு மறுப்பு சொல்லவே முடியாது. அவர யாரும் என்ன ஏதுனு நோண்ட மாட்டாங்க. ஏன்னா கீழ உள்ள ஆளுக எல்லாம் அவங்களுக்கு பயந்து தான் வாழனும்.

இது யாரு வேலுனு கேட்கவும், ஐயா இது நம்ம முருகையா மவா. நான்தா ரெண்டாந்தாரமா கெட்டி கூட்டியாந்திருக்கேனு சொன்னாரு. அத கேட்டதும் பெரியய்யா ஒரு நமட்டு சிரிப்பு சிரிச்சுக்கிட்டே ராக்கம்மாள பாத்து கையெடுத்து கும்பிட்டாரு. ராக்கமாளுக்கும் அவர பாத்த உடனே ஒரு எனம் புரியாத ஈர்ப்பு இருந்துச்சு. ஒரு ஆம்பளயோட மனம் அதுவும் கட்டுக்கோப்பா வசீகரமான முகத்தோட பேண்டு சட்டையெல்லாம் போட்டுக்கிட்டு வெறப்ப நிக்க ஆள யாருக்குத்தா புடிக்காமா போகும்.

அவருக்கு பின்னாடியே சமையலுக்கு ஆளுகள கூட கூட்டிட்டு வந்தாரு. அவரு ராத்திரி ஆனதும் குடிப்பாரு. அதனாலயே அவருக்கு ஏத்த மாதிரி சமைக்கனும்.

நாட்டுக்கோழி, முட்ட, பாலுனு அவரு சாப்பிடுதத பாக்கவே பத்து கண்ணு வேணும். மொக லட்சணமும் கப்படா[1] மீசையும் அவர ரொம்ப கம்பீரமா காட்டுச்சி. அவருக்கு தோணுத நேரம் கணக்கு வழக்கு பாப்பாரு. ஒருநாள் தென்னந்தோப்பு, ஒருநாள்

மாந்தோப்பு, ஒருநாளு அருவிக்கரனு எல்லாப் பக்கமும் போவாரு. அவருக்கு அன்னக்கினு என்ன தோணுதோ அத மட்டுந்தா செய்வாரு. தினசரி ராக்கம்மாதா அவருக்கு பாலு கொண்டு போவா. அவ மாசமா இருக்கதால சாப்பிட என்ன இருந்தாலும் எடுத்துக் குடுப்பாரு. வேலுவ வரச்சொல்லி அவனுக்கு மிச்சமிருக்க சாராயம், பண்டம் எல்லாம் குடுப்பாரு. பெரியய்யாவுக்கு ராக்கு மேல ஒரு ஆச உண்டாச்சி. அது ராக்குக்கும் தெரியும். அது தெரிஞ்சும் தெரியாதத போல அவளும் இருந்தா. என்னமோ தெரியல பெரியய்யாவ பாக்க இவளுக்கு ரொம்ப புடிச்சிருக்கு. இத்தனக்கும் பெரியய்யாவுக்கு நாப்பது வயசு இருக்கும். அவரோட தோரண, அவரோட வேட்டி சட்ட, அவரு உடம்பு, அவரு மேல மணக்குற செண்டு வாசன, அவரு கழுத்துல கெடக்குற விரல் தண்டி சங்கலி, அவரு கையில கெடக்குற தங்கக் காப்பு, மோதிரம், அவரு தங்கி இருக்குற, படுக்குற எடம் எல்லாம் பாத்து இவளுக்கு ஒரு சின்ன கெறக்கம் அவரு மேல.

ஒம்போதாவது மாசம் நெற வயிறு தள்ளி இருந்தா ராக்கு. அவளுக்கு ஐயா தங்கி இருக்குற எடத்துக்கு போயி பாலு குடுத்துட்டு வர ரொம்ப சங்கடமா இருந்துச்சி. அதனால ஐயாவே வர வேண்டாமுனு சொல்லிட்டாரு.

பத்தாவது மாசம் பொறந்து அஞ்சு நாளு ஆகவும், அவளுக்கு நடக்கும்போது ஒரு மாதிரி தலயெல்லாம் சுத்திகிட்டு வந்துச்சி. மறுநாள் மத்தியானம் போல நவாமரத்து நெழலுல இருக்கும்போது, அவளுக்கு வயறு வலிக்க ஆரம்பிச்சது. மேல்பக்கம் வயலுல வேல பாத்துகிட்டு இருந்த பொம்பளயல்ல அஞ்சாறு பேரு வந்து அவள பைய தூக்கி வீட்டுக்கு கொண்டு போனாக.

கொஞ்ச நேரத்துல அங்க வச்சு செக்க செவேல்னு ஒரு ஆம்பள புள்ள பெறந்துச்சி. ராக்கு பக்கத்துல பிள்ளைய தூக்கி வச்சாக. பிள்ள பாக்க ரொம்ப அழகா இருந்துச்சி.

வேலுக்கு ஆம்பள பிள்ள பெறந்துருக்குனு சொன்னதும் சந்தோசம் தாங்கல. நமக்கு ஆம்பள புள்ள இல்லனு எவ்வளவு நாளு வேதனபட்டிருப்போம். ஆனா நமக்கு இத்தன வருசத்துக்கு பெறகு ஆம்பள பிள்ள பெறக்கனும்னு எழுதிருக்குனு நெனைச்சு ரொம்ப சந்தோசப்படுதான்.

ரெண்டாவது நாளே பெரியய்யா வந்து பிள்ள கையில எரனூறு ரூவா துட்ட திணிச்சிட்டுப் போனாரு. களத்துல வேல பாக்க ஆளுகளும் வந்து பாத்துட்டு போகுது. முருகையாவும் முத்தம்மாளும் பேரனக் கண்டு ரொம்ப சந்தோசப்படுதாக.

சரியா பிள்ள பெறந்து எட்டாவது நா காலையில பிள்ளக்கி பால் கொடுக்க பிள்ளைய தூக்குனா ராக்கு. பாலு கொடுத்தா, பிள்ள மூச்சுமுட்டி அழுவுது. இவ அது தெரியாம பிள்ள வாயில பால ஊட்டுனா. கொஞ்ச நேரத்துல பிள்ள விறவுக்கம்பா கெடந்துச்சி. முத்தம்மாளும் முருகையாவும் வந்து பிள்ளைய தூக்கி என்னனு பாத்தாங்க. ஆனா பிள்ள செத்தேப் போச்சி.

ராக்கம்மாளுக்கு தான் பெத்த பிள்ள செத்தது தாங்க முடியாத வேதனையா இருக்கு. அவளால அத தாண்டி எதயும் நெனக்கவே முடியல. அந்தப் பிள்ள செத்ததுக்கு ஊருல இருந்து எந்த ஆளுகளும் வரல. ஊர விட்டு ஒதுக்கி வச்சதுனால, யாருமே துட்டி கேட்டு வரல, அவளோட சொந்த பந்தத்துல கூட யாரும் வரல. அவளோட சொந்த பந்தம் ஐயாக்களத்துக்கு மேல்பக்கம் இருக்குற தோப்புல வேல பாக்க வந்தாக. ஆனா யாருமே இவ மொகத்த பாக்க வந்து துட்டியே கேக்கல. இவளுக்கு அத நெனச்சாலே சங்கடமா இருக்கு. பெரியய்யா மட்டும் பிள்ளைய தெக்க தென்னந்தோப்புகுள்ள அடக்கம் பன்ன சொன்னாரு. ராக்கம்மா அவர கையெடுத்து கும்பிட்டா. எல்லா ஆளுகளும் ஒதுங்கிப்போறத நெனைச்சு அவளுக்கு கோவமும் வருத்தமும் ஒருசேர வருது. ஆனா ஆடுமேஞ்சா காளி மட்டும் ராக்கம்மா கூட நாலு நாளு தங்கி இருந்துட்டு போனா.

அவகிட்ட மட்டும் ராக்கு பெரியய்யாவ பத்தி நல்லவிதமா சொன்னா. காளிக்கு ராக்கு மனசு புரிஞ்சு போச்சி. அதுக்கு காளி, சொன்ன ஒரு வார்த்ததா ராக்கம்மா மனசுகுள்ள இருந்த சஞ்சலமெல்லா மாறக் காரணமா இருந்துச்சி.

“எக்கா, நீ இந்த வயசுல இதெல்லா அனுவிக்கனுமா என்ன? இவன் உனக்கு ஒரு புருசனா, நான் சொல்லுதத கேளு. உன்னோட அப்பனும் அம்மையும் உன்ன இந்த நரகலுக்குள்ள தள்ளிட்டாக. ஆனா நீ இதுலயே இருக்கதும், வெளிய வாரதும் உன் கையிலதா இருக்கு. உன்னால இந்த பயலவிட்டு வேற எங்கயும் போக

முடியாது. நீ இந்தக் கெழட்டுப் பயலுக்கு பொண்டாட்டியாவே இரு. ஆனா உனக்கு யாருகூட இருக்கனும்னு தோணுதோ அவங்க கூடவே இரு. பெரியய்யாவ உனக்கு புடிச்சிருக்குனா நீ அவரு கூடயே போ. நான் உன்ன எதுவுமே தப்பா நெனக்க மாட்டேன். ஊருக்கார பயக என்ன சொல்லுவாங்கனு நெனச்சு நீ கவலப்படாத. உனக்கு நல்லா சாப்புடுத வயசு, சாப்பாடு நல்ல சாப்பாடா இருந்தாதான உடம்பு ஏத்துக்கிடும். உன் மனசுக்கு ஏத்த ஆளு கூடதான் உன்னால வாழ முடியாம போச்சி. ஆனா உடம்புக்கு ஏத்த ஆளோடயாவது நீ சந்தோசமா இரு." அதுக்கு அப்பறமா அவ மனசுல ஒரு புதுத்தெம்பு வந்துச்சி.

---

1. கம்பீரமான பெரிய மீசை

20

பெரியய்யா மேல அவளுக்கு ரொம்ப மரியாத இருந்துச்சி. அவ பிள்ள பெறந்து செத்ததுக்கு இதே நேரம் ஊருக்குள்ள இருந்திருந்தா, ஒரு நாதியும் நம்மள சீண்டி பாத்துருக்காது. ஐயாக்களத்துல இருக்கப்போயி நமக்குனு ஒரு ஆதரவு கெடச்சது. பிள்ள எறந்து போயி பதினாறு நாளு மட்டும் வீட்ட விட்டு வெளிய வராம இருந்தா. அதுக்கப்பறம் அவ அதுல இருந்து வெளிய வந்துட்டா. மனசுல இருக்க வலிய வெளியில காட்டிக்காம, எல்லாரு கிட்டயும் எப்போதும் போல சாதாரணமா பழகுனா. அடுத்து களத்துல இருக்குற பெரியய்யா பங்களாவுக்கு போறதும் வாரதுமா இருந்தா. ரெண்டு பேரும் பாத்துக்குவாங்க, சிரிச்சுக்குவாங்க.

ஒவ்வொரு வருசமும் சித்ரா பௌர்ணமி அன்னக்கி நீலியம்மன் கோயில்ல பூச நடக்கும். களத்துல வேல பாக்குற எல்லாருமே துட்டு பிரிச்சு, களத்துல இருந்து கோயிலுக்குனு ஒதுக்கி வச்ச பச்சரிசி எடுத்து, பெரிய வார்ப்புல பாயசம் கிண்டி, நீலியம்மாளுக்கு படச்சி கும்புடுவாங்க. அன்னக்கி ஒருநாள் மட்டும் களத்துல வேல பாக்குற எல்லா ஆளுகளும் கோயில்ல தான் கெடக்கும். எல்லா ஆம்பளைகளும் அன்னக்கி ஒருநாள் மட்டும்தான் நீலியம்மன் செலய பாக்க முடியுங்கிறதால எல்லாரும் கோயில பாக்க போயிட்டாங்க. வேலுதான் அடுப்புல பெரிய வார்ப்ப வச்சு பாயாசம் கிண்டுதான். களத்துல பெரிய அய்யாவையும் ராக்கையும் தவிர வேற யாருமே இல்ல. அவ குடிசைய விட்டு வெளிய வரும்போது முருகன் கெணத்துக்கிட்ட நின்னான். ராக்கு வாரத பாத்த முருகன், “ஏட்டி ராக்கு என்ன பாருட்டி, எங்கிட்ட பேசுட்டி, ஏன் இப்டி பாத்தும் பாக்காதது மாதிரி போற”னு கேட்டான்.

அதுக்கு ராக்கு, “ஏட்டினு கூப்டுதயே உனக்கு என்னல உரிம இருக்கு? ஒரு காலம் உரிம இருந்துச்சி. ஆனா என்னக்கி நீ என்ன தேவுடியாளா போனாலும் என்ன ஒருத்தனும் சீண்டி பாக்க மாட்டாங்கன்னு சொன்னயோ அன்னைக்கே எல்லாம் முடிஞ்சி போச்சி. என்னல கேட்ட? நான் களத்துக்காரன் கூட கால

விரிச்சித்தான் காலங்கழிக்க முடியுமுனு சொன்ன. இப்பவே பாரு, நான் களத்துக்காரன் கூடயே கால விரிச்சு ஏன் காலத்த கழிக்கேன். நான் தேவுடியாளவே போறேன். நீ பாத்துச் சாவுல... ஏமாத்துக்கார தேவுடியாப் பெயலே"னு நேரா பெரியய்யா அறைக்குள்ள போயி கதவ சாத்திக்கிட்டா. முருகனோட மூஞ்சில அருளே இல்ல. காத்திருந்தது கனிஞ்சு போச்சுனு மனசார சந்தோசப்பட்டாரு பெரியய்யா.

கிட்டத்தட்ட ஒரு வருச காலம் அது தொடர்ச்சியா நடந்தது. அத அவ நெனச்சு நெனச்சு மனசுகுள்ளயே சந்தோசப்பட்டுக்குவா. ஆறு மாசத்துல கௌம்பனும்னு வந்த பெரியய்யா ஒரு வருசமா களத்துலயே தங்கி இருந்தாரு.

இந்தப் பழக்கம் அந்தக் களத்துல வேல பாக்குற எல்லாருக்கும் தெரிஞ்சது. முருகையா வேலு தவிர. முத்தம்மா ஒருநாள் தனியா கூப்ட்டு கண்டிச்சா. ஆனா அத ராக்கு பெருசா எடுத்துக்கல. அவா அத இந்தக் காத்துல வாங்கி அந்தக் காத்துல விட்டுட்டா.

பெரியய்யா பொண்டாட்டிக்கி எப்டியோ தெரிஞ்சி, அவர பாக்க களத்துக்கே நேரா வந்தா. ரெண்டு நாளு களத்துல தங்கியிருந்து, தாம் புருசங்கூட இருக்கது யாருனு நோட்டம் விட்டா. எப்பவுமே களத்துப் பக்கம் எட்டிக் கூட பாக்காத பெரியம்மா வந்தது எல்லாருக்கும் ஆச்சரியமா தெரிஞ்சது. கடைசிய ஒரு வேலக்காரன் பெரியம்மாவுக்கு ராக்கம்மா யாருனு காட்டிக் குடுத்தான்.

பெரியம்மா களத்த சுத்தி பாக்குற மாதிரி வந்து ராக்கம்மாள ஏற ஏறங்க ஒரு பார்வ பாத்தாங்க. மனசுகுள்ள அந்த அம்மாவுக்கு ஒரே எண்ணந்தா, சினிமா ஸ்டாரு மாதிரி இருக்கா, பின்ன இவ ஆட்டம் போடாம என்ன பன்னுவானு நெனச்சுகிட்டு போனாக.

எங்கெங்கயோ சுத்தி கடைசியா வேலுக்கும் இந்த சேதி வந்து சேந்துச்சி. வேலு நல்லா குடிச்சான். நல்லா யோசிச்சிப் பாத்தான். ஆனா ராக்கம்மாகிட்ட எதுவுமே கேக்கல. ஏன்னா, நாம இவகிட்ட சண்டக்கிப் போயி, அது பெரியய்யாவுக்கு தெரிஞ்சி, நம்மள களத்த விட்டு பத்தி விட்டுட்டா நாம எங்க போகன்னு யோசிச்சான். அத நெனைச்சு பயம்.

வேலுக்கு மாடனூருக்குள்ள சொந்தமா ஒரு கையளவு எடங்கூட கெடயாது. அவனோட அப்பனுக்கும் அம்மைக்கும் இருந்த ஒத்த குடிச வீடு ஒரு பெறம்போக்கு எடத்துல கெட்டுனது. இப்போ அந்த எடங்கூட இல்ல. ஏதோ இந்த களத்து வேல தஞ்சமா இருக்குறதால, வேலுவுக்குன்னு ஒரு போக்கெடம் இருக்கு. அதனால எல்லாந் தெரிஞ்சாலும் வேலு அதப்பத்தி ராக்கம்மாகிட்ட எதுவுமே கேட்டுக்கல. அவனுக்கும் புரிஞ்சது, நம்ம வயசுக்கும், இந்த ஒடம்புக்கும், ராக்கு இருக்க அழகுக்கும் ஏணி வச்சாலும் எட்டாது. அவளுக்கு நல்லா ருசிபாத்து திங்க வயசு. அப்போ அவ அப்படித்தான இருப்பானு தோனுது. எது எப்டி நடக்கனும்னு எழுதியிருக்கோ அப்டியே நடக்கட்டும்னு விட்டுட்டான்.

என்ன நடந்துச்சினே தெரியல, பெரியம்மா, பெரியய்யாவை வந்த கையோட கூட்டிட்டு கௌம்பிட்டாங்க. ராக்கம்மாளுக்கு சேதி தெரிஞ்சு பதறிப்போனா. இனி பெரியய்யாவை எப்ப பாக்கப் போறமோ, அவருகிட்ட எப்டிப் பேசறதுனு கவலையில இருந்தா.

இத தெரிஞ்சுகிட்டு ஒருநாளு நல்லா குடிச்சிட்டு வந்தான் வேலு. வந்ததும் சோறப் போட்டுக் குடுத்தா. அவளோட பக்கத்துல வந்து, ராக்கு இன்னிக்கி எங்கூட படுன்னு சொன்னான்.

அதக் கேட்டு ஒரே வார்த்ததா சொன்னா, “இதுக்குமேல பொண்டாட்டினு நெனச்சுக்கிட்டு என்கிட்ட வந்தன்னு வையி, உன்ன கழுத்த நெருச்சி கொன்னே போட்ருவே”ன்னு. ரெண்டு பேத்துக்கும் பேச்சு வளந்து போயி கடைசியா வேலுவ மிதிச்சே தள்ளிட்டா ராக்கு.

அதோட சரி, அவகிட்ட அதுக்கு பெறகு எதையுமே கேட்டுக்க மாட்டான். ரெண்டு பேத்துக்கும் பேச்சுக்காலு இல்ல. ஆனா சோறு மட்டும் ஒரு பானைல பொங்கி வச்சுருவா. அவ இல்லாத நேரம் பாத்து அத அள்ளி வச்சு சாப்டுட்டு போயிருவான் வேலு.

இந்த வாழ்க்கைய நெனச்சா ரொம்ப கஸ்டமா இருக்கு அவளுக்கு. மனசு முழுக்கவுமே எத்தனையோ தீராத துயரம் தொத்திக்கிட்டு இருக்கு. என்னத்த நெனச்சு இந்த வாழ்க்கைய வாழ, இந்த வாழ்க்கைய எந்த பிடிமானத்த வச்சு கொண்டுபோக.

இப்டி ஒரு வாழ்க்கைய வாழ்வோமுனு கனவுல கூட நெனச்சு பாக்கலயேனு குமுறுதா. அழுது அழுது கண்ணெல்லாம் ஓஞ்சு போச்சி. எதுக்கு பொறந்தோம்? இப்டி எல்லாரும் கொத்திப் புடுங்கவா? காதலிச்சது ஒருத்தன, கெட்டுனது ஒருத்தன. இப்ப இருந்ததும் வேற ஒருத்தன் கூட. நம்ம வயத்துலயும் கூட ஒண்ணு வந்துச்சு. அதுவும் கடைசில இல்லாம போயிட்டுது. எந்த ஒரு பிடிப்பும் இல்ல. அன்னைக்கே செத்தோமில்லனு நெனச்சு தன்னந்தனியா யோசிச்சு அழுவுதா.

21

*ரா*க்கம்மா வேண்டா வெறுப்பாதான் களத்துல இருக்கா. எங்கேயாச்சும் ஓடிப் போயிறலாமானு தோனுது அவளுக்கு. பிடிமானமே இல்லாத வாழ்க்கைய நெனச்சு மனசு வெம்புதா. காலம் எப்டியோ கழியுது. களத்துல இருக்க மாடுக ஈனி கன்னு போட்டு, அதுகளுமே இப்போ ஈனி அடுத்த சீம்பாலையும் போயி மேலக்களத்து முக்குல இருந்த கொளத்துல ஊத்துனா ராக்கம்மா.

இப்போலாம் அவளுக்குனு இருக்குறது இந்த நீலியம்மன் கோயிலும், அந்தக் கோயிலுக்கு முன்னால இருக்குற மாமரத்து நெழலும் தான். அவளுக்கு அந்த எடந்தான் தூக்கத்துக்குனு இருக்குற எடம். மத்தியானமா கொஞ்சமா பழைய கஞ்சிய குடிச்சிட்டு வந்து ஒரு ஓலக்கிடுவு மேல படுத்து நல்லா தூங்குவா. அந்த மாமரத்து நெழலும், அங்க அடிக்கிற வேப்பமரக் காத்தும் தான் இப்போதைக்கி அவளுக்கு இருக்க சந்தோசம். களத்துக்கு தெக்க, நீலியம்மன் கோயில தாண்டி கொஞ்ச தூரம் நடந்தா தெக்க தோப்புக்கு நடுவுல ஆறு இருக்கும்.

சித்திர மாசக் கோட முடிஞ்சி, வைகாசி மாசம் கொஞ்சமா மழ பெய்யத் துவங்கும். ஆனி, ஆடி மாசம் சரியாவுள்ள மழ பெய்யும். தெக்க மலைக்குள்ள அருவி இருக்கு. களத்துல இருந்து ரெண்டு மணி நேரம் நடந்தா அங்க அருவியில போயிக் குளிக்கலாம். அங்க எல்லா நாளும் யாரும் போயி குளிக்க மாட்டாங்க. ஏமுன்னா, காட்டுப் பிராணிக கீழ எறங்கி வருமுன்னு எல்லாருக்கும் பயம். அங்க முடியாட்டாலும் கீழ ஆத்துக்கு தண்ணி வந்துரும். மொத நாலு நாளு யாருமே ஆத்துல போயி குளிக்க மாட்டாக. ஏன்னா காட்டுக்குள்ள கெடந்த பழைய தண்ணி, கழிசட, குப்ப எல்லாம் மொதத் தண்ணியிலதா வரும்.

நாலு நாளு கழிஞ்ச பெறகுதா, மண்டியோட வரக்கூடிய கலங்கல் தண்ணி தெளிஞ்சு வரும்.

அதுவரைக்கும் ஆத்துல யாரும் குளிக்க மாட்டாங்க. அப்டியே அந்தத் தண்ணியில குளிச்சா, அந்த தண்ணி ஒடம்புக்கு ஒத்துக்காம, காய்ச்சல், தலைவலினு நோயில கொண்டாந்து விட்டும்.

அதனால பெரும்பாலும் எல்லாரும், ஒருவாரம் கழிஞ்சுதான் குளிக்கப் போவாக. ஆனி மாசத் தொடக்கத்துலயே அங்க நல்ல மழ. இப்போ குளிக்கப் போவோமுனு காத்துக் கெடந்த ராக்கு தண்ணி தெளிஞ்ச அஞ்சாவது நாளு பாத்து குளிக்கப் போனா.

தெக்க தோப்புக்குள்ள தண்ணி வார பெரிய ஆத்துல குளிக்க ஒன்னு ரெண்டு எடந்தான் அமைப்பா இருக்கும். சில எடங்கள்ல தான் ஒரு ஆளு முங்கி குளிக்கிற அளவுக்கு கொஞ்சம் ஆழமா தோண்டி போட்டிருப்பாங்க. அதுல ஒரு எடத்துல துணிய அள்ளிட்டு போயி குளிக்க ஒரு எடத்துல உக்காந்தா. சாயங்காலம், மசங்குத நேரம், அந்த எடமே கருநீல நெறத்துல மாறிப்போச்சி.

அந்த எடத்துல இருந்த குளுந்த காத்து, ஓடையோட சலசலப்பும் ஆத்தோட ரெண்டு பக்கமும் பூத்து குலுங்குத மஞ்ச அரளிப் பூக்களும் அதோட வாசனையும் நெலா வெளிச்சத்துக்கு எதிர் வெளிச்சம் கொடுக்குற ஆத்து தண்ணீரும் அங்க பறக்குத மின்மினிப் பூச்சிகளும் அவள என்னமோ பன்னுச்சி. அந்த நேரந்தான் அவளுக்கு முருகனோட நெனைப்பு வருது. ஆனா அத நெனச்சி அவளால வருத்தப்பட மட்டுந்தான் முடிஞ்சது.

அவளுக்கு சின்ன வயசுல இருந்தே தண்ணினா ரொம்ப புடிக்கும். விவரந் தெரிஞ்ச நாளுல இருந்தே அவ ரெண்டு நேரம் குளிப்பா. துணிய நல்லா தொவச்சி நாலு மொற அலசிப் போடுவா. வீட்டு முத்தத்துல தண்ணி தெளிச்சா, கூட ஒன்ர கொடம் தண்ணிய தெளிச்சுதா கோலம் போடுவா.

நெனவு தெரிஞ்ச நாளுல நீச்சல் தெரியாம நாணப்பட்டப்போ, முருகன் தான் அவளுக்கு நீர்க்கிராம்பு கொளத்துல வச்சி நீந்தக் கத்துக் குடுத்தான். அப்போதா அவ உடம்புல அவன் கைபட்டதும் அவளுக்கு வித்தியாசமான அனுபவமா இருந்தது. இந்த மழக்காலத்துல கூட அவ உடம்பு தேடுதது அவனோட தொணயத்தான்.

அங்க உக்காந்து வேடிக்க பாத்துகிட்டே இருக்கும் போதுதா, எதித்தாப்புல உத்துப் பாத்தா. அந்தப் பக்கம் ஒரு ஆம்பள ஆளு குளிச்சுகிட்டு இருந்தான். அவன் ஒடம்பு அந்த ராத்திரிக்கு சொப்பனத்துல வார சொள்ளமாடன் கணக்கா மின்னுது. ஏதோ ஊருக்குள்ள இருக்க தெரட்டு சொள்ளமாடன் தான் வந்து நம்மள பயம் காட்டுதானோனு நெனைக்கா. ஆனா அதெல்லாம் இருக்காதுனு தோணுது. இந்த ஆம்பள ஏன் இம்புட்டு குளிக்கான். எதுத்தாப்புல எறங்கி போலாமானு யோசிக்கா. ஆனா அது வேண்டாமுனு நெனச்சுருதா. அவளுக்கு அந்த மொகத்த பாத்தே தீரணும்னு ஒரு கொதிப்பு. எப்டி இருந்தாலும் ஊருக்குள்ள போகனும்னா இந்த பக்கம் வந்து தான ஆகணும்னு நெனைக்கா. ஆனா அவன் குளிச்சிட்டு எதித்த கரையில ஏறி போயிட்டான். யாருனு பாக்கனும்னு நெனச்ச இவ ஏமாந்து போனா. அவன் போனா பெறகு குளிச்சிட்டு போயி மறுநாளும் இவ போற நேரத்துல அந்த ஆளு குளிச்சிட்டு, மொத நாளு போன மாதிரியே அந்தப் பக்கமாவே ஏறிப் போயிட்டான்.

மூனாவது நாளு அது யாருனு எப்படியாச்சும் பாத்துரனுமுனு இன்னக்கி கொஞ்சம் பொழுதோடயே ஆத்துக்கு போனா.

அந்த ஆளு இருட்டின பின்ன வந்து எப்போவும் போல குளிச்சுகிட்டு இருந்தான். இவளுக்கு அது யாருனு தெரிஞ்சுக்கனும்னு ஆச, ஆனா பேசக் கொஞ்சம் பயம். அன்னக்கி எதுவுமே பேசாம வந்துட்டா.

அடுத்த நாளு ரொம்ப தைரியமா வந்தா ராக்கு. அதே போல உக்காந்தா, அவனும் எதிர இருக்க கரைக்கு வந்தான். எப்போவும் போல, குளிக்க ஆத்துக்குள்ள ஏறங்குனான். அது யாரு அந்தப் பக்கம் குளிக்கிறதுனு கேட்டா, அவனுக்கு அது கேட்கல, மறுபடியும் கேட்டா.

“என்ன அக்கா”னு மலையாளங் கலந்த தமிழ்ல ஒரு குரல் கேட்டுச்சி. இவளுக்கு அக்கானு சொன்னதும், கோவம் வந்துருச்சி. என்ன இவன் மலையாளத்துக்காரன் மாதிரி பேசுதான்னு, இந்தப் பக்கமா வாங்கனு கூப்பிடுதா. அவன் அங்க இருந்து மறுகரைக்கு மெதுவா வந்தான். அவன் வர வர அவளுக்கு அவன் மொகத்தப் பாக்கனும்னு ஒரே ஆவலா இருக்கு.

எதித்தாப்புல அவன் வந்து நின்னான். ஆளு நல்ல மொரட்டு உடம்பா இருந்தான். கட்ட மீசையோட, மொக லெட்சணமா, ஆளு சும்மா கிண்ணுனு இருந்தான். அவன் சட்ட போடாம வெறும் வேட்டிய மட்டும் கட்டிக்கிட்டு வந்ததால, அவனோட மின்னுத உடம்ப நல்ல ரசிச்சு பாத்தா. அவ மெதுவா பேச ஆரம்பிச்சா, ஊருக்கு புதுசா சேட்டா, உங்கள இதுக்கு முன்னால பாத்ததே இல்லைனு சொல்லவும். அவன் இவள உத்துப் பாத்தா.

"என்ட பேரு தங்கச்சன். மேல தோப்பினுள்ள காவலுக்கு"னு சொன்னான். தங்கச்சனுக்கு ராக்கம்மாள பத்தி தெரியும். ஆனா யாருனுதா தெரியாது. அவ இருக்க அழகப்பத்தி இவன்கிட்ட நெறப்பேரு பேசிருக்காங்க.

இவனும் மனசுக்குள்ள ராக்கம்மாள பாக்கனும்னு நெனச்சவன்தா. ஆனா வெளிய காட்டிக்கல. அவனுக்கு ராக்கம்மாள பாத்த சந்தோசத்துல என்ன பேசனும்னு தெரியல. ஆனாலும் அவகிட்ட "சேச்சி கேரளாவா"னு கேட்டான். "நான் கேரளாக்காரில்லா இல்ல. இந்த ஊர்க்காரிதா. இல்ல தினமும் நான் குளிக்கிற நேரம் வந்துருக்கியளே அதான் யாருனு பாத்தே"னு சொன்னா.

அதுக்கு பெறகு ரெண்டு பேரும் தினமும் குளிக்க வருவாங்க. மறுகரையில குளிச்சவன் கொஞ்ச நாள்ல கரைக்கு இந்த பக்கம் இவகிட்ட வந்து குளிச்சான். ராக்கம்மாளே தங்கச்சனோட துணிமணிய தோச்சு போடுதா. ரெண்டு பேத்துக்கும் இடையில ஏதோ ஒருவழியா பழக்கம் வளருது. அவனோட மலையாள வாட கலந்த பேச்சு அவளுக்கு ரொம்பப் புடிச்சது.

22

ஒருநாளு தெக்க தோப்புக்குள்ள இருக்க கருப்பன் கோயிலு கெடா வெட்டு நடந்துச்சு. களத்துல ரொம்ப காலம் வேல பாத்த செவனம்மா மகனுக்கு கெவருமண்டு வேல கெடச்சிருந்துது. மகன் கெவர்மண்டு பதவில இருக்க போற சந்தோசத்துல கருப்பன் கோயில்ல கெடா வெட்டுனா. அங்க கோயிலுக்கு வேலுவும் ராக்கம்மாளும் போயிருந்தாங்க.

இவ சாமி கும்புட்டுகிட்டு இருக்கும் போதே, கோயிலுக்கு தங்கச்சன் வந்தான். ஒரு கருப்பு முண்டும், நீலக்கலரு சட்டையும் போட்டுட்டு வந்தான். அவன் வார அழக பாத்து ரசிச்சுகிட்டே இருந்தா ராக்கு. அவனும் அங்க ராக்கம்மா வருவான்னு எதிர்பாக்கவே இல்ல. ராக்கம்மாளும் வேலும் ஒன்னா வந்தத பாத்த தங்கச்சன், மறுநாளு சாயங்காலம் குளிக்க வரும்போது கேட்டான்.

“சேச்சி, கோயிலுக்கு கூட வந்தது யாரு? உங்க அச்சனானு” . அவ சொன்னா அதுதான் என் புருசன்னு.

“என்ன சேச்சி, நீ சினிமா ஸ்டாரு போல இருக்கு, ஏன் இப்டி”னு சொல்லவும். “எல்லாம் என் விதினு !” சொன்னா.

ராக்கம்மாளும் தங்கச்சன பத்தி விசாரிச்சா. அவனப் பத்தி கேள்விப்பட்டுருக்கா. ஒருநாளு அவனே குளிக்க வரும்போது இவகிட்ட எல்லாத்தையும் சொன்னான்.

தங்கச்சன் ஒரு மலையாளத்துக்காரன். பள்ளியனூருல இருந்து முப்பது கி.மீ தொலைவுல இருக்குற கழுதரொட்டி தான் அவனுக்கு சொந்த ஊரு. அவனோட தாய், தகப்பன் எல்லாரும் சின்ன வயசுலயே இறந்து போயிட்டாங்க. அவனோட பெரியம்மாதான் அவன வளத்தது. தங்கச்சனோட பெரியம்மா கல்யாணமே பண்ணிக்காம, ஒருத்தன் கூட வாழ்ந்து வந்தா. அவன் ஒரு பொம்பள புரோக்கரு. வயித்துப் பாட்டுக்கு வேற வழி இல்லாம, இவனும் சின்ன வயசுலயே பெரியம்மா கூட சேர்ந்து சாராயம் காச்சி வித்தான்.

ஒரு கட்டடத்துக்கு மேல சாராயம் காய்ச்சுறதுல நேக்கு போக்கு கத்துகிட்டான். சாராயம் காய்ச்சுறதுல பேரு வாங்கினான்.

மாடனூரு, பள்ளியனூரு, வடக்குபுரம், செங்குளத்துல இருந்து ஆளுக எல்லாம் கேரளாவுக்கு ஈத்த[1] வெட்ட வரும்போது எல்லாருமே இவன்கிட்ட சாராயம் வாங்கி குடிப்பாங்க. இவனுக்கு எல்லா ஆட்களோடயும் நல்ல பழக்கம். அந்தப் பழக்கத்துலதா, அவன் மாடனூர தாண்டி தெக்க தோப்புக்குள்ள சாராயம் வடிச்சது.

ஊரு ஆளுக எல்லாவனுக்கும் இவன் காய்ச்சுன சரக்குனா ரொம்பப் பிரியம். செங்குளம் நொண்டி ஆறுமுகம் கடதான் ரொம்ப பெரிய பலசரக்கு கட. அங்கருந்துதான் தென்காசி வரைக்கும் இருக்க எல்லா ஓட்டல் கடைக்கும் பொருள் வாங்குவாங்க. அவரு கடையிலதா ஒரு சாக்கு நெறைய மண்டவெல்லம் அதுக்கு தேவையான பழவக, பட்ட, கிராம்பு, ஏலம், ஈஸ்ட்னு எல்லாப் பொருளையும் வாங்கிட்டுப் போவாங்க.

அந்தக் காலத்துல ஆம்பளக்கி அரக்கை சட்ட தான் பிரபல்யம். ஆனா அப்பவே படிச்சவன் கணக்கா முழுக்கை சட்ட போட்டு, மேலா வரைக்கும் மடிச்சு விடுவான். நெத்தியில எப்பவுமே சந்தனம் இல்லாம இருக்காது.

கேரளாக்காரனுக்கு உண்டான தனி அடையாளமே சுத்தபத்தமா இருக்குறதுதா. இவன் ரொம்ப சுத்தமா இருப்பான். அஞ்சாங் கிளாஸ் வர படிச்சவந்தா. ஆனா இவன நேருல பாத்தவுக யாருமே அப்டி சொல்ல மாட்டாங்க. தெனமும் தண்டால் எடுப்பான், நல்லா சாப்பிடுவான், கர்லா கட்ட சுத்துவான், உடம்ப சும்மா கிண்ணுனு வச்சிருப்பான்.

அவன் பெரியம்மயோட புருசன் அந்த புரோக்கர் சொன்னதுதா, “உடம்புதான் முக்கியம். அதுதான் அடுத்தவனுக்கு பயத்த உண்டு பன்னும். எவனும் நம்மகிட்ட எதுத்து பேச பயப்படனும்”னு சொன்னாரு. அதுதா அவன் வாழ்க்கையில கத்துகிட்ட பெரிய பாடம்.

ராக்கம்மா தங்கச்சன தெனமும் பாக்க ஆரம்பிச்சா. தெனமும் ஆத்துக்கு ரெண்டு பேருமே வருவாங்க. ராக்குக்கு அவன ரொம்ப

புடிச்சி போச்சி. ஒரு கட்டத்துக்கு மேல இவன பாக்காம இவளால இருக்க முடியாதுனு ஆயிப்போச்சி. காடு, மேடு, தோப்புனு எல்லாப் பக்கமும் சாயங்காலமா சுத்த ஆரம்பிச்சாங்க. ஒருநாள் இவள அவன் தங்கியிருக்குற குடிசைக்கி கூட்டிட்டுப் போனான்.

அவன் தங்கி இருக்குற எடத்த பாத்து பூரிச்சுப்போனா ராக்கம்மா. ரொம்ப சுத்தமா இருக்கு அந்த எடம். அடுப்பாங்கரையில இருந்து, அவன் சாராயம் வடிக்கிற எடம் வர ரொம்ப நல்லா இருந்துச்சி. அன்னக்கி ராத்திரி ரெண்டு பேரும் தங்கச்சன் குடிசையிலதான் பேசிக்கிட்டே இருந்தாங்க. காடுகளுக்குள்ள இருக்குற பச்ச முந்திரி பருப்ப போட்டு அவனே குழம்பு வச்சுக் குடுத்தான்.

அவன் வடிச்ச சாராயத்த ஊத்திக் குடுத்து குடிக்க கொடுத்தான். அவ அத குடிச்சு பாத்துட்டு, இது நல்லாவே இல்லன்னு சொன்னா. அதுக்கு அவன், வேற ஒரு குடத்துல இருந்து ஒரு செம்புல கொண்டு வந்து குடுத்தான். இது என்னனு கேட்டா, அதுக்கு அவன் இது நெல்லிக்கா அரிஷ்டம், உடம்புக்கு நல்லதுன்னு சொன்னான்.

நெல்லிகா அரிஷ்டம்னா என்னன்னு கேட்டா, அதுக்கு அவன் இது காட்டு நெல்லிக்காயில இருந்து செய்யக்கூடிய சாராயம்னு சொன்னான். அவ அத மூக்குகிட்ட வச்சு மோந்து பாத்தா, அதோட வாசன அவள சுண்டி இழுத்துச்சி.

அவ அத குடிச்சு பாத்தா, ஒரு இளங்கசப்பு, சின்ன இனிப்பு, துவப்புனு மூலிக வாசத்தோட மனசு கொண்டா கொண்டானு கேட்டது. ஒரு மடக்கு குடிச்சு பாத்தவ, இந்த குளிருக்கு இது ரொம்ப எதம்மா இருக்குனு சொல்லி, ஒரு சொம்பு அரிஷ்டத்தயும் ஒன்னா குடிச்சா. குடிச்சுட்டு போதையில தங்கச்சன் மேல சாஞ்சு மனசுல உள்ள ஆச எல்லாத்தையும் சொன்னா.

அவன் தான் சொல்லிக் குடுத்தான். ஒரு ஆணும் பெண்ணும் சாதாரணமா கூடுறத விட, இந்த மாதிரி பொருள குடிச்சிட்டு ஒன்னா இருந்தா சொர்க்கம் போலே இருக்கும்னு. ரெண்டு பேரும் ரா விடிய விடிய ஒன்னா பிணஞ்சுக்கிட்டு கெடந்தாக. அவ மூணு நாளு வரைக்கும் அந்தக் குடிசைய விட்டே கீழ எறங்கி வரல.

வேலு, முருகையா, முத்தம்மா மூனு பேரும் வெளியில யாருகிட்டயும் சொல்லாம தேடி அலஞ்சாங்க. கடைசியா ஒரு

ஆளு சொன்னத கேட்டு நேரா வேலு தங்கச்சன் குடிசக்கி போயி பாத்து கூட்டிட்டு வந்தான்.

வீட்டுக்கு கூட்டிட்டு வந்து ரெண்டு அடி அடிச்சான். அவ அதுக்கு, என்மேல கைய தொடுத வேலய வச்சுக்காத. எனக்கு உன்கூட இருக்கதுக்கே புடிக்கல இதுக்கு மேல எதாவது பேசுனனா நா அவங்கூட ஓடிப் போயிருவமுனு சொல்லவும், வேலுவால எதுவுமே பேச முடியல. தாயும் தகப்பனும் இத நெனச்சு நாணப்பட்டு, வேலு மொகத்துலயும் முழிக்கல, இவள பாக்கவும் வரல.

---

1. ஈத்தல் – கூடை போட பயன்படும் மூங்கில் வகை

23

இப்போலா ரெண்டு நாளைக்கு ஒரு மொறயாவது தங்கச்சன் குடிசையிலதான் தங்குவா. நெல்லிக்கா அரிஷ்டம் குடிச்சிட்டு ஒன்னு சேர்ந்தது போதும்னு இப்போ தங்கச்சன் காய்ச்சுன சாராயத்த குடிச்சுட்டுதான் ரெண்டு பேரும் ஒன்னா இருக்காங்க.

கிட்டத்தட்ட ரெண்டு வருசமா அவ களத்துல ஒருநாளும் தங்கச்சன் குடிசையில எட்டு நாளுமாதா இருக்கா.

தங்கச்சங்கிட்டயே போதையில உளருவா, நீ சரியான முழுமாட்டு பய. காட்டு மாடு மாதிரி உடம்ப வச்சுகிட்டு மேய் மேய்னு மேஞ்சு தள்ளுத. உங்கூட படுக்கவே பயமா இருக்குப்பா. கண்ணு முன்னு தெரியாம என் உடம்ப பிச்சு எடுக்க. ஓங்கூட ஒருநாள் படுத்தா ரெண்டு நாள் ஓஞ்சு தெம்பில்லாம கெடக்கணும் கேட்டயா.

தங்கச்சனுக்கும் நாளுக்கு நாள் சாராயத் தொழில் மவுசு கொறயுது. முன்ன மாதிரி ஊருல இருக்க ஆம்பளங்க தோப்புக்கு சாராயம் குடிக்க வரமாட்டேங்குறாங்க. ஒருநாள் குடிச்சிட்டு ரெண்டு பேரும் ஒன்னா இருக்கும் போது அவகிட்ட கேட்டான்.

ராக்கு, நான் என் பெரியம்ம சொல்லித் தந்த பணிய எடுக்கட்டேனு. அது என்ன தொழிலுன்னு கேட்டதுக்கு, அவகிட்ட சொன்னான். பெண் புள்ளார வச்சி பிசினஸ் தொடங்கட்டானு சொன்னான்.

நீயும் எங்கூட இருக்குறதா இருந்தாதான் நா இந்த தொழில் செய்வேன்னு சொன்னான். அவளும் வேற வழி இல்லாம சரின்னு சொன்னா. ராக்குக்கு தங்கச்சன் சொல்லுத வேல எதுவும் புடிக்கல. எல்லாத்தையும் யோசிச்சு பாத்தா. இன்னக்கி தேவுடியாத்தனம் பண்ணனும்னு சொல்லுதான். நாளக்கி நம்மலயே எவன்கிட்டயும் கூட்டிவிட மாட்டாம்னு என்ன நிச்சயம்? இந்த பயலாவது நம்மகூட கடைசிவர இருப்பானா, இல்லன்னா காலம் பூராவும் நாம இந்த நாய் பொழப்புத்தான் பொழைக்கனுமானு நெனைக்கா. என்ன விதி நமக்குனு எழுதிருக்கோ அப்டியே நடக்கட்டுமுனு நெனச்சா.

அவளால அவன்கிட்ட எதுவுமே சொல்ல முடியாம, காலையில வர பேசவே இல்ல. கிட்டத்தட்ட ஒரு மாசம் அவ தங்கச்சன் கூட பேசவே இல்ல. தங்கச்சனும் பல மொற களத்துக்கே வந்து பேச முயற்சி செஞ்சான். ஆனா அவ அவனோட முகங்கொடுத்து பேசவே இல்ல. ஒருநாள் அவளே மனசு கேட்காம தங்கச்சன் குடிசைக்கு போனா. அப்ப ரெண்டு பேருக்குமே வாக்குவாதம் தொடங்குது, "எடி... எனக்கு வேற தொழில் எல்லாம் தெரியாது. நீ சம்மதிச்சா நான் செய்யிறே"ன்னு சொன்னான். அவ கடைசியா, "நீ என்னமோ பன்னிட்டுப் போ" அப்டின்னு சொன்னா.

தங்கச்சன் மேல இவளுக்கு ஏற்பட்ட பிரியம் கொஞ்ச நஞ்சமில்ல. ரெண்டு மூணு தடவ முருகன் இவள பாத்து, "எலா ஓம்மாப்புண்ட, ஏம்லா அந்த மலையாளத்துக்காரன் கூட அங்குட்டும் இங்குட்டும் அலையித. உனக்கு என்னலா வேணும், துட்டு தான வேணும் நாறக்கூதி"னு திட்டுனான். "ஏலே, தேவுடியாப்பயல நான் தேவுடியா கேட்டயா, இப்ப தங்கச்சனுக்கு வைப்பாட்டி. நாந்தாம்ல இந்த ஊருக்குள்ளயே பெரிய தேவுடியா. நான் நெனச்ச பயலு கூட எல்லாம் கால விரிப்பேன். நான் காலம் பூராம் தேவுடியாளாவே காலங்கழிப்பேன். நீ அத பாத்து செமிச்சு போவணும்."

இது பத்தாதுனு ராக்கம்மாளுக்கும் அவளோட அப்பனுக்கும் சண்ட வந்துருது. முருகையா அவள, "எலா, நீ இனிமே இந்த களத்துல இருக்கக் கூடாது. ஒழுங்கா இந்த எடத்த விட்டு இப்பவே கெளம்பிரு. ஒன்னய நெனச்சா எனக்கு நாணமா இருக்கு. ஒன் மூஞ்சில முளிச்சாலும் கூட கஞ்சி கெடைக்காது. போ கூதியுள்ள" இப்டின்னு திட்டவும் ராக்கம்மா தங்கச்சன் குடிசைய்ய பாக்க போயிட்டா.

தொழில் தொடங்குறதுக்கு முன்னாடி அவன் சொன்னது. "எடி, மற்றைய பிசினஸ்க்கு முக்கியமானது சாராயம். அது எப்டி செய்யனும்னு சொல்லித் தாரே"ன்னு சொல்லித் தந்தான்.

அவன் தங்கி இருக்க எடத்துக்கு பின்னாடி ஒரு குச்சில் இருக்கு. அதுக்குள்ள ஒரு பெரிய மண்பான இருந்துச்சி. ஐம்பது லிட்டர் புடிக்கும் அந்த பான கொண்டு வந்தான். அதுல முக்கா பான தண்ணி ஊத்துனான். ஒரு அஞ்சு கிலோ மண்ட வெல்லத்த இடிச்சு போட்டான். அதுல ஒவ்வொரு கைப்புடி அளவுக்கு பட்ட,

கிராம்பு, வேப்பம்பட்ட, ஜாதிபத்திரி, அன்னாசிப் பூ, ஏலக்காய் போட்டான். ஒரு அரக்கிலோ கோதுமைய ஒரு வெள்ளத்துணியில கெட்டி பானைக்குள்ள போட்டான்.

அதுல ரெண்டு ரெண்டு கிலோவுக்கு மாம்பழம், ஆப்பிள், ஆரஞ்சு, கருப்பு முந்திரி[1] வாழப்பழம், அன்னாச்சிப் பழம், சப்போட்டாப் பழம் எல்லாம் நறுக்கிப் போட்டான். இதுதான் மொத ஊறல்னு சொன்னான்.

இத நல்ல துணி போட்டு கெட்டி வச்சு மூடி போட்டு வைக்கனும். அத நாலு நாளைக்கு ஒரு மொற தண்ணி படாத சுத்தமான கரண்டியக் கொண்டோ, குச்சியக் கொண்டோ கௌறி விடனும். அது புளிச்சு நொர பொங்கி அடங்கனும். நாலாவது நாளுலையே அதோட நெடி மூக்கத் தொளைக்கும். கிட்டத்தட்ட ஒரு வாரம் கழியும்போது அது சரியான சாராயத்துக்கான ஊறலா மாறும். அடுத்து ஏற்கனவே ஊற வச்ச ஊறல எடுத்து சாராயம் வடிக்கதுக்கு தயார் பன்னனும்.

அடுப்புல, மொதல்ல ஒரு பெரிய பானைய வைக்கனும். அதுக்கு மேல ஒரு கண்பானை[2]ய வைக்கனும். அந்த கண்பானை உள்ள மண்பானத் தட்டு ஒன்னு வைக்கனும். ஏன்னா, ஆவி கீழே தீய கூட்ட கூட்ட அதிகமா வரக்கூடாது. அந்த கண்பானையோட ஓரத்துல ஒரு சின்ன துளை இருக்கனும். அதுதான் முக்கியமான துளை. அந்த தொளயில ஒரு சின்ன ரப்பர் டியூப்ல சேத்து இந்தப் பக்கம் ஒரு பானைய வச்சிருக்கனும். இந்த ரெண்டாவது அடுக்குக்கு மேல ஒரு சின்ன அலுமினிய பாத்திரத்துல தண்ணி ஊத்தி வைக்கனும். ஒவ்வொரு அடுக்குலயும் ஒரு பானையும் இன்னொரு பானையும் சேருத எடத்துல மைதா மாவ கெட்டியா கொழச்சு பூசனும். அதுக்கு உள்ள இருந்து வரக்கூடிய ஆவி கொஞ்சங்கூட வெளிய போகக்கூடாது.

கீழ தீய போய் போட அடிப்பானையில இருக்குற ஊறல் கொஞ்சங் கொஞ்சமா ஆவியாகும். அது ரெண்டாவது பானைக்கி போகும் அந்த ரெண்டாவது பானையில இருக்க ஆவி மேல இருக்குற அலுமினிய பாத்திரத்துக்கு போக முடியாம, ஓரமா இருக்குற தொள வழியா கொஞ்சங் கொஞ்சமா வெளியில இருக்குற டியூப் வழி போயி வேற பானையில வடியும். அதுதான்

நயமான சாராயம். இது வடிய வடிய மூணாவது அடுக்குல ஊத்தி வச்சிருக்குற தண்ணி சூடாகாம பாத்துக்கனும். அப்டி சூடானா அதுல இருக்குற தண்ணிய மாத்திக்கிட்டே இருக்கனும்னு சொன்னான்.

இந்த வேலைய கூர்மையா கவனிச்சா ராக்கம்மா. அடுத்து அந்தப் பக்கம் வடியுத சாராயத்த ஒரு செம்புல ஊத்தி குடிச்சு பாத்தா அப்பறமா சொன்னா. "ஏயப்பா இது என்ன குடிச்ச உடனே கிறுகிறுனு வருது"ன்னு அடுத்தடுத்த மொற ராக்கம்மாளும் சாராயம் காய்ச்ச கொஞ்சங் கொஞ்சமா கத்துகிட்டு கடைசியா சாராயம் வடிக்கிறதுல தேறிட்டா.

---

1. கறுப்பு திராட்சை
2. அடியில் நிறைய துளைகள் உள்ள பானை

24

அவன் சொல்லிக் குடுத்தது பொம்பளயல புடிக்கிறது. தொழில் பன்னுறதுக்குனு ஒருசில விதிமொற இருக்குனு சொல்லிக் குடுத்தான் தங்கச்சன்.

இந்த தொழிலுக்குனு வந்தா வெக்கம், மானம், கருணலா இருக்கக் கூடாது. உன்னைய பாக்கதே வேற மாதிரிதா பாப்பாங்க. ஆனா நீ அத ஒரு காலமும் பெருசா எடுத்துக்கிட கூடாதுனு சொன்னான். அவ தங்கச்சன் சொல்லுதத கிளிப்பிள்ள மாதிரி கேட்டா. அடுத்து அவனோட பெரியம்மய அந்த புரோக்கருக்கு அறிமுகப்படுத்துன, ஒரு கெழவிய இவனுக்கு தெரியும்.

அவளப் போயி தென்காசியில பாத்தான். அந்தக் கெழவி இப்போ அவளோட மக வீட்டுல இருந்தா. அவள தங்கச்சனும் ராக்கம்மாளும் போயி பாத்தாங்க.

கெழவிக்கிட்ட போயி தொழிலுக்கு ஆளு வேணும்னு சொன்னதும், கெழவி சொன்னா, நான் தொழிலுக்கு ஆள்புடிச்சு பலகாலம் ஆவுதப்பா, இப்போ நான் அவளுகள எங்கப் போயி தேடுவேன்?

தங்கச்சன் கெழவிகிட்ட, "நான் தொழில் ஆரம்பிக்கப் போறேன். நீங்க நெனச்சாதா என்னால நாலு காசு சம்பாதிச்சு முன்னேற முடியும்"னு சொன்னதும், கெழவி கொஞ்சம் மனசு எறங்கி வந்தா. "சரிப்பா, நான் ஒரு வாரத்துல ஒரு அஞ்சாறு புள்ளய புடிச்சு தாரே"ன்னு சொன்னா.

கெழவி மொதல்ல செங்கொளத்து பக்கம் அவளுக்கு தெரிஞ்ச முன்னாடி தொழில் பன்னவளுகள போயி பார்த்தா. அவளுக ஊருல, இப்போதைக்கு யாரெல்லாம் தெரிஞ்சு, தெரியாம கமுக்கமா இந்த மாதிரி துட்டுக்கு போறாளோ, அவளுக கிட்ட போயி கெழவி மெதுவா பேச்சு கொடுத்தா. பேசி முடிச்சதும் எல்லோருமே சந்தோசமா ஒத்துக்கிட்டாளுக.

ஒரு வாரத்துல கெழவிய திரும்பவும் போயி பாத்தாக எல்லாவளும் ஒருநாளு செங்குளம் பஸ் ஸ்டாண்ட் பக்கம் வந்து சந்திச்சாங்க. கெழவியே எதிர்பார்க்காத அளவுக்கு ஆறு பேருமே நல்ல அழகா உள்ளவளுகளா அமைஞ்சாளுக.

செங்குளம் ராசிபுரம் ஊருலந்து ஒருத்தி, காரமடை பக்கம் ஒருத்தி, இலஞ்சி பக்கம் இருக்குற பாண்டியனூருல இருந்து ஒருத்தி, தென்காசி கழிஞ்சி ராசையாபுரம் ஊருலருந்து ஒருத்தி, பள்ளியனூர் பக்கம் ஒரு சேச்சி, அடுத்து செங்குளம் அய்யமாரு தெருவில இருந்து ஒருத்தினு மொத்தமா ஆறு பேருமே ஒன்னா கூடுனாளுக. இதுல செங்குளத்துல இருந்து வந்த பிராமணத்தி படிச்சவ, ஆளும் ரொம்ப அம்சமா இருந்தா.

கெழவி ராக்கம்மாள கூட்டிகிட்டு தனியாப் போயி சொன்னா, "ஏம்மா தாயி இவளுக எல்லோரும் நல்ல புள்ளையதான். ஆனா நீ எல்லோரையுமே நல்லா பாத்துக்கணும். ஆனா அந்த அய்யாமாரு தெருவுல இருந்து வந்த புள்ள இருக்காளே அவகிட்ட மட்டும் ரொம்ப வெவரமா இரு. ஏன்னா அவ படிச்சவ, அவளே நமக்கு எமனா மாறுனாலும் மாறலாம்"னு சொன்னா. ஆனா கெழவி சொன்னத ராக்கம்மா பெருசா எடுத்துக்கல. ஏன்னா தொழில பத்தி எதுவுமே தெரியாததுனால.

மொத்தல்ல தங்கச்சனும் ராக்கம்மாளும் ஊருக்குள்ள இருக்குற வீட்டுக்கு வந்தாங்க. அடுத்து தொடர்ச்சியா சாராயம் காய்ச்சி கொண்டுவந்து வச்சான் தங்கச்சன்.

ஒவ்வொருத்தியும் அவளுகளுக்குனு இருக்க கஸ்டமர் எல்லாத்தையும் நேரா மாடனூரு பக்கம் வரச் சொன்னாங்க. ஒவ்வொரு நாளும் ஆளுக போக்குவரத்து அதிகமாவுது.

தொழில் தொடங்குன ஆறு மாசத்துல மாடனூரத் தேடி வெளியூருல இருந்து ஆளுக வர ஆரம்பிச்சாங்க.

அதுவும் மூணு வகையான தரமா தொழில பிரிச்சாங்க. ரொம்ப கம்மியா எறநூறு, முன்னூறு ரூவாக்கி கஸ்டர் வந்தா ராக்கம்மா வீடு. ஐநூறு, ஆயிரம் ரூவாயா இருந்தா குற்றாலம் லாட்ஜ். மூவாயிரம், ஐயாயிரம் ரூவாயா இருந்தா பெரிய பெரிய கஸ்டமரோட தனி பங்களா.

அங்க இருக்க பொம்பளயல்ல, பிராமணக்குடியில இருந்து வந்த சீதாலட்சுமிக்கிதா நல்ல மவுசு. ஆனா யாரும் அவள பாக்குறதுக்கு முன்னாடி ராக்கம்மாள பாத்தா, சீதாலட்சுமிய வேண்டாமுனு சொல்லிட்டு ராக்கம்மாள தான் கூப்புடுவான்.

ஒரு வருச காலம், நான் தொழிலுக்குள்ள எறங்க மாட்டேன்னு விடாப்பிடியா இருந்தா ராக்கம்மா. அதுக்கு அப்பறம் தங்கச்சன் அவள வற்புறுத்தி பேசி சமாளிச்சு நீயும் போனாதான் தொழிலுல முன்னுக்கு போக முடியும்னு சொல்லி அவள சம்மதிக்க வச்சான். அவ அதுக்கும் ஒத்துகிட்டா. ஆனா தென்காசி, திருநெல்வேலினு அந்த மாவட்டத்துல இருக்குறா முக்கியப் புள்ளிகளோட தான் போவா.

அந்த கூட்டத்துல படிச்சதும் ஆளு டீசண்டா இருக்கதும் சீதாலட்சுமிதா. அவா செங்குளம் அய்யன்மாரு தெருவ சேந்தவனு தெரிஞ்சதாலயே அவளுக்கு மட்டும் அவ்வளோ மவுசு.

சீதலட்சுமி கத ரொம்ப சங்கடமான கத. அவ எட்டாவது படிக்கும் போதே ஒரு பயல காதலிச்சா. அவன் வேற சாதிக்காரன்னு தெரிஞ்சு இவள கண்டிச்சு வச்சாங்க.

ஒருநாளு ஆளு இல்லாத நேரமா பாத்து அவன் இவளோட வீட்டுக்குள்ள போயி ரெண்டு பேரும் ஒன்னா இருந்தாங்க. அத சீதாவோட அப்பன் பாத்துட்டான். உடனே இவள என்ன செய்யனும்னு யோசிச்சு, ஒரு ஆளுக்கு ரெண்டாந்தாரமா கெட்டிக் குடுத்தாங்க.

அவளால அவன் கூட வாழவே முடியல. ஒருநாளு அவ யாருக்கும் தெரியாம, அவ காதலிச்சவன் கூடயே ஓடி வந்துட்டா. அவனுக்கு ஒரு பிள்ளய்யும் பெத்தா. பிள்ள பெறந்து ரொம்ப சந்தோசமா இருந்தா குடும்பத்தோட. யாரு கண்ணு பட்டுச்சோ தெரியல. அவனுக்கு சின்ன வயசுலயே காக்கா வலிப்பு இருந்துருக்கு. ஒருநாளு தை மாசக் குளிருல காய்ச்சல் வந்து, படுத்த படுக்கையா இருந்தான். குளிர்காய்ச்ச தாங்க முடியாம அவனுக்கு வலிப்பு வந்து செத்தே போனான். அவளுக்கு அந்தப் புள்ளய வச்சுகிட்டு என்ன செய்யனும்னே தெரியல. திரும்பவும் பெறந்த வீட்டுக்கே போக முடியாது. வேற வழி தெரியாம, பிள்ளைய புருசனோட அம்ம கைய்யில ஒப்படச்சிட்டு இந்த தொழிலுக்குள்ள வந்துட்டா.

மத்தவளுகள்ல ஒருத்தி குடிகார புருசனால இப்டி ஆனவ, குடும்ப வறும, மாமனார், மாமியார் தொல்ல தாங்க முடியாம ஓடி வந்ததுனு எல்லாருக்கும் ஒரு கத இருக்கு. இதுல முக்கியமா ஒருத்திய பத்தி சொல்லனும்னா, அவதான் விஜயா.

ஆளு மாநிறத்துல மொக லட்சணாமா இருப்பா. அவளுக்கு அவளோட அப்பா நடிகை கே.ஆர்.விஜயா பேர வச்சாரு. என்ன நேரமுனு வச்சாரோ, எதுக்கு அதப்பத்தி இவகிட்ட சொல்லி வளத்தாங்களோ, இவ ஒரு நடிகை மாதிரியே நடப்பா, பேசுவா. ஒரு பெரிய நடிகை ஆகனும்னு ஆச. அது முடியாதுனு இவளுக்கே தெரியும். ஆனா இவ எந்த நேரமும் கண்ணாடி முன்னாடியே தான் இருப்பா.

எந்த நடிகை புதுசா கொண்ட போட்டாலும், அதே மாதிரி கொண்ட போடுவா. சினிமா வசனங்கள நல்லா மனப்பாடம் பண்ணுவா. அதே போலத்தான் துணி உடுத்துவா. அன்னக்கி வார கஸ்டமருகிட்ட சினிமா வசனமா பேசுவா. அவ என்ன சினிமா பாக்குறாளோ, அந்த நடிகரோட கதாபாத்திரத்து பேர சொல்லி கூப்பிடுவா. அவளுக்கு அதனாலயே மவுசு கொஞ்சம் கூடுதலு. அவ கஸ்டமருகிட்ட நடந்துகிற விதம் சினிமால வரக்கூடிய பொண்டாட்டி மாதிரி, காலுல விழுந்து ஆசிர்வாதம் வாங்கி, தொழில ஆரம்பிப்பா.

அவ மட்டுமே வேணுமுன்னு அவளுக்குன்னே நெறய கஸ்டமரு தென்காசி. அம்பாசமுத்திரம், திருநெல்வேலினு நெறய எடத்துல இருந்து வருவாங்க. ராக்கம்மாளோட வீட்டுல அடுக்கள பக்கத்துல ஒரு சின்ன அற இருக்கும். அதுல இவளோட பெட்டி மட்டும் இருக்கும். அந்த ரூமு செவத்துல கே.ஆர்.விஜயா போட்டாவ தொங்க போட்ருப்பா. இவளுக்கு ஒரு கஸ்டமரு வந்ததும் மத்த எல்லாரையும் வெளில படுக்க சொல்லிட்டு இவளே கஸ்டமர குளிப்பாட்டி இவளோட கையாலயே சாப்பாடு பரிமாறி பக்தியோட தொழில ஆரம்பிப்பா. அவ ஒவ்வொரு சினிமாவையும் பாத்துட்டு கஸ்டமரு கிட்ட ராத்திரிக்கு வசனம் பேசி பாட்டு பாடி தொழில் செய்வா. ராத்திரிக்கு வெளில தெருவுல படுத்துருக்க ராக்கமாளும் மத்த பொம்பளைகளும் இவ உள்ள பாட்டு பாடுறது ஒட்டுக்கேட்டு சிரிப்பாளுக.

விஜயாளுக்கு எல்லாமே சினிமாதான். அவ சாப்பிடும் போதும் சேலய உடுத்தும் போதும் நடக்கும் போதும் எல்லா நேரமும் சினிமால வாற கதாநாயகி மாதிரியே தான் நடந்துக்கிடுவா. அவளுக்கு பிடிச்ச கஸ்டமரு வரும்போது அன்னைக்கு ராத்திரி அவ குரல்ல பாட்டு கேட்கும்.

தெங்காசிக்கு கிழக்க ஒரு இரும்புக்கம்பி கட வச்சுருக்கவன் இவள தேடி வருவான். இவளுக்கு அவன பாக்கும்போது சிரிப்பா வரும். அதனாலயே அவனுக்கு எம்.ஜி.யாருனு பேரு வச்சா. அவனுக்காக எப்பவும் இவ பாடுற பாட்டு, 'நீ தொட்டால் எங்கும் பொன்னாகுமே என் மேனி என்னாகுமோ, நேற்று நடந்ததற்கு இன்று பாராட்டவா இன்று தாலாட்டு பள்ளியில் பாராட்டு, யாவும் நீ காட்டும் சுகமல்லவா...' இவ கிட்ட வந்து ஒரு கஸ்டமரு உன்ன மட்டும்தான் என்னோட பொண்டாட்டி மாதிரி நெனச்சுருக்கம்னு சொல்லுவா. அவனுக்காக 'ராமன் எத்தனை ராமனடி'னு பாடுவா.

அம்பை பக்கத்துல ஒரு பெரிய மளிக வச்சிருந்த ஆள் விஜயாவ தேடி மாடனூருக்கே வருவான். இவளும் அவரும் சேந்து ராத்திரிக்கு 'ஐம்பதிலும் ஆசை வரும், இதில் அந்தரங்கம் கிடையாதம்மா'னு பாடுவாங்க. அதுவும் ராத்திரி ரெண்டு மணிக்கு அந்த பாட்டோட வரிய மனப்பாடம் பண்ணி பாடுவாங்க.

ஒரு கஸ்டமரு ரொம்ப வெள்ளந்தியா தெரிஞ்சா அவருக்காக 'மல்லிகை என் மன்னன் மயங்கும் பொன்னான மலரல்லவோ...' பாட்டும் ஒருசில கஸ்டமருக்காக மட்டும் 'போக போகத் தெரியும் இந்த பூவின் வாசம் புரியும்' பாட்டு பாடுவா. அவளுக்கு மதுரைல இருந்து ஒரு கஸ்டமரு வருவாரு. அவரு பலமொற விஜயாவ கல்யாணம் பண்ணிக்கிலாம்னு கேட்டாரு. அவரு எப்பலாம் வந்துட்டு போறாரோ மாசத்துக்கு எந்த கஸ்டமரு கூடயும் போக மாட்டா. அந்த ஒரு மாசமும் ராத்திரிக்கு அவ இதயக்கமலம் படத்துல இருந்து இந்தப் பாட்டப் பாடுவா, 'இங்கு நீ ஒரு பாதி நானொரு பாதி இதில் யார் பிரிந்தாலும் வேதனை பாதி. காலங்கள் மாறும் காட்சிகள் மாறும் காதலின் முன்னே நீயும் நானும் வேறல்ல.' இன்னும் சோகத்தோட அடுத்து வரிகள பாடுவா. 'என் மேனியில் உன்னைப் பிள்ளையை போலே நான் வாரி அணைப்பேன் ஆசையினாலே, என் மேனியில் உன்னைப் பிள்ளையை போலே

நான் வாரி அணைப்பேன் ஆசையினாலே நீ தருவாயோ நான் தருவேனோ யார் தந்த போதும் நீயும் நானும் வேறல்ல' அப்டினு அழுதுக்கிட்டே பாடுவா. அந்தக் குரல கேட்கும்போது எல்லாரும் மனசு ஒடஞ்சு போவாங்க.

அவ ராத்திரிக்கி கஸ்டமரு கூட ஒண்ணா இருக்கும்போது சிணுங்குவா. அவளோட சிணுங்கல் சத்தத்த கேட்டு வெளில ராக்கம்மாளும் மத்த பொம்பளைகளும் சிரிப்பாளுக. ஆனா எல்லார விடயும் தொழில்ல ரொம்ப நேர்த்தியா இருக்கணும்னு ஆசப்படுறது சீதாலட்சுமிதான்.

பெரிய பெரிய கஸ்டமரு வரும்போது சீதா போட்டாவ காட்டுனா, அவங்க அத ரசிச்சிட்டு, கடைசியா எல்லோருமே ராக்கமாளதான் கேப்பாங்க. ராக்கம்மா இருக்க அழக பாத்து கொஞ்சம் பொறாமப்படுவா சீதா. ஆனா ராக்கம்மா ஒரு வெள்ளந்தி. அவ எதையுமே வாழ்க்கயில பெருசா நெனச்சது கெடயாது. அவளோட கஸ்டமருங்க கூட்டம் நாளுக்கு நாள் அதிகமானது.

ராக்கம்மா பெரிய பெரிய அரசியல் செல்வாக்கு உள்ள ஆளுகளுக்கும், வக்கீல்மாருக்கும் தென்காசி, புளியங்குடி, சங்கரன்கோயில், பாளையங்கோட்ட, திருநெல்வேலினு முக்கியமான எடங்கள்ல இருக்குறா போலீஸ் அதிகாரிகளுக்கும் வாடிக்கையா போய் வருவா. அவளுக்கு எப்போதுமே வாய்ப்பு இருக்காது. ஆனா, எப்பவாச்சும் ஒரு மொற வந்தாலுமே போதும். அடுத்த கொஞ்ச நாளைக்கி அவ கவலையே படாம நிம்மதியா வீட்டுலயே இருந்துக்கிடலாம்.

அதே போல குற்றாலத்துல இருக்குற அம்முக்குட்டி லாட்ஜ்ல தான் சீதாலட்சுமிக்கி பெரும்பாலும் கஸ்டமரு கெடப்பாங்க. அவ குற்றாலத்துலதான் பெரும்பாலும் இருப்பா.

மத்த பொம்பளயலுக்கு நேரா ராக்கம்மா வீட்டுக்கே வருவாங்க. அது சவுகரியமாவும் இருக்கும். என்ன ஒரே ஒரு சின்ன அற மட்டும் இருக்கும். அதுல தான் கொஞ்சம் அட்ஜஸ்ட் பண்ணிக்கிணும்.

25

கஸ்டமருக்காக ராக்கம்மா தொழிலுக்குனு கெளம்பும் போது, அம்புட்டு அழகா குளிச்சு கெளம்புவா. அவள பாக்கவே பத்து கண்ணு வேணும். அவா தொழிலுக்கு கெளம்புதான்னா ஒரே ஒரு விசயம்தான் அடையாளம். அதுதான் ஒயர்கூட. அந்த நேரத்துல எல்லாருமே கோணிப்பையையும், நரம்பு பையையும் வச்சிருந்த சமயத்துல ராக்கம்மா மட்டுந்த ஒயர்கூட வச்சு வெளிய கெளம்புவா.

அவா அன்னக்கி மட்டும் தலைக்கி நெக்கட்டங்கொட்டய[1] தண்ணில ஊறவச்சு, தலைக்கி தேச்சு, மஞ்ச பூசி குளிச்சுட்டு போவா. தல நெறய அவா வீட்டு முன்னாடி பூத்துருக்க குண்டுமல்லிப் பூவதான் கெட்டி வச்சிருப்பா. அவா நடந்து போறதுக்கு முன்னாடியே குண்டுமல்லியோட வாசன தெரு மொனையில இருக்க ஆளுக வரைக்கும் பரவும். குண்டுமல்லி வாசத்த வச்சே, அந்த ஊரு ஆளுக ராக்கம்மா கூடப்பையோட கெளம்பிட்டானு சொல்லிரும்.

அவளோட கூடப்பையில, ஒரு குளியல் துண்டு, ஒரு தண்ணி குப்பி, ஒரு பாட்டில் சாராயம், ஒரு கத்தி, ஒரு செட் புதுத்துணி, கொஞ்சமா தேங்காய் எண்ணெய்னு ஒரு அமைப்பாதா போவா ராக்கம்மா.

ஒருநாள் ராத்திரி தங்க வேண்டியது இருந்தா, மறுநாள் கிளம்பி வரும்போது வேற துணி உடுத்திட்டுதா வருவா. தங்கச்சன் சொல்லி குடுத்த பாடம் என்னன்னா, நீ பெரிய பெரிய ஆளுகளோட படுக்கறதுக்கு முன்னாடி, கொறஞ்சது அர லிட்டர் சாராயத்தையாவது குடிச்சுக்கோனு சொல்லுவான்.

போதையில இருக்கும் போதுதா, நாம எவ்வளவு நேரம்னாலும் கஸ்டமர சந்தோசப்படுத்த முடியும். போதையில நமக்கும் நேரம் போறது தெரியாது. அவங்க என்ன மாதிரி செய்ய சொன்னாலும் நாமளும் தயங்காம செய்வோம்னு சொல்லித் தந்தான்.

இவ தொழிலுக்கு கெளம்பும்போது மஞ்ச நெறத்து சேலையத்தான் கெட்டுவா. இவ கலருக்கு மஞ்ச கலருல சேல

உடுத்துனா மாம்பழம் மாதிரி பளிச்சினு தெரிவானு முருகன் சொல்லிருக்கான். அதனால இவ மஞ்ச கலரு சேலயா பாத்து பாத்து வாங்குவா. அவன மனசார நெனச்சுக்கிட்டே இவ தொழிலுக்கு போகும் போதெல்லாம் மஞ்ச கலரு சேலையா கெட்டுவா. அவளுக்கு யாரு மேலயும் எந்தக் கோவமும் இல்ல. வைராக்கியம். நம்ம இருக்கது பாத்து காலத்துக்கும் முருகன் நம்மல நெனச்சுக்கிட்டே இருக்கணும். ஒவ்வொரு மொற தொழல் பாக்க கௌம்பும் போதும் மஞ்ச கலரு சேலய உடுத்தும் போதும் அவ கண்ணாடில தன்னோட மொகத்த பாக்கும் போதும் முருகன நெனச்சுக்கிட்டே தான் கௌம்புவா. ஏதோ ஒரு நேரத்துல உயிருக்கு ஆபத்தா இருக்குனு தெரிஞ்சா இருக்குற கத்திய வச்சு தப்பிச்சிடலாம்னு அவளுக்கு ஒருஎண்ணம். ஆனா, அந்த கத்தி இதுநாள் வரைக்கும் பயன்பட்டதே இல்ல. ராக்கம்மா மாதிரி ஒரு அழகிய எவனாச்சும் சங்கடப்படுத்துவானா? அவள பாக்கதுக்கே ஒரு கூட்டம் காத்து கெடக்கு. இதுல எவன் அவகிட்ட வம்பு பண்ணுவான்.

ஊருக்குள்ள இவ தொழில் பண்ணறது தெரிஞ்சி எதுவுமே பேசாம கமுக்கமா இருந்தாங்க ஆம்பளைங்க. அப்போ ஒருநாள் ஊர்ப்பொறுப்புல இருக்கவன் யாருக்கும் தெரியாம கதவ தட்டுனான். தூங்கிட்டு இருந்த ராக்கம்மா எழுந்து வெளிய வந்தா. அது யாருனு கேட்டதும் அவன் ராசப்பானு சொன்னான். உடனே கோவத்துல,

“எல, முட்டாப்பயல, அறிவு கெட்டவனே, உனக்கு இங்க என்னல சோலி. இங்க வந்து கதவ தட்டுத”னு சொல்லவும்.

“என்ன ரொம்ப பேசுத, எவளயாச்சும் என்கூட அனுப்பு”னு சொன்னான்.

“ச்சீ முட்டாக்கூதி, யாருகிட்ட வந்து என்ன பேசுத? தலைய அறுத்துருவம்”னு சொன்னா.

“நான் ஊர்ப்பொறுப்புல இருக்கேன், உன்ன இந்த ஊரவிட்டே விரட்டிருவேன், ஒழுங்கா என்கூட செங்குளத்துல அனுப்பு”னு சொன்னான்.

”ஊர் பொறுப்புல இருந்தா, நீ சொல்லுதத செய்யணுமோ”னு சொல்லி கீழ கெடந்த உறிச்ச தேங்காய கொண்டு எறிஞ்சா ராக்கு.

அவன் மண்டையில பட்டுருச்சி, இதுக்கு மேல இருந்தா இவ அடிச்சே கொன்னுருவானு நெனச்சு பயந்துபோயி ஓடிட்டான்.

சீதாலட்சுமி தான் “எதுக்குகா, அவன்கிட்ட இப்டி சண்ட போட்ட, ஊருக்காரன் நமக்கு ஒத்தாசையாதான இருப்பான்”னு சொன்னா. அதுக்கு ராக்கம்மா தெளிவா சொன்னா.

“உங்க எல்லாத்துக்கும் ஒண்ணு சொல்லுதே, இங்க இருக்கவா எவளும் இந்த ஊருக்கார பயகிட்ட போகவே கூடாது. மொத தடவ துட்டோட வருவான். அடுத்து கொஞ்சம் கம்மியா இருக்குனு சொல்லுவான். அடுத்து ஓசியிலயே படுத்துட்டு போயிருவான். அடுத்து இந்த ஊருக்கார பயக அம்புட்டு பேருமே இங்கதான் கெடப்பான். இந்த ஊருக்காரிய கண்ணீர வடிச்சுகிட்டு கெடப்பாளுக. இந்த ஊரு என் ஊரு, இங்க இருக்க அம்புட்டு பேருமே என் சொந்தக்கார பயக, என்னால எவா வாழ்க்கயும் நாறக்கூடாது. நாம என்ன ஈர மண்ணயா திம்போம். பசிச்சா பச்ச தண்ணியவா குடிப்போம். இந்த ஊருல எவன்கிட்ட போனாலும் அது நமக்கு சீரழிவுதான். அடுத்த ஊர்க்காரன இங்க வரவுட மாட்டாங்க. இப்போ வந்துட்டு போன பயலே நாளக்கி என்ன செய்வானோ பார்ப்போம், இந்த காட்டு முட்டாப் பேகல சமாளிக்கவே புதுத்தெம்பு வேணும்”னு வஞ்சுக்கிட்டே வந்து படுத்தா.

---

1. பூந்திகொட்டை

26

ஒரு மொற ராத்திரி பதினொரு மணி இருக்கும். எப்போதும் போல ஒரு கஸ்டமரு ராத்திரி பத்து மணிக்கு பள்ளியனூர்ல எறங்கி மாடனூர் வந்து ஊருக்குள்ள வர பதினோரு மணி ஆயிருச்சி. அன்னக்கி அவன் கொஞ்சம் அதிகமா குடிச்சிருந்தான். போதையில நேரா ராக்கம்மா வீடுன்னு நெனச்சு அவ வீட்டுக்கு பதிலா பக்கத்து வீடு சிலுக்கு ராசு கதவ தட்டிட்டான். அங்க போயி கதவ தட்டுன உடனே, அவன் கதவ தெறந்தான். குடிச்சிட்டு வந்தவன ஒரே அடில அடிச்சி தள்ளிட்டான் ராசு. எழுந்திரிச்சு வேகமா நடந்து ஓடியே போயிட்டான் அந்த வெளியூர்க்காரன்.

காலையில விடிஞ்சதும் நேரா ராக்கம்மாள கூப்புட்டான். ராத்திரி நடந்தத சொன்னான். ராக்கம்மாளுக்கு ஒரே வருத்தம். ஐய்யோ, நல்ல கஸ்டம்ருலா இவன் அடிச்சதுல இனிமே வருவானா, வரமாட்டானானுதா அவளுக்கு வருத்தம்.

இவ உடனே, “சரிப்பா தெரியாம நடந்து போச்சி, இனிமே இப்டி நடக்காம பாத்துக்கிடுதே”னு சொன்னா.

இவ பணிஞ்சி பேசுறத பாத்து அவனுக்கு உள்ளுக்குள்ள சந்தோசம். எவனுக்குமே மசியாத ஆளு நம்மளுக்கு மரியாத குடுத்து பேசுதாளேனு. அவன் உடனே, “ஏலா தேவுடியத்தனம் பண்ணமுனா நேரா வேற எங்கயாச்சும் போயி பண்ண வேண்டியது தான. எதுக்கு இங்க பண்ணுதய”னு கேட்டதுதா, வந்துச்சி கோவம் அவளுக்கு.

“ச்சீ... தூமயக் குடிக்கி யாரல எதுத்து பேசுத. உன் வயசு என்ன, என் வயசு என்னல. மரியாதன்னா என்னனு தெரியாதோ”னு சொல்லிட்டு அவன் சட்டைய இடது கைல புடிச்சுட்டு வலது கைய வச்சு ரெண்டு இழுப்பு இழுத்தா. அவன் கன்னம் பழுத்துருச்சி. ரெண்டு பேரும் ரோட்டுல உருண்டு பெரண்டு சண்ட போட்டாங்க. அவன உருட்டி சாக்கடைக்குள்ள தள்ளி விட்டுட்டா.

அவன் நேரா வீட்டுக்குள்ள போயி ஒரு பெரிய அருவாள எடுத்துட்டு வந்தான். அத பாத்து சண்டைய தடுக்க வந்தாரு ஒரு கெழவரு. அதுக்குள்ள இவா வீட்டுக்குள்ள இருந்து விஜயா மொளவத்தப் பொடிய தண்ணீல கரச்சு வச்சிருந்தா.

இவன் அரிவாள கொண்டு ஓங்கவும், விஜயா மொளவத்த கரச்சத எடுத்து இவன் மொகத்துல ஊத்திட்டா. அவனுக்கு கண்ணு மொகமெல்லாம் எரியுது. எரிச்சல் தாங்காம அரிவாளக் கொண்டு ராக்கம்மாள வெட்டுறதுக்கு ஓங்குனான் ராக்கம்மா ஓடியே போயிட்டா. அருவா அந்தக் கெழவரு மேல பட்ருச்சி.

அவர் கையில ரத்த ரத்தமா வந்துருச்சி. எல்லாரும் அந்த கெழவன வையுதாங்க. எதுக்கு சண்டைய தீக்க போனயன்னு. இவன் அரிவாளக் கொண்டு வெட்ட வந்துட்டான். இனி நமக்கு பாதுகாப்பு இருக்காதுனு தெரிஞ்சி ஒரு பெரிய திட்டம் போட்டா ராக்கு.

நேரா வீட்டுக்குள்ள போனா, சேலைய உறிஞ்சா. ஜாக்கெட்டும் பாவடையும் மட்டும் இருந்துச்சி அவ உடம்புல. கொஞ்ச நேரத்துல அப்படியே வெளிய வந்தா. அப்படியே தெருவுல நடந்தா. அவள ஊரு உலகமே வேடிக்க பாத்துச்சி. அவளுக்கு அதக்கண்டு நாணமோ, அச்சமோ கொஞ்சங்கூட இல்ல.

நேரா மாடனூர் பஸ் ஸ்டாண்ட கடந்து போறா. போற வழியில சாயக்கடையில இருந்த ஆம்பளைக எல்லாரும் இவளையே வச்ச கண்ணு வாங்காம பாக்காங்க. ரோட்டுல காலையிலயே தோப்புக்கு போறவுக, ஆடு மாடு மேய்க்க போறவுக, கதிர் அறுப்புக்கு போற பொம்பளையனு எல்லா ஆளுகளும் இவள வேடிக்க பாக்குது. ஆனா அதப்பத்தி கவலையே இல்ல. சும்மா ஆம்பள கணக்கா நெஞ்ச நிமித்திப் போனா. கிட்டத்தட்ட மூனு கிலோமீட்டர் தூரம் அந்த துணியோடயே போனா. அவள பாத்த எல்லா ஆளுகளுமே அரண்டு போச்சி.

பள்ளியனூர் போலீஸ் ஸ்டேசனுக்குள்ள நொழஞ்சி, அங்க இருந்த எஸ்இஐயைப் பாத்து, "ஐயா என்ன ஒருத்த ரேப் பண்ண வாரான் ஐயா. என்ன ஓட ஓட விரட்டி என்ன பாடாப்படுத்துதான் ஐயா"னு சொன்னா. அவள உக்கார வச்சிட்டு என்னனு

பொறுமையாக் கேட்டு கம்ப்ளைண்டு எழுதி, யாருனு பாத்து ரெண்டு போலீஸ்காரன அனுப்பி புடிச்சிட்டு வரச்சொன்னாங்க. சாப்டியாமானு கேட்டு, அவளுக்கு சாப்பாடு வாங்கிட்டு வரச்சொன்னாங்க. ராக்கம்மாளுக்கு புளியற போலீஸ்காரங்கள தெரியுமோ தெரியாதோ. ஆனா அந்த ஸ்டேசனுல வேல பாக்குற அத்தன பேருக்குமே ராக்கம்மாளத் தெரியும். அவ அதே கோலத்தோடயே செந்தூர் பாண்டியன் கடையில இருந்து வாங்கிட்டு வந்த பரோட்டாவையும் சால்னாவையும் நல்லா ருசிச்சு சாப்ட்டா.

அந்த பள்ளியனூர் எஸ்.ஐ ஊருக்கு புதுசு. அவரு பாளையங்கோட்டையில வேல பாக்கும்போது ஒரு முக்கியமான ஆளுங்கட்சி எம்.எல்.ஏ கூட பழக்கம் இருந்தது. அந்த எம்.எல்.ஏ ராக்கம்மாளப் பத்தி இந்த எஸ்.ஐகிட்ட ஒருநாள் போதையில உளறுனாரு. அவருக்கு ராக்கம்மாள யாருனே தெரியாது. ஆனா பள்ளியனூர் வந்த ரெண்டாவது மாசத்துல, அதுவும் நாம யாருனு பாக்கணும்னு ஆசப்பட்ட ராக்கம்மாள நேருல பாத்ததும் போலீஸ்காரருக்கு சந்தோசம் தாங்கல. அவரு அன்னக்கி போக வேண்டிய எந்த இடத்துக்கும் போகாம, போலீஸ் ஸ்டேசன்லயே இருந்தாரு. அவருக்கு தோணுச்சி, ஏதாவது ஒரு சேலைய வாங்கிட்டு வரச்சொல்லி கொடுக்கலாமானு.

ஆனா, அவருக்கே அது வேண்டாமுனு தோணுது. இப்டி தேவத மாதிரி இருக்குற இவள பாக்குறத விட நமக்கு வேற என்ன வேல இருக்கு. இந்த மாதிரி வாய்ப்பு இன்னும் யாருக்கு கெடக்கும்னு எதுவும் பேசாம அவளையே பாத்துகிட்டே இருந்தாரு.

சரியா மதியம் ஒரு மணி இருக்கும். சிலுக்குராச ஸ்டேசனுக்கு கூட்டிட்டு வந்தாங்க. சிலுக்குராசு உள்ள போனதும் பாத்தான்.

ராக்கம்மா போலீஸ் நாற்காலில கால்மேல் கால் போட்டு சாவகாசமா சாயா குடிச்சுகிட்டு இருந்தா. அவ சாயா குடிச்சு முடிச்ச அப்பறம் விசாரணை நடந்துச்சி. சிலுக்குராசு நடந்த எல்லாத்தையும் சொன்னான். அவன் சொன்னத கேட்டா யாரா இருந்தாலும் அவன் மேலதா நியாயம்னு சொல்லுவாங்க. ஆனா, அங்க அவன் சொன்னது எதுவுமே எடுபடல.

அடுத்து அந்த எஸ்.ஐ ராக்கம்மாகிட்ட விசாரிச்சாரு. அவ இது எதுவுமே உண்ம இல்ல ஐயா. சும்மா இருந்த என்ன கையப் புடிச்சு இழுத்து, என்ன ரேப் பண்ண பாத்தான்னு சொன்னா அவ. சொல்றது எதுவுமே நம்புறது மாதிரி இல்ல. ஆனாலும் அன்னக்கி ராக்கம்மா பேச்சுதான் அங்க எடுபட்டது.

சிலுக்குராசு மேல கேஸ் பதிவு பண்ணாங்க. எஸ்.ஐ “எம்மா ராக்கம்மா... நீ வீட்டுக்கு போய் குளிச்சுட்டு சாயங்காலம் நீட்டா வா”ன்னு சொன்னாரு.

அந்த வார்த்த எதுக்குனு ராக்கம்மாளுக்கு மட்டும் புரிஞ்சது. அவ சாயங்காலம் ஆறு மணியைப் போல, குளிச்சு கிளம்பி கருப்பு கலரு சேலைய உடுத்தி எப்போதும் போல பேரழகோட வந்தா.

அன்னக்கி சாயங்காலம் விசாரிக்கணும்னு சொல்லி அவகிட்ட ரெண்டு மணிநேரம் விசாரிச்சாரு எஸ்.ஐ. அது விசாரண இல்ல, அவளோட பேசணும்ங்கிற ஆசய அவரு விசாரணைங்குற பேருல நெறவேத்திக்கிட்டாரு.

அந்த சிலுக்குராசு மேல பாலியல் வழக்கு பதிவு பண்ணி அவன உள்ள வச்சாங்க. அன்னக்கி ராத்திரி அவ அந்த எஸ்.ஐயோட குற்றாலம் பக்கம் இருக்குற பங்களாவுக்குப் போனா. அந்த எஸ். ஐக்கு என்ன வேணுமோ அது ராக்கமாவாள கெடச்சது. அடுத்த ஒரு வாரத்துக்குள்ள அவ உயர் அதிகாரிங்க, வக்கீல் தீர்ப்பு சொல்ல வேண்டிய நீதிபதினு எல்லா அதிகாரிகளோடயும் இரவு விருந்துல கலந்துகிட்டா.

சிலுக்குராசுக்கு பெயில் கிடைக்கவே இல்ல. ஒரு வாரம் அவளோட உழைப்புக்கு அவளுக்கு பலன் கெடச்சது. அவன ஆறு மாசம் ஜெயில்ல அடச்சாங்க. இந்த சம்பவத்த வச்சு அவ தன்னோட பலத்த ஊருகாரங்ககிட்ட நிரூபிக்க பயன்படுத்திகிட்டா. இது ஊருக்குள்ள பெரிய அளவுல அவமேல பயத்த உண்டு பண்ணுச்சி.

அந்த ஊருல எவனுமே அவகிட்ட பேசவே பயந்தாங்க. அவளுக்கும் தெரியும், நம்ம மேலதா தப்புன்னு. ஆனா வேற வழி இல்ல. இதுதான் எல்லாருக்குமே ஒரு பாடமா இருக்கனும்னு அவ முடிவெடுத்தா. அதுக்கு அப்பறம் அவளோட தொழிலு கொடிகட்டிப் பறக்க ஆரம்பிச்சது. அவளுக்கு அரசு அதிகாரிகள்

தான் ரெகுலர் கஸ்டமர் ஆனாங்க. போலீஸ் ஸ்டேசன்ல அவ பேச்சு எடுபட ஆரம்பிச்சது. அந்த பள்ளியனூர் எஸ்ஐ ராக்கம்மா என்ன சொன்னாலும் கட்டளையா ஏத்துகிட்டாரு.

27

அடுத்த கொஞ்ச நாள்ல இவ போற வேகம் பொறுக்க முடியாம, ஊருல இருக்குற முக்கியமான ஆம்பளங்க எல்லாருமே ஒரு முடிவு எடுத்தாங்க. இவள பஞ்சாயத்துல ஏத்தணும். அப்டி ஏத்துனாதா இவ சரிபட்டு வருவானு நெனச்சாங்க.

ஒருநாள் இவ வீட்ல எல்லாப் பொம்பளையலுமா சேந்து சமச்சுகிட்டு இருந்தாங்க. அப்போ ஊர் பொறுப்புல இருந்த ஒரு ஆள் வந்தான். ராக்கம்மாளக் கூப்பிட்டு நாளக்கி சாயங்காலம் நாலு மணி பஞ்சாயத்துன்னு சொன்னான். எதுக்கு பஞ்சாயத்து, எம்மேல யாரும் குத்தஞ் சொன்னாகளானு கேட்டா. அதுக்கு அந்த ஆளு, அதெல்லாம் ஒன்னுங் கேக்காத, நாளக்கி பஞ்சாயத்து, நம்ம சப்பாணிமாடன் கோயிலுக்கு வந்துருனு சொல்லிட்டுப் போனான்.

அவ எதையுமே பெரிசா எடுத்துக்கல. மறுநாள் ஞாயித்துக் கெழம. காலையிலேயே ஒரு ஆளு கிட்ட ரூவாயக் குடுத்து, பள்ளியனூர்ல இருந்து நாலு கிலோ மாட்டுக்கறி எடுத்துட்டு வரச்சொன்னா. காலையிலேயே கறி வந்ததும், நல்லா கறியக் கழுவி ஆளாளுக்கு வேலையப் பாத்து சோத்தப் பொங்கி, நல்லா சாப்பிட்டுட்டு ஒரு பதினோரு மணிக்கு உண்ட மயக்கத்துல ஒரு குட்டி தூக்கத்தப் போட்டா.

மத்தியானம் மூனு மணிக்கு மொத நாளு வந்த அதே ஆளு "நாலு மணிக்கி கோயில்ல கூட்டம் வந்துரு"ன்னு சொல்லிட்டு போனான். இவ எந்திரிச்சு மொகம் கழுவி சின்ன போணி[1]யில சாயாவ ஊத்தி குடிச்சா. கொஞ்சம் நேரம் யோசிச்சா. என்ன நடக்க போகுதுனு பாப்போம், இதுக்கு முன்ன கடைசியா அதே கோயில் பஞ்சாயத்துல தான் ஏன் வாழ்க்கையே தெச திரும்பி போச்சு. இப்ப திரும்பயும் பஞ்சாயத்து. அதே சப்பாணி மாடன் கோயிலு. என்ன நெனச்சாளோ தெரியல. குளிச்சு கிளம்பி பட்டுச்சேல உடுத்தி நக நட்டலாம் அள்ளி போட்டுக்கிட்டு ஏதோ கல்யாண பொண்ணு மாரி அலங்காரம் பண்ணி போனா.

தெருவழியா நடந்து வடக்காம போயி, திரும்பவும் குறுக்கு வழியா அடுத்த தெரு போயி மேக்காம கோயிலுக்கு போனா. அங்க ஊருக்காரங்க அஞ்சு பேரும், வேற முப்பது பேரும் இருந்தாங்க. அங்க இருந்தது அம்புட்டும் ஆம்பளைங்க தான். கூட்டத்துல முத்துப்பாண்டியும் இருந்தான்.

ஒரு ஆளு ஆரம்பிச்சான், எல ராக்கு உனக்கு ஊர் பஞ்சாயத்துல நிக்கறது ஒண்ணும் புதுசு இல்ல. பழக்கப்பட்டதுதா. இந்த ஊரு எவ்வளவோ ஆம்பளையலயும் பொம்பளையளையும் பாத்துருக்கு. ரவுடித்தனம் பண்ணவன், கடன் வாங்கி ஏமாத்துனவே, களவாண்ட ஆளுக, அடிபுடி சண்டனு எத்தனையோ ஆளுகள இந்த ஊரு பஞ்சாயத்துல எங்களுக்கு முன்னால இருந்த ஆளுக பாத்துருக்காங்க. நல்லவழி சொல்லி எல்லாரையும் மாத்திருக்காங்க. ஒரு ஆம்பளையோ, பொம்பளையோ வழிமாறி போறது ஏற்கதா ஆனா அதுவே பொழப்பா மாறும்போது ஊருக்குன்னு ஒரு கட்டுப்பாடு இருக்கு. அத மீறுததா மாறுமுலா. நீ ஒன் வயசுக்கு மீறுன ஆள கல்யாணம் பண்ணிகிட்ட, அதனால அப்டி இப்டினு இருந்த. இப்பவும் இருக்க. ஆனா, ஊருக்குள்ள பொம்பளயல கூட்டிட்டு வந்து தொழில் பண்ணுதெல்லா அவ்வளவு நல்ல காரியம் இல்லம்மா. நீ இந்த ஊரு மரியாதய கெடுக்க இது நல்லதில்ல, சரிபட்டு வராது. இந்த தொழில விட்டுட்டு வேற வேலையப் பாத்துப் போன்னு சொல்லுதாரு.

ராக்கு பேச ஆரம்பிச்சா. மொத மொற இவ பஞ்சாயத்துல நிக்கும் போது எம்புட்டு தைரியமா நின்னாளோ அம்புட்டு தைரியமா இப்பவும் நின்னா. ஊருல இருக்குற அம்புட்டு பேரும் இவ என்ன பேசப்போறானு எதிர்பார்த்து குசுகுசுனு பேசுதாங்க. இவ பேச முன்ன வரவும் கூட்டம் அமைதியாவது. “ஐயா, ஊரு பெரிய மனசங்கா, நீங்க சொல்லுதது எல்லாம் சரி. நான் என் வீட்டுக்கு வாற ஆம்பளைங்கள பக்கத்து வீடுகளுக்கு தொந்தரவு தராம பாத்துக்குருதே”ன்னு சொன்னா.

உடனே “எம்மா உங்கிட்ட நான் என்ன சொல்லுதே, நீ என்னடான்னா, ஓம்பாட்டுக்கு பேசுத”னு சொன்னாரு சின்னக் குடும்பன். தொழில் பண்ண மாட்டேன்னு சபையில சொல்லிட்டுப் போவியா பெருசா பேசுதா சின்னக் கூதியுள்ள.”

அவளுக்கு கோவம் வந்துச்சி. “சரி நான் தொழில் பண்ணல, எனக்கும் என் வீட்டுல இருக்கவளுகளுக்கும் சோறு நீங்களா போடுவிய”ன்னு கேட்டா.

“யாரு சோறு போடுதானு சொல்லுங்க. நாங்க எல்லாரும் உங்க வீட்டுக்கே வாரோம். நீங்களே எங்களுக்கு வரவு செலவு பாருங்க”ன்னு சொன்னா.

சபையில இருந்த யாருக்கும் பேச்சே வரல. அவங்க யாருக்கும் என்ன பேசறதுனு தெரியல. அப்போதா ஒருத்தன் சொன்னா, “உன்னக் கண்டு ஊருல இருக்க பொம்பளையளும் தப்பான பாடம்லா படிப்பாளுக”னு சொன்னா.

“ஏய்... நீ ஒழுங்கா இருந்தா ஒம் பொண்டாட்டி ஒழுங்கா இருக்கப்போறா. பொம்பளய ஒழுங்கா இருக்கணும்னு நெனச்சா எங்கனாலும் இருப்பா. அவ போவணும்னு நெனச்சா, நீ கூடயப் போட்டு கவுத்துனாலும் அவா உனக்கு டாடா காட்டிட்டு போயிகிட்டே இருப்பா. ஏன் ஒம் பொண்டாட்டி சரியல்லயோ”னு கேட்டதும் அவன் அமைதியாயிட்டான்.

சிலுக்குராசு சொந்தக்காரன் எந்திச்சு பேசுனான். “தேவுடியாத்தனம் பண்ணிகிட்டு உனக்கு எம்புட்டு எகத்தாளம் இருந்தா இம்புட்டு பேச்சு பேசுவ”னு கேட்டான்.

“ஏல என்னல சொன்னா. உனக்கு அப்பன் யாருனு தெரியுமால, உங்க குடும்பத்துக்கே மேலத்தெருகாரந்தா வரவு செலவு பாக்கா. யாரல தேவுடியானு கேக்க. உங்க அம்மக்கி எத்தன புருசமுன்னு தெரியுமா? எனக்கு தெரியும் நான் சொல்லட்டா. ஏல, உனக்கு கல்யாணம் ஆயி நீ ரெண்டு புள்ள பெத்துட்ட, உன் புள்ளக்கி உன் அப்பன் பேர வச்சா நியாயம். உங்க அம்ம வைப்பாளன் பேர வச்சு தங்கச் சங்கிலி வாங்கிகிட்டு, நீயெல்லாம் பேசலாமாப்பா. என் வாயத் தொறக்காத, என் வாயில இருந்து பின்ன வார்த்த முத்து முத்தா உதிரும் பாத்துகோ”னு சொன்னா. அவன் மறுபேச்சு பேசாம அமைதியாயிட்டான். கொஞ்ச நேரத்துல அவன் அந்த எடத்துலயே இல்ல.

பஞ்சாயத்துக்கு இவள கூட்டிக்கிட்டு வந்தவன் வெளிய போயி நெறய பொம்பளையள கூட்டுட்டு வந்தான். இவகிட்ட

ஆம்பளைய பேசி ஜெயிக்க முடியாதுன்னு கொஞ்ச நேரத்துல ஒரு பத்திருபது பொம்பளைய கோயிலுக்குள்ள கூட்டம் நடக்குற எடத்துக்கு வந்தாக. எல்லாப் பொம்பளையளும் ஆளாளுக்கு பேச ஆரம்பிச்சாக. அதுலயும் குறிப்பா, முருகம்மா பேச ஆரம்பிச்சா. "இவளுகள மாதிரி ஆளுகளாலதா இந்த ஊருக்காரியள பக்கத்து ஊர்கள்ல யாருமே மதிக்க மாட்டக்காங்க"ன்னு சொன்னது தான்.

"எம்மா, ஊராளும் உத்தமி, இங்க கொஞ்சம் வாம்மா. நீ எதித்த வீட்டுக்காரி புருசன்கூட இருக்க. அவா உன் புருசங்கூட இருக்கா. ராத்திரிக்கு உன் புருசன் அவா வீட்டுல இருக்கான். அவா புருசன் உன் வீட்டுல இருக்கான்"னு சொன்னதும் அங்க இருந்த மொத்த கூட்டமுமே கெக்கலுட்டு சிரிச்சது. அப்பதா அவளுக்கே தெரிஞ்சது அவா கத ஊருல எல்லாருக்குமே தெரியுமுங்குறது. அவளுக்கு அவமானத்த மீறி எப்புடி ஊருல இருக்குற எல்லாத்துக்குமே இது தெரியுமுனே யோசிக்கா. அந்த நேரமே நாணத்துல அந்த எடத்த விட்டு வெளிய போய்ட்டா முருகம்மா.

மறுபடியும் எல்லாரும் பேச, இவ பதில் பேச, பேச்சு வளந்துகிட்டே வந்தது. கடைசியா அவளே சொன்னா, "இப்பகூட இங்க இருக்க எத்தன ஆம்பளைய என் வீட்டு கதவ தட்டுனியனு பட்டியல் போட்டுருவேன். ஆனா அது நல்லா இருக்காதுனு விடுதே"னு சொன்னா. அப்பதா பெரிய குடும்பன் சொன்னாரு. "என்ன எல்லாத்தயும் மெரட்டுதயோ, உனக்குலா இந்த ஊர்க்காரங்க பயப்படணுமா என்ன"னு கேட்கவும், "அப்படித்தான் நா தொழில செய்வேன். உங்களால என்ன செய்ய முடியுமோ செஞ்சுக்கோங்க"னு சொல்லிட்டு அவ நேரா வீட்டப் பாக்கப் போயிட்டா. கூட்டத்துல இருக்குற முத்துப்பாண்டி ஒரு வார்த்த கூட பேசல.

ராத்திரிக்கும் நல்லா ஒரு பித்தள கும்பா[2]வுல கறிக்கஞ்சி அள்ளிவச்சு தின்னா. ஒரு சொம்பு சாராயத்த குடிச்சிட்டு, பெருத்த யோசன பண்ணா. மறுநாள் நடந்துச்சி அந்த சம்பவம்.

---

1. நீர் அருந்தும் சிறிய பாத்திரம்

2. குண்டான்

28

காலையில வயலுக்கு, தோப்புக்கு போற ஆளுக எப்போதும் போல சாயா குடிக்க வந்தாங்க. ஊருல இருக்கது அந்த ஒத்த கடைதான். சப்பாணிமாடன் கோயிலுக்கு வடக்குல இருக்கு கட. எல்லா ஆளுகளும் வந்து குடிச்சிட்டு போச்சி. காலையில பிள்ளைக சொம்ப எடுத்துகிட்டு சாயா வாங்க வரும். அதுல ஒண்ணு சாயா வாங்கிட்டு போகும்போது, சொவத்துல கரியில எழுதியிருந்த, ரெண்டு பெயர சத்தம் போட்டு எழுத்துக் கூட்டி வாசிச்சா. அத கேட்டதும் அங்குன இருந்த எல்லா ஆம்பளையலுமே திரும்பி பாத்தாங்க. கொஞ்ச நேரத்துல பளார்னு விடிஞ்சது. எல்லா ஆளுகளும் பரபரப்பா பேசிகிட்டே ஆளு கூடிப் பேசுதாங்க. ஒருமணி நேரத்துல வேலைக்கி போற, தோப்புக்கு போற, கூட மொடையிற ஆளுகனு எல்லாருமே அங்கதா இருந்துச்சி. ஊருல இருக்குற ஒட்டுமொத்த சனமும் கோயில் கொடைக்கிதா ஒன்னா நிக்கும் சந்தோசமா. இப்போ அதே போல ஒட்டுமொத்த ஆளுகளும் கோயில் முன்னால நிக்கி.

விசயம் என்னன்னா, கோயில் சொவத்துல ஜோடி ஜோடியா பேரெழுதி போட்ருக்கு. ஒவ்வொரு தெரு பேரும் எழுதி, அங்க யாரு யாரு, யாரோட கள்ளக்காதலுல இருக்காகளோ அம்புட்டு பேரும் அதுல இருக்கு. ஒவ்வொருத்தியும் வயித்தெரிச்சல்ல அசிங்க அசிங்கமா பேசுதாளுக. யாரு பேரெல்லாம் கெடக்கோ அம்புட்டு பேரும் மூஞ்சில துண்டப் போட்டு பாத்துட்டு போவுதுக. எழுதப் படிக்க தெரியாத ஆளுக, எங்க எம்பேர எழுதியிருக்குனு கேட்டு பாத்துட்டு போவுதுக.

ஊருக்காரங்க எல்லாருமே ஒண்ணா சேந்து இது ராக்கம்மா வேலையாதா இருக்குமுன்னு நேரா அவ வீட்டு வாசலுக்கு போனாங்க. அவா வீட்டுல நிம்மதியா தூங்கிகிட்டு இருந்தா. அவா வீட்டு முன்னால போயி அசிங்க அசிங்கமா பேசுனத கேட்டு எந்திச்சு வந்தா. ரொம்ப திண்ணக்கமா[1] கேட்டா, எதுக்கு எல்லாரும் என்வீட்டு முன்னால வந்து கூவுதீகனு.

அதுக்கு ஒருத்தி சொன்னா, எதுக்கு நீ எங்க எல்லாரு பேரையும் கோயில் செவத்துல எழுதுனனு? அதுக்கு அவ சொன்னா.

என்ன பேரு, யாரு எழுதுனா, நீங்க எல்லாரும் என்ன பேசுதயனு எனக்கு எதுவுமே தெரியாதுனு சொன்னா. எல்லாரும் அவள கோயிலுக்கு கூட்டிகிட்டு போயி காட்டுனாங்க. அவ அத எழுத்துகூட்டி வாசிச்சா. எம்மா இதெல்லா நான் எழுதல எம்மேல பழிய தூக்கிப் போடாதியனு பயந்தாப்புல பேசுனா.

எல்லாரும் நாங்க ஸ்டேசனுக்கு புகார் குடுக்கப் போறோமுனு போயி புகார் கொடுத்தாங்க. அதே எஸ்.ஐ எப்போதும் போல ஆள்விட்டு கூட்டிட்டு வரச்சொன்னாங்க. அவளும் வந்தா. ஊருல இருக்கும்போது பைய பேசினவளுக்கு இங்க வந்ததும் தெம்பு கூடிப் போச்சி.

எஸ்.ஐ ராக்கம்மாள கூப்பிட்டாரு. அவளும் வந்தா. ஊர் மக்கள் எல்லாருமே அங்கதான் இருந்தாங்க. ஊர் கூட்டமே ஒரு பக்கம் நிக்கிறாங்க. இந்தப் பக்கம் அவ மட்டும் ஒத்தப் பொம்பளையா தெனாவெட்டுல நின்னா.

அவகிட்ட எஸ்.ஐ கேட்டாரு. ஏம்மா ராக்கம்மா, உங்க ஊர்க்காரங்க மொத்த பேரும் நீதான் கோயில் செவத்துல எல்லாரு பேரையும் எழுதுனீங்கனு சொல்லுதாங்க. நீதான் செஞ்சயாம்மானு? கேட்டாரு.

அய்யா, நானே ஒரு முட்டாச் செரிக்கி, எய்யா எனக்கு எழுதப் படிக்கவே தெரியாது. நானாய்யா ஊரு ஆளுக பேரையெல்லாம் எழுதப்போறேன்னு சொன்னா. அவ சொன்னதும் எஸ்.ஐக்கு புரிஞ்சு போச்சு.

இது ராக்கம்மா வேலதான். தெரிஞ்சதும், எஸ்.ஐக்கி ரொம்ப சந்தோசமா இருக்கு. இன்னக்கி ராத்திரி ராக்கம்மாகிட்ட விருந்துதான்னு அவருக்கு உள்ளூர ஆர்வம் வந்துச்சி. இந்த புகார எப்புடி இல்லாம ஆக்கலாமுனு யோசிச்சாரு.

சரி இந்த பேருகள, ராக்கம்மா எழுதலனு சொல்லிட்டா, அதனால வேற யாரும்கூட எழுதி இருக்கலாம். அதனால யாரு யாரோட பேரையெல்லாம் எழுதியிருக்கோ, எல்லாரையும்

சாயங்காலம் வரச்சொல்லுங்கனு சொன்னாரு. அத சொன்னதுதான், எல்லாரும் குசுகுசுனு பேசிக்கிட்டாங்க.

கடைசியா ஊர் பெரிய குடும்பன் வந்து சொன்னாரு, "சார் இத நாங்க ஊருக்குள்ளயே விசாருச்சுக்கிருதோ, நாங்க புகார திரும்ப வாங்கிக்கிடுதோம் சாரு"னு சொன்னதும், எஸ்.ஐ எல்லாரையும் போகச் சொல்லிட்டாரு.

பெரிய குடும்பனுக்கு மனசுக்குள்ள ஒரே நிம்மதி. எல்லாரும் ராக்கம்மாள மட்டுந்தான் விசாரிப்பாங்கனு நெனைச்சு பள்ளியனூர் போனாங்க. ஆனா அங்க பேரு எழுதியிருக்க ஆளுகள விசாரிப்பாங்கனு நெனக்கவே இல்ல.

அங்க இருக்குற சோடிப்பேருக எல்லாமே நெசந்தான். ஊருக்குள்ள பொண்டாட்டி புள்ளைகளுக்கு தெரியாம, பழக்கம் உள்ளவுக பேரு அம்புட்டும் அதுல இருந்துச்சி. போலீஸ்காரன் விசாரிச்சா நாணக்கேடா ஆயிரும்னுதா எல்லாருமே பயந்தாக.

இதுல ரொம்ப நிம்மதி பெருமூச்சு விட்டது பெரிய குடும்பந்தா. ஏன்னா பெரிய குடும்பனா இருக்குற ஸ்டெயிலு பாண்டியன் கூட எழுதிப்போட்ட பேருதா உள்ளதுலயே மோசம். ஏன்னா ஸ்டெயிலு பாண்டியன் கூட இருந்த பேரு அவன் பொண்டாட்டியோட அம்ம. அதாவது மாமியா பேரு. ஸ்டெயிலு பாண்டியனுக்கும் அவன் மாமியாளுக்கும் பழக்கம் இருந்தது அந்த ஊருக்கே தெரியும்.

ஸ்டெயிலு பாண்டியன மச்சினன் மொற உள்ள ஆளுக கொமச்சாலும்[2] இந்த ஒரு விசயத்த வச்சுதான் கொமப்பாங்க.

எய்யா மாப்ள, மாமியாள ஜோலி பாத்த சோழரே. உமக்குதாய்யா எங்கயோ மச்சம் இருக்கு. மவளயும் தாயயும் மேக்கிற குடுப்பன யாருக்கு கெடக்கும்னு கொமப்பாங்க. இதப்பத்தி பேச ஆரம்பிச்சாலே ஸ்டெயிலு பாண்டியன் அந்த எடத்த விட்டு சிட்டாப் பறந்துருவான்.

அது நடந்து முடிஞ்சு பலகாலம் கழிஞ்சது. ஸ்டெயிலு பாண்டியன் மாமியாளும் கெழவியாயி செத்துப்போயி பத்து வருசத்துக்கு மேல ஆயிருச்சி. ஸ்டெயிலு பாண்டியன் பேரன் பேத்தி எடுத்துட்டாரு. ஊரே அந்த கதைய மறந்துருச்சி. இப்போ இன்னக்கி

அவரு பேரையும், அவரு மாமியாரு பேரையும் எழுதியிருந்தத ஊர்க்காரங்க முன்னாடி போலீஸ்காரன் விசாரிச்சாங்கன்னா, நம்மள வாயால இல்ல, வேற எடத்தாலலா சிரிச்சிருப்பாங்கனு நெனச்சாரு பாண்டியன். இப்பதா அவருக்கு ரொம்ப நிம்மதியா இருக்கு.

ராக்கு மேல புகார் குடுக்க போனா, அவ என்னடான்னா இப்டி பண்ணிட்டாளேன்னு எல்லா ஆளுகளுமே அசிங்க அசிங்கமா அவள திட்டிகிட்டே பள்ளியனூருல இருந்து நடந்து வந்தாங்க. ஆனா எல்லாருக்குள்ளயும் ஒரு கோவம், என்னக்கி இருந்தாலும் இவள எதாச்சும் பண்ணியே ஆகணும்னு ஒரே வைராக்கியத்தோட வந்தாங்க.

---

1. திமிராக
2. கிண்டல் செய்தல்

29

ஒரு மொற தென்காசிக்கி கெழக்க திருநெல்வேலிக்கி மேக்கயும் பெரிய பணக்காரமுன்னு பேசப்பட்ட, ஒரு அரசியல்வாதி ராக்கம்மாளப் பத்தி கேள்விப்பட்டு, அவள சந்திக்கனும்னு நெனச்சான். அந்த ஆளுக்கு அரசியல்ல பெரிய செல்வாக்கு இருந்துச்சி. அவன் பேருல பள்ளிக்கூடம், காலேஜினு ஒரு பெரிய சொத்துக்காரன். இவள பாக்கணும்னு சொல்லி ஒரு ஆள் மூலமா இவகிட்ட தகவல் சொல்லிவிட்டாங்க. இவ பெரிய ஆளுன்னா கொஞ்சம் வெவரமா இருப்பா. ஒருநாள் அந்த ஆளப்போயி பாக்கப் போனா. அவரோட பங்களாவே பெருசா இருந்துச்சி. தென்காசிய தாண்டி புளியங்குடிகிட்ட காட்டுக்குள்ள இருந்த அந்த பங்களாவுக்கு கார்லயே போனா.

இவ எப்போதும் போல தலையில குண்டுமல்லிய கோர்த்து வச்சிட்டுப் போனா. கருப்பு சேல, கருப்பு ஜாக்கெட்டு, கருப்பு பொட்டு, கருப்பு கண்ணாடி வளையல்னு எல்லாம் கருப்பாவே போட்டுட்டு போனா. நடு அறையில ஒரு சோபா மேல இருந்தா. அவரு வரவும் முந்தானைய எடுத்து முன்பக்கமா மூடி, ரெண்டு கையையும் எடுத்து கும்புட்டா.

ஒரு பெரிய கோடீஸ்வரன், அரசியல்ல முக்கியப் புள்ளி, நெனச்ச காரியத்த முடிக்கக்கூடிய செல்வாக்கு உள்ளவன். மொத மொறயா ஒரு பொம்பளைய பாத்து மெரண்டு போனான். எப்டி இப்டி ஒருத்தி தென்காசி பக்கம் இருக்கானு யோசிக்கான்.

“வாம்மா நல்லா இருக்கியா”னு கேட்டாரு ஐயா. “நான் நல்லா இருக்கேன். நீங்க எப்டி இருக்கிய”னு கேட்டா ராக்கு.

கொஞ்சம் தயக்கத்தோட, “எம்மா ஒன்ன பத்தி கேள்விப்பட்டேன். ஒருநாள் விருந்து பரிமாறணும் சம்மதமா”னு கேட்டாரு.

“ஐயா எனக்கு இந்த சுத்தி வளச்சு பூசனாப்புல பேசுனாலாம் புடிக்காது. எங்க வரணும்னு சொல்லுங்க, நானே வாரேன். ஆனா...”

“என்னம்மா சொல்லு”னு சொன்னாரு, அவ சொன்னா, “ஐயா, எனக்கு சரியா துட்ட தந்துரணும். அடுத்து எனக்கு நல்லவிதமா சாப்பாடு இருக்கணும். என்கிட்ட வரும்போது குளிச்சு சுத்தபத்தமா இருக்கணும். அதுமட்டுமில்லாம ஒங்க தெரவத்த ஏஞ்சாமான்ல ஊத்தீரக்கூடாதுயா, நான் தொழில்காரி, என்னோட பொழப்பே கெட்டுப்போயிரும். முக்கியமான விசயம் என்னன்னா, உங்களோட அரசியல் பவர வச்சு எனக்கு எதுவும் பிரச்சனைனா நீங்க எனக்கு உதவி பண்ணனும். இவா ஒரு தேவிடியாதானனு படுத்து எந்திச்ச உடனே எல்லாத்தையும் மறந்துட்டுப் போயிரக் கூடாது.”

இவ பேச பேச அந்தாளு வெறிக்க வெறிக்க இவளதா பாக்கான். “எம்மா நீ சொன்னதுலா மண்டைல ஏறிருச்சி. எல்லாம் நீ சொன்னது போலயே நடக்கும்”னு சொல்லி அனுப்புனாரு. அவள அதே மாதிரி தென்காசி பஸ் ஸ்டாண்டுல போயி விடச்சொன்னாரு அவரோட கார் டிரைவர் கிட்ட.

இப்டி ஒருத்திய இதுக்கு முன்னாடி நான் பாத்ததே கெடயாது. ஜம்முனுலா இருக்கா. இவள பாத்தா பொம்பளக்கி பொம்பள ஆசப்படுவா. வாயத் தொறந்தா டங்குடங்குனுலா பேசுதானு சொல்லி மலச்சுப் போனாரு.

அடுத்து சீக்கிரமே ரெண்டு பேருக்கும் சந்திப்புக்கு ஏற்பாடு நடந்துச்சி. எப்போது போல, நெக்கட்டங்கொட்ட தோல பிச்சி ஊறவச்சி, தலக்கி தேச்சு, கெழங்கு மஞ்சள உரசி தேச்சு குளிச்சு கௌம்புனா.

அவ தலையில குண்டுமல்லி ஒரு மொழத்துக்கு தொங்குச்சி. அவ கையில எப்போதும் இருக்குற ஒரு ஒயர்கூடயில வேண்டிய பொருள் எல்லாம் போட்டு தூக்கி கொண்டுகிட்டு போனா.

காலையில ஊருலருந்து குரங்கன் நடைவழியா சட்டு சட்டுனு நடந்தா. அவ நடையே ஒரு அழகு. இன்னக்கி அவ கெட்டியிருக்கது மஞ்சள் நெறத்து காட்டன் பட்டு.

மஞ்ச நெறத்து சேலயில அவ கோயிலு செல மாதிரி இருக்கா. அவளோட நடதான் காட்டிக் குடுக்கும். அவ சந்திக்கப் போற ஆளு எப்டியாப்பட்டவரு. சாதாரணமா வெளிய கௌம்பும்போது அவ மெதுவாதா நடந்து போவா. ஆனா அதே முக்கியமான ஆளா இருந்தா தெருவுல டங்கு டங்குனு வேகம் கூடும். அந்த நடையோட

வேகத்துக்கும், அவ சேல அசைவுக்கும் ஒரு இனம்புரியாத அழகு இருக்கும். அந்த சேலையோட முன்பகுதி வலது கால்ல பட்டு முன்ன போயி, அடுத்து பின்னவரும். அது அவ கால்ல பட்ட ஒடனே டப்புனு ஒரு சத்தம் கேக்கும். அந்த சத்தந்தான் அந்த நடையோட அழகே.

குரங்கன் நடை வளைவுல தென்காசி போற ஒரு கேரளா பஸ் இவ முன்னால வந்து நின்னது. அவ ஏறி உக்காந்தா. டிக்கெட் எடுத்தா, தென்காசி பஸ் ஸ்டாண்டு வந்தா, அங்க அவளுக்கு முன்னாடியே கார் அவளுக்காக காத்து கெடந்துச்சி. அவ அந்த செவப்பு கலரு கார்ல ஏறி உக்கார்ந்தா.

வண்டி அந்த பங்களாவுக்கு தென்காசிக்கி கெழக்க, நேரா ஒரு காட்டு வழியா போனது. அவ காருக்குள்ள ஜம்முன்னு உக்காந்துருந்தா. பங்களா வந்ததும், ஒரு ஆளு காரத் தொறந்து விட்டுச்சி. மகாராணி மாதிரி காருல இருந்து வெளிய வந்தா.

எப்போதும் போல போன உடனேயே நல்லா சாப்பிட்டு படுத்து உறங்கிட்டு சாயங்காலம் எந்திரிச்சி சாயாலாம் குடிச்சிட்டு தெம்பா இருந்தா.

சாயங்காலமா குளிக்க ஆரம்பிச்சு, அன்னக்கி கட்டுறதுக்காக வச்சிருந்த குங்குமக்கலர் சேலைய கட்டிட்டு இருந்தா. அவளுக்கு ஒரு கூட நெறய பிச்சி பூவ கொண்டாந்து குடுத்தாங்க. அவ அத வாங்கி நாலு மடிப்பா போட்டு வச்சுகிட்டா. அவளோட முடி நீளத்துக்கு பூவு இருந்துச்சி. குண்டுமல்லிக்கி அப்பறமா வாசத்துல கெறங்கடிக்கிறது பிச்சிப்பூ தான்.

போதுமுங்குற அளவு எடுத்துகிட்டா. அவ ராத்திரிக்கு தங்கப்போற அறைய போய் பாத்தா. ஒரு பணக்கார வீட்டுல நடக்குறா முதலிரவு அற மாதிரி இருந்துச்சி. கொஞ்ச நேரம் ஆனதும் அந்த அரசியல்வாதி வந்தாரு. வந்த பின்ன அவரு மறுபடியும் போய் குளிச்சிட்டு செண்டு பாட்டில் எடுத்து உடம்பெல்லாம் தேச்சிட்டு உள்ள போனாரு. அன்னக்கி அவ கொண்டுபோன சரக்க எடுத்து கொடுத்தா. ரெண்டு பேரும் ஒன்னா குடிச்சாங்க. ராத்திரி விடியற வர கச்சேரி நடந்தது.

காலையில எந்திச்சா, காப்பி குடிச்சா, கையில பணத்த வாங்குனா. அவருகிட்ட போகும்போது கேட்டா, "ஐயா எல்லாம்

திருப்திதான"னு. அதுக்கு அவரு, "பரம திருப்தி"னு சொன்னாரு. அத கேட்ட உடனேயே அவ மொகத்துல ஒரு சிரிப்பு வந்தது.

அவள காருல அனுப்பி வச்சிட்டு, அந்த பங்களாவுல வேல பாக்குற அத்தன பேருக்குமே கறி விருந்து போட்டாரு அவரு.

இது தொடர்ச்சியா மாசத்துக்கு ஒரு மொறங்கிற கணக்குல நடந்துகிட்டே இருந்துச்சி. ஒருநாள் இவரு இவள பத்தி ஒரு முக்கியமான ஆள்கிட்ட விசாரிக்க சொன்னாரு. அப்போ அவ ஊரு வாழ்க்க எல்லாத்தப் பத்தியும் விசாரிச்சு சொன்னாங்க. சொல்லும்போது அவ பள்ளக்குடியில பொறந்தவானு சொன்னாங்க. அத கேட்டதும் அந்த அரசியல்வாதிக்கி மூஞ்சி செத்துப்போச்சி. ஏன்னா, அவரு நெனச்சது அவ அவரோட சாதின்னு.

ஒருநாள் ரெண்டு பேரும் ஒன்னா இருக்கும்போது, அவரு கேட்டாரு, "நீ இந்த சாதிய சேந்தவளா"ன்னு. அதுக்கு அவ, "ஆமா நான் பள்ளச்சிதா, எதுக்கு கேக்கீக ஐயா"னு கேட்டா. ஏன்னா நான் என் சாதிக்காரினு நெனச்சேனு சொன்னதும், அவளுக்கு வந்துச்சி ஒரு கோவம். கோவத்துல கத்தி பேச ஆரம்பிச்சா.

"என்னய்யா சொன்னீரு, உங்க சாதிக்காரி கூதியில என்ன சீரகமா மணக்கும். ஏன் இத்தன தடவ எங்கூட படுக்கும்போது நல்லா இருந்துச்சினு தான சொன்னய. இப்ப பள்ளச்சி பணியாரம் ஒமக்கு கசந்து போயிருதோ ? என் சாமான நல்லா நாக்க சொழட்டி சொழட்டி நக்கும்போது தெரியலயோ ? சாதியாஞ் சாதி. கூதியில பாக்கியளோ சாதி"னு கேட்டதும் அவனுக்கு என்ன பேசறதுனு தெரியல. அதுவரைக்கும் எத்தனையோ பொம்பளைகள ஒரு பொருட்டா எடுத்துக்காம, அசிங்கமா பேசுன அந்த ஆளு, அவ பேச்சக் கேட்டு திக்குமுக்காடிப் போனாரு. அவருக்கு என்ன சொல்லி சமாளிக்கனு தெரியல. உடனே சேலைய கட்டிட்டு "என்ன தென்காசி பஸ் ஸ்டாண்டுல கொண்டு போயி விடும். இல்லன்னா மரியாத கெட்டுப் போயிரும்"னு சொன்னா. "நான் உங்கள பள்ளியனூரு பக்கம் கூட பாத்துறாக் கூடாது. பாத்தா அந்த எடத்துல வச்சி எல்லாரு முன்னாலயும் எங்கூட படுத்தது நல்லா இருந்துச்சானு கேப்பேன்"னு சொன்னா. அவரு அதுக்கு அடுத்து வந்த எலக்சன்ல எம்.எல்.ஏக்கு போட்டி போட்டாரு. பள்ளியனூரு பக்கம் ஓட்டுக் கேட்கணும்னு கூட அவர் வரவே இல்ல.

30

நாளுக்கு நாள் இவளோட தொழிலும் பவுசும் கூடிக்கிட்டே இருந்தது. சரி நமக்கும் ஒரு வீடு வேணும்லானு, அவளுக்கு வீடு கெட்டணும்னு ஆச வருது. அவா இப்போ இருக்கது அவளோட பூர்வீக வீடு. இவளோட குடும்பத்துப் பங்கு. அவ வீட்டுப்பக்கம் அவளோட வீட்ட ஒட்டுனா மாதிரி இருக்கு கோழி பழனி வீடு. பழனியோட தாத்தாவும், இவளோட தாத்தாவும் ஒரு தகப்பன், ரெண்டு தாயிக்கி பெறந்தவங்க. ராக்கு தாத்தாவோட அம்ம எளயவடியா. பல காலமாவே இந்த மூத்த தாரத்து, எளைய தாரத்து சண்ட நடந்துகிட்டே இருக்கு. ராக்கம்மாளோட தாத்தா கொஞ்சம் பயந்த சுபாவத்தோட இருக்குற ஆளு. அந்த காலத்துல பொழக்கத் தெரியாத மனசன்னு பேரு வாங்குன ஆள்.

சொத்து எல்லாத்தையும் பழனியோட தாத்தா ஏமாத்திட்டாரு. இவங்களுக்கு கெடச்சது என்னமோ, இன்னக்கி ராக்கு இருக்குற ஒன்னர செண்டு எடம்தா. இந்த எடத்துக்கும் பத்திரம் எல்லாம் பழனியோட தாத்தா அந்தக் காலத்துலயே ஆட்டையப் போட்டு வச்சுக்கிட்டாரு. ராக்கு தாத்தாவ போலதா அந்த குடும்பமே, ஒரு காலமும் புத்தியோட பொழக்கல. இன்னக்கி வீடு கெட்டணும்னு ஆச இருக்கு. ஆனா, அவளால என்ன செய்யன்னு ஒன்னும் ஒடல. இவளுக்கு யாருகிட்டயாச்சும் உதவி கேக்கணுமுனு தோணுது. அவ கேட்டிருந்தா எல்லாமே நடந்துருக்கும். அவளுக்கு அந்த ஊருக்குள்ள வீடு என்ன? பங்களாவே கெட்டித்தர ஆளு இருந்துச்சி. ஆனாலும் அவளுக்கு யார்கிட்டயும் உதவி கேட்க தோணல, அது சரிபட்டு வராதுனு நெனச்சா.

எங்க எவனாச்சும் வீடு கட்டுறேங்குற பேருல நம்ம ஊருலயே வந்து தங்கணும்னு ஆசப்படுவான். எப்பவாச்சும் அத முருகன் பாத்தாமுன்னா நம்மள என்ன நெனப்பான்னு அவளுக்கு தெரியுது. அவளுக்கு அதனாலயே நம்ம மட்டும் என்ன நடக்குமுனு முண்டுவோம்னு[1] யோசன பண்ணுனா.

122 | கெளிமதம்

சரி எடத்த அளக்கணும்னு யோசிக்கா. ஆனா பத்திரம் எங்கனு கேட்டா பழனி அத தரவே மாட்டான். பழனிகிட்ட பேசாத அவா ஒருநாளு கூப்புட்டு பேசுனா. ஆனா அதுக்கு அவன் புடிகொடுத்து பேசல. பத்தரத்தப் பத்தி கேட்டா. அதுக்கு அதெல்லாம் இல்லனு சொல்லிட்டான்.

கிராம நிர்வாக அதிகாரிகிட்ட போய் கேட்டா. அவரு எல்லாத்தையும் கேட்டுட்டு, “எம்மா ஒன்னும் பிரச்சனை இல்ல. நான் என்ன கதியில இந்த எடம் இருக்குனு சொல்லுதே. ஆனா, நீ உங்க ஊருல இருக்குற ஊர்த்தலைவர்கள கூட்டிட்டி வந்து சாட்சி சொல்ல வச்சி, இந்த பிரச்சனைய சுமூகமா முடிக்கணும்”னு யோசன சொன்னாரு.

இப்டி இந்த ஊர்க்காரப் பயலுக காலப் புடிச்சு நக்கதுக்கு நம்ம இந்த குடிச வீட்டுலயே காலத்த கழிச்சிருவோம்னு முடிவே பண்ணிட்டா. அவளுக்கு வாழ்க்கயில இருந்த முக்கியமான ஆசையே அந்த ஒண்ணுதான். ஆனா அதுவுங்கூட நெறவேறாம போயிருமோனு அவளுக்கு தோணுச்சி.

---

1. முயற்சி செய்தல்

31

ஒரு வாரமா நீலிக்கெழவிக்கி சுகமில்லனு எல்லா ஆளுகளும் பேசிக்கிடுதுக. இவளுக்கு கெழவியப் பாக்கணும்னு ஆச. ஆனா எந்த மூஞ்சிய வச்சுகிட்டு அவளப் பாக்கப் போறது. போனாலும் அவ நம்மள பாக்க மாட்டேனுட்டானா என்ன செய்யனு யோசிச்சுகிட்டே இருப்பா. இருந்தாலும் கெழவி நம்மள பாக்க ஆசப்பட்டான்னா கூப்பிடட்டும்னு நெனைச்சு, வைராக்கியத்துக்கு அவள பாக்க போகக்கூடாதுனு இருக்கா. ராக்கு கெழவிய பாக்க போகாட்டாலும் அவள பாக்கணும்னு ஆசையெல்லாம் இருக்கு. வீட்டுப் பக்கம் போற ஆளுக எல்லாருகிட்டயும் விசாரிக்கா.

ஒரு மசங்குத நேரம் சூரியன் மறயப் போவுது. வீட்டுக்கு முன்னால தண்ணி தெளிச்சுகிட்டு இருந்தா ராக்கு. நீலிக்கெழவி சொந்தக்காரன் கீழ்வீட்டுல இருந்து ராக்கம்மாளக் கூப்பிட வந்தான்.

“நீலி கெழவி இழுத்துகிட்டு கெடக்கா. உன்னய பாக்கணும்னு கூப்பிடுதா”னு சொன்னான். இவளுக்கு என்ன சொல்லனும்னு தெரியாம, தண்ணிப் பானைய கீழ வச்சிட்டு கை, கால கழுவிட்டு உடனே நீலி கெழவி வீட்டப் பாக்க போனா.

கெழவி வீடு அந்தக் காலத்துலயே கெட்டுன பெரிய வீடு. இவ போன நேரம், கெழவிய நடு வீட்டுக்குள்ள பாய விரிச்சு போட்ருந்தாங்க.

இவ மெதுவா தயங்கி தயங்கி உள்ள போனா. கெழவிய பாயில மெதுவா தூக்கி சொவத்துல சாத்தி வச்சிருந்தாங்க. இவ போயி கெழவி கால் மாட்டுல உக்காந்தா. நீலிக்கெழவிய உத்துப் பாத்தா. கொஞ்ச நேரம் ராக்கம்மாள உத்துப் பாத்தா நீலிக்கெழவி. பக்கத்து வீட்டு மணி கெழவி காதுகிட்டப் போயி “ஏ கெழவி யாருனு தெரியுதா ? ராக்கம்மா அக்கா. நீ பாக்கணும்னு சொன்னல்லா”னு சொன்னதும் கெழவி வாய் அசஞ்சு அவ சிரிக்கது தெரியுது. உடனே மணி சொன்னான்.

”கெழவிக்கி ஆளு எல்லாம் தெரியுதுக்கா. ஆள் நல்ல அடையாளம்லா தெரியுது”

ராக்கம்மாளுக்கு சந்தோசம் ஒரு பக்கம், அழுக ஒரு பக்கம். எத்தன வருசம் ஆச்சி, இந்தக் கெழவி நம்மட்ட பேசி அப்டின்னு நெனச்சா. ராக்கம்மா அழுவுதத பாத்து கெழவிக்கும் அழுக வருது. கெழவி கண்ணுல இருந்து தண்ணி வாரத பாத்து அத தொடச்சு விட்டா ராக்கம்மா. கெழவி இம்புட்டு நாளு பேசாம இருந்தத நெனச்சு கோவத்துல வையுதா.

“அடா கெழட்டுக் கூதிமவள, உனக்கு இப்பந்தா என் நெனப்பு வருதோ? எத்தன நாளு ஒன்கிட்ட பேசவந்தே, என்னக்காச்சும் மூஞ்சியக் குடுத்து பேசுனயா நீ! மண்டையப் போட்ருவோமுனு என்ன கடைசி நேரத்துல வரச் சொல்லுதியோ”னு கேட்டா ராக்கம்மா.

இத கேட்டதும் நீலிக்கெழவிக்கி கண்ணுல தண்ணி வடியுது. மணி, கெழவி காதுகிட்ட வந்து, “ராக்கம்மா அக்காள இப்பதா பாக்க தோணுச்சோனு கேக்கா”னு சத்தமா சொன்னான்.

உடனே ராக்கம்மா, “அடா எடுபட்ட பயலே, தூரப்போ அங்குட்டு, அவள என்ன செவுடினு நெனச்சயோ. அவளுக்கு நல்லா காது கேக்கும். அவா பரலோகம் போவுமுன்ன நான் கொஞ்ச நேரமாச்சும் பேசிக்கிடுதேன்”னு சொன்னா. அவன் வெளிய எந்திச்சுப் போயிட்டான்.

ராக்கம்மா என்னக்கி இந்த தொழில கையில எடுத்தாளோ அன்னையிலிருந்து, நீலிக்கெழவி இவள பாத்தாலும் பேசுதது கெடயாது. இவா மாசமா இருக்காணு தெரிஞ்ச உடனே, இவளுக்கு மாவாட்டி, மண்டவெல்லம் போட்டு, இட்லி கொப்பரயில தட்டுல வச்சு அவிச்சு தட்டப்பம் செஞ்சு குடுத்து விட்டா. ஆனா பெரியய்யா கூட இவா பழக்கமா இருக்கானு தெரிஞ்சதுமே கெழவி இவள வெறுக்க ஆரம்பிச்சுட்டா. வயக்காட்டுப் பக்கம், நடுவ களபறிக்க வந்தாலும் ராக்கம்மாள பாத்த உடனே மூஞ்சிய திருப்பிக்குவா.

ஒருமுறை நீலிக்கெழவிய பாத்து ஆசயா கிட்ட பேசப்போனா ராக்கம்மா. ஆனா கெழவி இவ பக்கத்துல வாரதப் பாத்ததும், சாடமாடயா வஞ்சா.

“பொம்பளன்னா ஒழுக்கமா இருக்கணுமுட்டி அரிப்பு எடுத்துப் போயி அலையப்படாது. நெறய பொட்டச்சிய கூறு

கெட்டத்தனமா அலையுதாளுக. ச்சீ எச்சிக் கழுதைய அவளுக மூஞ்சில முழிச்சாலும் கஞ்சி கெடக்காது"னு சொன்னா. இத கேட்டதும் ராக்கம்மா வந்த வழியே திரும்பிப்போனா. அதோட சரி அதுக்கு அப்பறமா கெழவி நீலிகிட்ட பேசி பல வருசம் ஆகுது.

அப்பப்போ கெழவிக்கி மனசு கேக்காம, முத்தம்மாகிட்ட ராக்கம்மாளப் பத்தி விசாரிப்பா. ஆனா இத உன் மவாகிட்ட சொல்லிறாதனு சொல்லுவா.

கெழவிக்கு எல்லா நெனவும் ஊசலாடுது. ஆனா பேச்சுத்தா வரல. கெழவிக்கு ராக்கம்மா கையால பால் ஊத்துனா.

கெழவி வாயில் பால் ஊத்துனதும் பாதி வாய்க்குள்ளயும் மீதி வாயோரமாவும் வடியுது. வடியுத பால ஒரு துணிய வச்சு தொடச்சுவிட்டா ராக்கம்மா. கெழவி கால எடுத்து தன்னோட மடியில வச்சு கொஞ்சங் கொஞ்சமா புடிச்சுவிட்டா.

கொஞ்ச நேரத்துல கெழவிக்கு இழுக்க ஆரம்பிச்சது. எல்லாரும் பக்கத்துல வந்து பாக்காங்க. ஆனா ராக்கம்மாளுக்கு மனசு ரொம்ப கஸ்டமா போவுது. இத்தன வருச காலம் கெழவி மூஞ்சியிலயே முழிக்காம இருந்துட்ட மேன்னு நெனச்சு அழுவுதா. மூச்சு மேலயும், கீழயும் இழுக்கவும், எல்லாரும் வழிய விடுங்க, கெழவிக்கி காத்து வரட்டுமுன்னு சொல்லி ஒரு துண்ட எடுத்து கெழவி மூஞ்சு முன்னாடி காத்து வீசினா. நீலி மவனுக்கு சேதி சொல்லியாச்சி.

32

நீலிக்கெழவிய அந்த ஊருல உள்ள எல்லா ஆளுகளுக்குமே ரொம்ப புடிக்கும். வாயாடி கெழவி, சொலவட சொல்லுததுல அவள மிஞ்ச அந்த ஊருல ஆளேக் கெடயாது. எல்லாருக்கும் நல்ல புத்தி சொல்லுவா, அவா புருசன் சின்ன வயசுலயே மஞ்சக்காமால வந்து எறந்து போனாரு. அவரு எறந்ததுக்கு அப்பறம் ரெண்டு பிள்ளகளயும் வச்சு ரொம்ப கஸ்டப்பட்டா கெழவி. எந்த ஆம்பளக கிட்டயும் பேசமாட்டா. ராத்திரிக்கி தூங்கயில பாயிக்கி பக்கத்துல ஒலக்க கம்ப போட்டுதான் தூங்குவாளாம். எந்த ஆம்பளயும் ராத்திரிக்கி கதவ தட்டிற கூடாதுனு வைராக்கியத்துக்கு வாழ்ந்தா கெழவி.

அப்டி கஸ்டப்பட்டு பிள்ளையளவளத்தா கெழவி. மூத்த மவன் பேரு சப்பாணிமாடன். மக பேரு சப்பாணிமடத்தி. ரெண்டு பேருக்குமே ஊருல இருக்க தெய்வத்தோட பேரத்தான் வச்சா நீலி.

மூத்த மவன் சப்பாணிமாடன் சின்ன வயசுலருந்தே நல்லா படிப்பாராம். மகளுக்கு கூட படிப்பு மண்டயில ஏறல. பிள்ள பள்ளிக்கூடம் போயி நல்லா படிக்கானேனு கெழவி மவன ஒரு சின்ன வேலகூட செய்யச் சொல்லமாட்டா. நம்ம புள்ளய எப்டியாச்சி ஒரு கெவுருமெண்ட் அதிகாரியா ஆக்கணும்னு கனவு கண்டா நீலி.

நீலிக்கும், மகளுக்கும் பழைய கஞ்சினா மவனுக்கு மட்டும் பிரத்தியமா சுடுகஞ்சி இருக்கும். அவளுக்கு எப்டியாச்சும் நம்ம மவன், நம்ம படுத கஸ்டத்த பட்றக்கூடாதுனு மட்டுந்தா ஒரே எண்ணம். கஸ்டம்னா கஸ்டம் கொஞ்ச நஞ்ச கஸ்டமில்ல. புள்ளக்காக பெரும்பாடு பட்டுப்போனா நீலிக் கெழவி.

ஆனா இவன் வளர வளர இவங்கிட்ட கொஞ்சம் ஒவ்வாமயும் சேந்தே வளர ஆரம்பிச்சது. எனக்கு எதுக்கு சப்பாணிமாடம்னு பேரு வச்ச. கூடப்படிக்க புள்ளய எல்லாரும் கிண்டல் பண்ணுதுலானு சொல்லுவான். அவளுக்கு பதில் என்ன சொல்லுததுனு தெரியாது. இவன் செங்கோட்ட வர பஸ்ல போயி படிக்க படிக்க நீலிக்கெழவிய மேலயுங் கீழயும் பாத்து பெத்தவளுக்கே புத்தி சொல்லுவான்.

“எம்ம எதுக்கு இப்டி சேல கெட்டுத, டீசண்டா சேல உடுத்த, மாட்டயோ”னு கேப்பான். கெழவி ஒரே சொல்லுல ஊருக்கே கத போட்டு வாயடப்பா. ஆனா மவங்கிட்ட எதயுமே பேசமாட்டா. எப்பவாச்சும் அதே வார்த்தய திரும்பவும் கேட்டான்னா, “நீ டீசண்டா இருந்தா எனக்கு ரொம்ப சந்தோசம்பா. நா டீசண்டா இருக்கணும்னு நெனச்சா உனக்கும் உன் தங்கச்சிக்கும் ஒருவாய் சோறு கூட எஞ்சாது”னு சொல்லுவா.

ஆனாலும் மவன் படிக்க படிக்க ஆளுகளோட ரொம்ப ஒண்ட மாட்டான். இது நீலிக்கெழவிக்கி சங்கடத்த உண்டு பண்ணுச்சி. அதே நேரம் நல்லா படிக்கவும் செஞ்சான். பத்தாங் கிளாஸ் பாஸ் பண்ணான். நீலிக்கெழவி ரொம்ப சந்தோசப்பட்டா. அந்த ஊருக்குள்ள மொத மொதலா பத்தாங்கிளாஸ் பாஸ் பண்ண ஆளு நீலி மவன் சப்பாணிமாடன்தா. அதுக்கு அப்பறமா போலீஸ் வேலக்கி எழுதி போட்டான். அவன் ஆளும் நல்ல வளத்தியா இருப்பான். போலீசு வேலயும் மதுரையில கெடச்சது.

ஆரம்பத்துல மாசத்துக்கு ஒரு மொற லெட்டர் போடுவான். படிப்படியா அதுவும் கொறஞ்சது. வேலக்கி சேந்த ஆறு வருசத்துல அங்கேயே ஒரு புள்ளய காதலிச்சு கல்யாணம் பண்ணிக்கிட்டான்.

இது தெரிஞ்சு இடிஞ்சு போனா கெழவி. அம்ம எப்டி இருக்கானு லெட்டரும் கூட போடுறது இல்ல. இவன் வேலக்கி போனாமுனா கூடப் பொறந்த தங்கச்சிய கெட்டி குடுப்பாமுனு நெனச்சா கெழவி. ஆனா அது நடக்கவே நடக்காதுனு சொல்லிருச்சி இவனோட நடவடிக்கயே. இனி இவன நம்பி ஒரு பிரயோசனமும் இல்லன்னு, பழையபடி நாத்து நட, கள பறிக்க, இஞ்சி வக்க, கடல விதக்க, கடல அடிக்க, ஊர் ஊரா செங்குளம், தென்காசி, சுந்தரபாண்டியபுரம் வரைக்கும் போயி தங்கி இருந்து கதிர் அறுப்புக்கு போயி பழையபடி கஸ்டப்பட்டா. ஊரச் சுத்தி இருக்க கொளத்து காட்டு கரையோரமா இருக்க ஆமணக்கு மூடுகள[1] கூட விடமாட்டா.

வெளஞ்ச ஆமணக்க கண்டதும் புடுங்கிட்டு வந்து காயப்போட்டு வெடிச்சதும் வெதய சேகரிச்சி அதயும், பின்னங்கொட்ட, இலுப்பங்கொட்ட, தேக்கங் கொட்ட, வேப்பங் கொட்டனு எல்லாத்தயும் சேத்து வார ஆளுககிட்ட வித்து கொஞ்சங் கொஞ்சமா மவளுக்கு நக நட்டு சேத்தா நீலிக்கெழவி.

பலநாளு கழிச்சு ஒரு மொற லெட்டர் போட்டான் மவன். அது எம் பொண்டாட்டி மாசமா இருக்கதால, அவா அவளோட அம்ம வீட்டுக்கு போயிருக்கா. எனக்கு கஞ்சிகாச்சி கறிவச்சுத்தர ஆளு இல்லன்னு வரச்சொல்லியிருந்தான்.

இவளுக்கு கையுங்காலும் ஓடல. மவனப் பாக்கப் போற சந்தோசத்துல துள்ளிக் குதிச்சா. ஊருல உள்ள வெவரமான ஆளுக இவள செங்குளத்துல இருந்து ரயிலு ஏத்தி விட்டுச்சிக. இவா ரயிலு போறதே அதுதான் மொத மொறயாம். சந்தோசமா போனா. மவன் அடையாளமா கூப்டுகிட்டான் ஆனா நீலியப் பாத்த எந்த சந்தோசமும் இல்ல மவனுக்கு. இவள கூட்டிகிட்டு போனதுல இருந்தே அவன் மொகத்துல கொஞ்சங்கூட அருளே இல்ல. இவளுக்கு அத நெனச்சா ஒரே சங்கட்டமா இருக்கு.

நீலிக்கெழவிக்கு சின்ன வயசுல இருந்தே சட்ட போடுத பழக்கமே இல்ல. நல்ல காட்டன் சேலையா வாங்கி, கொசுவம் வச்சு கெட்டி, நீளமா இருக்க முந்தானைய இடுப்புக்கு மேல நாலஞ்சு சுத்து சுத்துவா. அவளுக்கு மேல்சட்ட போடுதது புடிக்காது. நீலிக்கெழவிக்கு முங்கா சேல[2] கட்டத் தெரியாது.

அவனோட மாமனும் மாமியும் பக்கத்து ஊருல இருக்காகன்னு சொன்னா. ஆனா தன்னோட பொண்டாட்டிய கூட பாக்க கூட்டிட்டு போகல. வீட்ல இருந்த போட்டாவுலதா மருமவள பாத்துக்கிட்டா கெழவி.

ஒருவாரம் ஆனதும் ஒருநாள் கெழவி வீட்டுக்குள்ள தரையில நல்லா அசந்து தூங்கிட்டு இருந்தா. இவா அசந்து தூங்கிட்டு இருக்கும்போது கூட வேல பாக்க அதிகாரி யாரோ வந்துருக்காங்க. அப்போ கெழவி படுத்துருந்தத பாத்துட்டு, யாருனு கேட்ருக்காங்க. அதுக்கு அவன் "இது எங்க ஊருல பக்கத்து வீட்டுக் கெழவி எம் பொண்டாட்டி இல்லாததால வீட்டு வேல பாக்க எங்க அம்மா அனுப்பி வச்சிருக்காங்க"னு சொன்னான்.

இத கேட்டுகிட்டே இருந்த கெழவி வந்த ஆளு போன பெறகு. "எலே எடுபட்ட பயல, நான் என்ன ஒன் வீட்டு வேலக்காரியால, ஒன் அம்மனு சொன்னா நீ என்ன கொறஞ்சு போயிருவியோ. உன்ன பெத்து, உங்க அப்பன் செத்த நாட்டுல, ரொம்ப சங்கடப்பட்டு

ஒருநாளு கூட வீட்ல குத்த வக்காம நாங்க கெடச்சத தின்னுகிட்டு உனக்கு மட்டும் பிரத்தியமா கஞ்சிகறினு குடுத்தம்பாரு அதுக்கு நீ இன்னும் சொல்லுவ?

உனக்கு எட்டுக்குத்துக்கு எளையவாதான உன் தங்கச்சி. அடுத்த வீட்டுக்கு போற புள்ள வயசுக்கு வந்ததுக்கு கூட ஏதாச்சும் நல்லது புள்ளது செஞ்சு குடுத்துருப்பனா, இல்லனா வாயத் தொறந்து அவாதான் கேட்ருப்பாளா? நான் இன்னக்கே ஊரப்பாத்து போறேன். என்ன வண்டி ஏத்தி விடு" சொன்னா.

மகன் என்னென்னனோ சொல்லி சமாளிச்சுப் பாத்தான். ஆனா எதுவுமே அவளுக்கு ஒப்பல. அவ அவங்கிட்ட கடைசியா சொன்னா.

"இனிமே உனக்கும் எனக்கும், எந்த சம்பந்தமும் இல்ல. நான் உனக்கு அம்மயும் இல்ல, நீ எனக்கு புள்ளயும் இல்ல. நான் செத்தாலும் நீ என் மூஞ்சில முழிக்கக் கூடாது. என்ன ரயிலுக்கு மட்டும் ஏத்தி விட்ரு நான் என் ஊரப் பாத்து போவணும்"னு சொன்னா.

சாயங்காலமே மகன் ரயிலுல ஏத்தி விட்டான். வண்டியில ஏறி உக்காந்ததும் அவனக் கண்டு மொகத்தத் திருப்பிகிட்டா கெழவி.

மறுநாள் காலையில வீட்டுக்கு வந்து எழவு வீடு மாதிரி ஒப்பாரி வச்சா. அந்த ஒப்பாரிக்கி ஊரே கூடிருச்சி. அந்த ஊரே நீலி மவன வெறுத்துருச்சி. கெழவி அன்னக்கி சொன்னா. "நான் செத்த அப்பறமா என்ன நடந்தாலும் சரி. ஆனா நான் உயிரோட இருக்குற வர அந்தப் பெயமவன நான் எதுக்குமே கூப்புட மாட்டேன். இந்த ஊருக்காரங்களும் எதுக்கும் கூப்புடக் கூடாது"னு சொன்னா. ஊருக்கு வந்த கொஞ்ச நாள்ல மகள சொந்தக்காரன் ஒருத்தனுக்கு கட்டிக் கொடுத்தா. அந்தக் கவலயிலயே ஓஞ்சு போனா கெழவி. ஆனா கவலயெல்லாம் மனசுக்குள்ள இருந்தாலும் வெளிய அதக் காட்டிக்காம, எல்லா ஆளுக கிட்டயும் நல்லா கிண்டல் பண்ணிப் பேசுவா. இன்னக்கி கெழவி செத்த பெறகுதா, மகனுக்கு தகவல் சொன்னாங்க.

கெழவி இதுநாள்வர மகன பாக்கக் கூடாதுனு இருந்த வைராக்கியத்த மீறவே இல்ல. கெழவியோட மருமகளோ,

பேரப்பிள்ளைகளோ எப்டி இருக்குமுனு கெழவிக்கு சாகுற வர தெரியாது. மகனே மதுரையிலிருந்து வந்தாலும் இப்போ எப்டி இருப்பாமுனு தெரியாது. கெழவி வைராக்கியத்தோடவே செத்துட்டா.

---

1. மூடு–செடி
2. முன்னால் மடிப்பு வைத்து சேலை கட்டும் முறை

33

கெழவி செத்த உடனேயே கீழ ஆம்பூர்ல இருந்து மேளக்காரங்கள வரச்சொல்லியாச்சி. திருநெல்வேலில எத்தனையோ ஒப்பாரி மேளம் இருந்தாலும் கீழ ஆம்பூர் சங்கரன் ஒப்பாரி மேளந்தான் அந்த ஜில்லாவயே ஆட்டி படச்சது. கையில துட்டு இல்லாம மேளம் போடவாணு நீலி மக சப்பாணி தயங்குனா. ராக்கு மேளத்துக்கான செலவு என் பொறுப்புனு சொல்லி அவங்கள வரச்சொல்லிட்டா.

தாயார் மேளம் செகசோதியா வந்து எறங்குச்சி. ராத்திரிக்கே ஊர்க்கார பொம்பளைய எல்லாரும் வந்துட்டாக. மேளம் வாரது தெரிஞ்சு சின்ன புள்ளைகள்ல இருந்து எல்லா ஆளுகளும் துட்டி வீட்லதான் இருந்துச்சி. வீட்டுக்கு வெளிய முத்தத்துல ஆட்டக்காரங்க ஒப்பாரி பாட்டு படிக்க ரெடி ஆனாங்க. எல்லா மேளக்காரங்களையும் நல்லா ஒப்பாரி அடிக்க சொன்னாங்க. ராக்கு அவா வீட்டுல இருக்க பொம்பளையல வரச்சொல்லி தங்கச்சன் காய்ச்சி வச்சிருந்த நாலு கொடம் சாராயத்தயும் எடுத்துகிட்டு வரச்சொன்னா.

ரெண்டு பெரிய கொடத்து சாராயத்தயும் வெளிய இருந்த ஆம்பளயாளுக்கு குடுத்தா. ரெண்டு கொடம் பொம்பளயளுக்கு. தாயார் மேளம் கேட்டு ஊருல இருக்க ஆளுக கொஞ்சங் கொஞ்சமா வர ஆரம்பிச்சதுக.

அந்த நேரமே ஊருக்குள்ள இருந்த பொட்டி கடைக்கி போயி, ஒரு ஓலப்பெட்டி நெறய முறுக்கு வாங்கிட்டு வரச் சொன்னா.

எல்லாப் பொம்பளயளுக்கும் ஊத்திக் குடுத்தா. கொஞ்ச நேரத்துல காட்டு வேலக்கிப் போய் களைப்புல வந்த பொம்பளய எல்லாம் சாராயத்த குடிச்சிட்டு, முறுக்க வாயில போட்டு அச போடுதுக. நீலி செத்த நேரம் ஊரே திருவிழாகோலமா மாறிப்போச்சி.

ராக்கம்மா ஏற்கனவே கெழவிக்கிட்ட சொன்னது போல, மொத ஒப்பாரி நான் தா வப்பேனு சொன்னா. ஏற்கனவே நல்லா ஆட்டம்

போடுவா, அந்த ஊருல அவள ஊர விட்டு ஒதுக்கி வச்சது, இந்த ஊருக்குள்ள இல்லாதது, யாருமே பேசாதது, எல்லாவளும் இவள பரிகாசம் பண்ணது, இவ கஸ்டப்பட்டது, இவள எல்லாரும் தேவுடியானு சொன்னதுனு எல்லாத்தயும் மறந்து ஆடுனா.

ராக்கம்மாளோட வட்டக்கும்மியும், அவா கால சொழட்டி லாவகமா வைக்கதும், நெஞ்சுல ரெண்டு கையயும் வச்சு மாரடிச்சதயும், அவ ராகம் போட்டு பாடுனதயும் பாத்து ஊரு பொம்பளையலே அசந்துபோயி பாக்குதுக.

பொம்பளைய நடுவீட்டுக்குள்ள கும்மியடிக்கும் போது வெளியில தாயார் மேளம் அடிக்க மாட்டாங்க. அவா ராகம் போட்டு பாடுனத எல்லா ஆளுகளும் மெய்மறந்து கேக்குதுக. அவ ராகம் போட்டு படிச்சது அம்புட்டோடிய அழகா இருந்துச்சி. ராக்கம்மாளோட சேர்ந்து எட்டு பேரு நடு வீட்டுக்குள்ள கும்மியடிக்க வட்டம் போட்டாக.

தாயாரடிங்களம்மா தாயாரம்மா மாதாவே,
இந்த தங்கரதப் பந்தலுல தாயாரம்மா மாதாவே
சொல்லியடிங்களம்மா தாயாரம்மா மாதாவே
இந்த பூ நெறஞ்சக் கூட்டத்துல தாயாரம்மா மாதாவே
கடுகு உருண்டுவர தாயாரம்மா மாதாவே
அங்க கடுமழையும் பெய்துவர தாயாரம்மா மாதாவே
நாங்க கடுகப் பெறக்குவமோ தாயாரம்மா மாதாவே
அந்தக் கடுமழய தாங்குவமோ தாயாரம்மா மாதாவே
மௌகு உருண்டுவர தாயாரம்மா மாதாவே
அங்க மேமழையும் பெய்துவர தாயாரம்மா மாதாவே
நாங்க மௌகப் பெறக்குவமோ தாயாரம்மா மாதாவே
அந்த மேமழையத் தாங்குவமோ தாயாரம்மா மாதாவே
கத்திரிக்கா எங்களுக்கு தாயாரம்மா மாதாவே
அந்தக் கைலாசம் உங்களுக்கு தாயாரம்மா மாதாவே
பூசணிக்கா எங்களுக்கு தாயாரம்மா மாதாவே
அந்த பூவுலகம் உங்களுக்கு தாயாரம்மா மாதாவே

உங்களுக்கு காய்ச்சல் அடிக்கிதுன்னு தாயாரம்மா மாதாவே

நாங்க காசிக்கித்தான் கொண்டு போனோம் தாயாரம்மா மாதாவே

அந்தக் காசி வைத்தியரும் தாயாரம்மா மாதாவே

உங்களுக்கு கருமம் செஞ்சா தீருமுன்னான் தாயாரம்மா மாதாவே

உங்களுக்கு சீக்கோ வந்ததுன்னு தாயாரம்மா மாதாவே

நாங்க சீமக்கித்தான் கொண்டு போனோம் தாயாரம்மா மாதாவே

அந்த சீம வைத்தியரும் தாயாரம்மா மாதாவே

உங்களுக்கு செம்பெடுத்தா தீருமுன்னான் தாயாரம்மா மாதாவே!

இவா ஆடுத அழகயும் பாடுத ஒப்பாரி பாட்டையும் இவளோட ராகத்தையும் கேட்டு என்னனு பாடுதானு பாருன்னு எல்லா ஆளுகளும் சலசலனு பேசுதுக.

பக்கத்து அறைக்குப் போயி, ஒரு சின்னப் போணில சாராயத்த ஊத்தி கடகடனு குடிச்சா. பையில இருந்த முறுக்க எடுத்து வாயில போட்டு தின்னா.

அந்த நேரம் தெக்க களத்துல இருந்து ராக்கம்மாளோட அம்ம முத்தம்மா இழவு வீட்டு வாசல்ல நொழஞ்சா, வீட்டுக்குள்ள மகளப் பாத்ததும் வாசல்லயே உக்காந்துட்டா. அடுத்து ராக்கம்மா படிச்சா ஒரு பாட்டு.

ஆத்துக் குறுமணலாம் தாயாரம்மா மாதாவே

ஆனகட்டும் சாவடியாம் தாயாரம்மா மாதாவே

ஆனமொகம் சாஞ்சிருச்சே தாயாரம்மா மாதாவே

எனக்கு அரவணைப்பா யாருமில்ல தாயாரம்மா மாதாவே

கொளத்துக் குறுமணலாம் தாயாரம்மா மாதாவே

குதிரகெட்டும் கல்தூணாம் தாயாரம்மா மாதாவே

குதிரமொகம் சாஞ்சதுமே தாயாரம்மா மாதாவே

எனக்கு கொண்டணப்பா யாருமில்ல தாயாரம்மா மாதாவே

மாங்கா மரமேறி என்னபெத்த மாதாவே
நான் மரத்துக்குகொரு காய்பறிக்க தாயாரம்மா மாதாவே
நான் மங்க தலவிரிக்க தாயாரம்மா மாதாவே
அந்த மகராசன் கொள்ளிவக்க தாயாரம்மா மாதாவே
தென்ன மரமேறி தாயாரம்மா மாதாவே
நான் தினுசுக்கொரு காய்பறிக்க தாயாரம்மா மாதாவே
சீத தலவிரிக்க தாயாரம்மா மாதாவே
சீராமர் கொள்ளிவக்க தாயாரம்மா மாதாவே
மாசி மழபெய்ய தாயாரம்மா மாதாவே
இன்னக்கி மரத்தளவு தண்ணியில தாயாரம்மா மாதாவே
நான் மயிலா நனஞ்சுவர தாயாரம்மா மாதாவே
எனக்கு மாம்பூவு பட்டெடுத்து தாயாரம்மா மாதாவே
எனக்கு மயிலா உடுத்திடுவா தாயாரம்மா மாதாவே
எனக்கு மக்கபசி ஆத்திடுவா தாயாரம்மா மாதாவே
கோட மழ பெய்ய தாயாரம்மா மாதாவே
இன்னக்கி கொம்பளவு தண்ணிவர தாயாரம்மா மாதாவே
கொம்பளவு தண்ணியில தாயாரம்மா மாதாவே
நான் குயிலா நனஞ்சுவர தாயாரம்மா மாதாவே
எனக்கு குழந்தபசி ஆத்திடுவா தாயாரம்மா மாதாவே
எனக்கு மாதா இருந்தாளுன்னா தாயாரம்மா மாதாவே
எனக்கு மங்க அழுக்கெடுப்பா தாயாரம்மா மாதாவே
எனக்கு மணிமுடியும் சிக்கெடுப்பா தாயாரம்மா மாதாவே
தும்ப துளசியெல்லாம் தாயாரம்மா மாதாவே
இன்னக்கி தோட்டம் நெறஞ்சிருக்கும் தாயாரம்மா மாதாவே
என்ன பெத்தார் இல்லன்னதும் தாயாரம்மா மாதாவே
நான் தோட்டம் வெலகி நிக்கேன் தாயாரம்மா மாதாவே
பம்ப பரட்டையெல்லாம் தாயாரம்மா மாதாவே
இன்னக்கி பாத நெறஞ்சிருக்கும் தாயாரம்மா மாதாவே
பாண்டி மன்னார் பெத்த மக தாயாரம்மா மாதாவே

இன்னக்கி பாத வெலகி நிக்கேன் தாயாரம்மா மாதாவேனு அழுதுகிட்டே பாடுதா.

முத்தம்மா அந்த அறையில இருந்து துட்டி வீட்டு வாசல் பக்கம் வந்து இருந்து கிட்டா. அவளுக்கு பழைய நெனப்பல்லாம் வருது. அந்த கோயில் கொடை அன்னைக்கி கெழவி மண்டைய போட்டா நான்தான் தாயாரு அடிப்பேன்னு சொன்னா. அதேபோல நடந்துருச்சே. அன்னைக்கி மட்டும் அந்த கூத்து நடக்காம இருந்திருந்தா இன்னைக்கி நம்ம மவா வாழ்க்க இப்டி தெச கெட்டு போயிருக்குமானு நெனச்சு கண்ணீர் வடிக்கா.

இந்தப் பாட்டக் கேட்டதும், அவளுக்கு ஒன்னும் ஓடல. இந்தப் பெயவுள்ள நம்மள சாட்டிதான இப்டி தாயாரு அடிக்கானு நெனச்சு சங்கடப்படுதா. இவா வாழ்கைய நம்ம சீரழிச்சுட்டோம்னு சாடையிலலா பாட்டுப் படிக்கானு நெனச்சுப் பாக்கா.

அவகூட ஆடுன ஊரு பொம்பளைய எல்லாரும் சரியான ஆட்டம் போட்டாங்க. காலைல நாலு மணிக்கே கோழி கூப்டுத நேரம் பாத்து ஊருல எல்லா தெருவுலயுமே ஊர்ப்பொறுப்புல இருக்க ஒருத்தன் ஊர்த்துட்டி விழுந்துருக்குனு கத்தி கத்தி சொல்லிட்டேன் போவான். அப்பவே தெரியாத ஆளுகளுக்கும் துட்டினு தெரிஞ்சு போகும்.

வெளிய ஆட்டக்காரங்க சலங்க கட்டி ஆட்டம் போடுதாங்க, விடிய விடிய ஆடுனா, விடிஞ்சதும் கொஞ்ச நேரம் தூங்குனா. காலையில ஆட்டக்காரங்களுக்கு சாயாலாம் போட்டுக் கொண்டுவந்து குடுத்தா. அவங்களுக்கு சாப்பாடு ராக்கம்மா வீட்டுலருந்து போச்சி.

ராத்திரிக்கே கொட்டா போட்டு, லைட் கெட்டி வந்த ஆளுக உக்கார நெறய சேரு போட்டு வச்சாங்க. ஆறு மணியில இருந்து கருமத்தான்பட்டி, பள்ளியனூரு, வடக்கூருனு அசலூரு ஆளுக எல்லா எடத்துக்கும் ஒவ்வொரு ஆளும் போயி துட்டி சொல்லிட்டு வந்தாங்க.

ஒரு பெரிய வார்ப்புல, கருப்பட்டி காப்பி கொதிச்சுகிட்டே கெடக்கு. துட்டிக்கி வந்து உக்காந்துகிட்டு இருக்குற ஆளுகளுக்கு கருப்பட்டி காப்பியும், அதுல ஊற வைக்க எளந்தேங்காய துருவி, தேங்காப் பூவயும் போட்டு எல்லாருக்கும் குடுத்தா ராக்காம்மா.

அடுத்து கொஞ்சம் வெயில் சுள்ளுனு அடிக்க ஆரம்பிச்சதும், ஒரு கொப்பரையில ஒரு மரக்கா பச்சரிசியப் போட்டு அதோட, கொஞ்சம் கானப்பருப்பு[1] சேத்து ஊறவச்சா. நல்லா ஊறுனதும், தண்ணிய வடிச்சு, அதுகூட உடச்சுப் போட்ட கருப்பட்டி, இடிச்சு போட்ட ஏலக்கா அரிசி, நெலக்கடல, பொரிகடல, தேங்காப் பூனு போட்டு கௌறி ஒவ்வொரு கையிலயும் அள்ளிக் குடுத்தா.

சின்னப் புள்ளயலும், பெரியாளுகளும் பச்சரிசி பண்டம்னு சொல்லி ஆச ஆசயா திங்குதுக. ராக்கம்மா மேல பக கொண்ட ஆளுக சிலது அவளக் கண்டதும் மொகத்தத் திருப்புதுக. ஆனா, அவ எந்த சலனமும் இல்லாம அவளே தயக்கம் உள்ள ஆளுகளுக்கும் வலிஞ்சு கையில குடுத்தா. எல்லா ஆளுகளும் பச்சரிசி பண்டத்த திரும்ப திரும்ப வாங்கி தின்னுச்சிக.

ஒரு கெழவனோ கெழவியோ செத்துட்டா அவுகளுக்கு மக, மருமக, பேத்தி மொற உள்ள ஆளுக உச்சி மத்தியானம் தலையில பச்சரிசி பண்டத்த தலையில வச்சி ஒப்பாரி பாட்டு பாடி, மேளத்துக்கு ஒரு ஆட்டம் போடுவாக. எல்லா ஆளுகளுக்கும் கொடுத்தது போக, ஒரு ஓலப்பெட்டியில, பச்சரிசியப் போட்டு, ஆட்டக்காரங்க கிட்ட சலங்கைய வாங்கி காலுல கெட்டிக்கிட்டு பெட்டிய தலையில வச்சுகிட்டு உறுமி மேளம் அதிர அஞ்சாறு பொம்பளயளோட ஆட்டம் போட்டா ராக்கம்மா. அவா போட்ட ஆட்டத்துல ஊருக்குள்ள உள்ள பொம்பளயளும், வெளியூர்காரியளும் சொக்கிப்போயி பாத்துக்குட்டு இருந்துச்சிக. இவளுக்கு பொம்பளயளே ஊக்குல துட்ட குத்தி, ராக்கம்மா சேலயில கொருத்து விடுதாளுக.

மத்தியானத்துக்கு மேல மகன் மதுரையிலருந்து வந்தான். அந்த ஊருல உள்ள ஆளுக யாருமே அவங்கிட்ட துட்டி கேக்கல, அவன நெறயே பேருக்கு அடையாளமே தெரியல. நேரா வீட்டுக்குள்ள போயி மேசையில கெடத்தி வச்சிருக்க அம்மையப் பாத்து ஏங்கி ஏங்கி அழுதான் மவன்.

அவன் செஞ்ச தப்ப உணந்து அழுவட்டும்னு அவன யாருமே அழாதனு சொல்லல. சாயங்காலம் கெழவிய தூக்குத நேரத்துக்கு நீலிக்கெழவி மக, மருமகளோட ராக்கம்மாளும் பான[2] உடச்சா.

எல்லாம் முடிச்சுட்டு வீட்டுக்கு போயி குளிச்சிட்டு வந்து சாயங்காலம் வெளக்கு வச்சு கும்புட்டுட்டு, பதினாறு நாளு விசேசம் முடிச்சு, குத்தாலம் போயி குளிச்சிட்டு வார வரைக்கும் ராக்கம்மா நீலிக்கெழவி வீட்டுலதான் படுத்துருந்தா.

இந்த நீலிக்கெழவிக்கி ராக்கம்மா இப்டி செஞ்சுட்டாளேனு ஊரே அசந்துபோயி பேசுதுக.

---

1. கொள்ளு
2. கொள்ளிக் குடம்

34

செங்குளம் பிரானூர் பார்டர்ல ஒரு பெரிய வக்கீலு இருந்தாரு. அவரு பேரு சுப்ரமணியன். அவருக்கு ஏகப்பட்ட சொத்து, ரெண்டு புள்ளைக. ஆனா பொண்டாட்டி இல்லாதவரு.

அவருக்கு தென்காசிக்கு மேக்க நல்ல செல்வாக்கு. பெரிய பெரிய ஆளுகளோட அவருக்கு நல்ல நெருக்கம். அவருக்கு எப்பிடியோ ராக்கம்மாள பத்தி தெரிஞ்சிருக்கு. பல மொற அவள சந்திக்கணும்னு ரொம்ப ஆசப்பட்ருக்காரு. ஆனா அவா இப்போ வெளியூரு, அரசியல்வாதி ஆளுகன்னு போறதால அவரு கூப்புடுத நேரம் இவளால போக முடியல.

கடைசியா ஒருநாளு இவா பார்டருக்கே வந்து இவர ஆபீசுல சந்திச்சா. அவள நேருல பாத்த உடனே அந்த வக்கீலு மதியெழந்து போயிட்டான். இந்த தென்காசி ஊருக்குள்ள இப்பிடி ஒருத்தி இருக்காளா என்னனு யோசிச்சாரு. அவள மெய்மறந்து பாத்தாரு. அவரு மொத பேச்சையே இப்டித்தா ஆரம்பிச்சாரு.

“எம்மா பெரிய விஐபிய கூட உடனடியா சந்திச்சிரலாம் போல, ஆனா உன்னய பாக்கதுக்கு இவ்வளவு நாளாம்மா”னு கேட்டதும், அவ, “சார், நீங்க நெனக்கது மாதிரிலா ஒன்னுங் கெடயாது. நீங்க கூப்புடுத நேரமெல்லா நான் வெளியூருல இருந்தேன். என்னய கொராக்கி புடிச்சவனு மட்டும் நெனக்காதிய சார். எஞ் சூழ்நெல அதான். என்னால சார பாக்க முடியல, மன்னிச்சுக்கோங்கா”னு சொன்னதும், “அதெல்லாம ஒன்னு இல்லம்மா, நீ இருக்க அழகுக்கு நீ கொராக்கித்தனம் பண்ணலாம்”னு சொன்னார்.

இவளுக்கு இத கேட்டதும் சந்தோசத்துல சிரிப்புதா வருது. அடுத்து எப்போதும் போலவே, எங்க சந்திக்கணும், எத்தன நாளக்கி, எவ்வளவு பணம்னு எல்லாத்தையும் பேசி முடிவு பண்ணாங்க.

அவரு சொன்னது போல ஒருநாளு பார்டருல இருந்து குத்தாலம் போற வழியில மேக்காம ஒரு பெரிய பாத போகும். இவளும் குத்தாலம் போற பஸ்ல ஏறி சிலுவை முக்குனு ஒரு டிக்கெட்

எடுத்து அங்க எறங்குனா. கொஞ்ச தூரம் நடந்து அந்த பாதக்கி பக்கத்துல வந்து சேந்தா. கொஞ்ச நேரத்துல அந்த எடத்துல ஒரு கார் வந்து நின்னது. அத ஓட்டிட்டு வந்தது அந்த வக்கீலுதான். அவருக்கு குத்தால மல அடிவாரத்துல ஒரு தோப்பு இருந்துச்சி. அந்த காரு நேரா தோப்புக்குள்ள போனது.

அந்த தோப்புக்குள்ள ஒரு பெரிய வீடு இருந்துச்சி. வீடுனா வீடு அப்டி ஒரு வீடு. அவளுக்கு எப்போதுமே வீடுக மேல ஒரு ஏக்கம் இருந்துக்கிட்டே இருந்துச்சி. அவா ஒவ்வொரு கஸ்டமரோடயும் போகும்போது, மொதல்ல அந்த வீட்டதா ரசிப்பா. இவளுக்கும் கூட இதுபோல ஒரு பெரிய வீடு கெட்டணும்னு ஆச.

ஆனா அது எப்போ நடக்குமோனு நெனச்சுப் பாக்கா. ஒரு பெரிய வீடு கெட்டணும்னா, நாம இருக்க எடத்துல அது முடியாது. ஆனா நம்ம என்னக்குமே இந்த ஊருக்குள்ளதா இருக்கணும். ஊர விட்டு போயிறக் கூடாதுனு நெனச்சா. செத்தாலும் அந்த எடந்தா நமக்குனு தோணுது அவளுக்கு. அதுக்கு அப்பறமா அவளுக்கே தோணுது, அந்த எடத்துக்குள்ள எப்படி இப்பிடியாப்பட்ட ஒரு பெரிய வீடு கெட்ட. ஒன்னர செண்டு எடத்துக்குள்ள பங்களாவானு நெனச்சு அவளே சிரிக்கா. அந்த வீட்டுக்குள்ள போனா. எப்போதும் போல அவளுக்கு என்ன நடக்கணுமோ அது நடந்துச்சி. மறுநாள் காலையில அவள அதே எடத்துல கொண்டுவந்து விட்டாரு.

அடுத்து அவரே திரும்பவும் செங்குளம் அன்வர் பேக்கரியில திங்கதுக்கு பண்டம்லா வாங்கி குடுத்துட்டுப் போனாரு.

அவரு மூலமா இப்போ செங்குளம் தாண்டி முத்தூர்க்கிட்ட ஒரு ரிட்டயர் ஆன நீதிபதியும் பழக்கம் ஆனாரு. அவளுக்கு அவருகூட போறதுல கொஞ்சங்கூட ஆர்வமே இல்ல. ஆனா முன்னால நாம சண்ட போட்ட அந்த அரசியல்வாதியால எதுவும் பிரச்சனைனு வந்துச்சுனா, அதுலருந்து மீள இவருதான் சரியான ஆளுன்னு நெனச்சா. அதனாலயே அந்த நீதிபதியோடயும் போறத வாடிக்கையா ஆக்கிகிட்டா.

நீதிபதி ரிட்டயர்மெண்ட் ஆன வயசான ஆளுங்கிறதால, இவ இவளோட இருந்த பொம்பளையல கூட்டிக்கொண்டு போனா. சீதாலட்சுமியப் பாத்தா நம்மள இந்த கெழவன் கூப்புட

140 | கெளிமதம்

மாட்டான்னு நெனச்சா. ஆனா அந்த பெரிய மனுசன் "எனக்கு நீதான் வேணும் ராக்கம்மா"னு சொல்லிட்டாரு. வேறவழி இல்லாம அத அவா ஏத்துக்கிட்டா.

அவளோட செல்வாக்கு இப்போ இன்னும் கூடிப்போச்சி. இப்போலா கஸ்டமருகிட்ட போனான்னா அடுத்த மூனு நாளுக்கு வேற எந்த கஸ்டமர் கிட்டயும் போகுறதில்ல. அந்த மூனு நாளும் நல்ல சாப்ட்டு, தூங்கி எந்திச்சு ஓய்வு எடுத்துட்டுதா அடுத்த ஆளோட போவா.

ஒவ்வொரு மொறயும் கஸ்டமரு கூட போய்ட்டு காலையில வரும்போது ஒரு பை நெறய பழவக, மிச்சரு, பூந்தி, பார்டரு பரோட்டாலா வரும். சில சமயத்துல பிரியாணியும் வரும். ஆனா இவ மனசார எதையுமே திங்கமாட்டா. இது எல்லாமே பக்கத்து வீட்டு கருப்பம்மாவுக்குதான்.

35

கருப்பம்மா இவளுக்கு பெரியம்ம மொற. ராக்கம்மா அம்மக்கி சொந்தக்காரி. ஒரே சொக்காரங்க[1] ராக்கம்மாளுக்கு சின்ன வயசுல இருந்தே, என்னதுனாலும் செஞ்சு குடுப்பா. ராக்கம்மாளுக்கு உடம்பு சரியில்லாத நேரம்லா இவதா கஞ்சியும், கொத்தமல்லி தொவயலும் செஞ்சு குடுப்பா.

வேனல் நேரம் ராக்கம்மாளுக்கு சீக்கிரம் சூடு புடிச்சிரும். அதுக்கு கருப்பம்மா வெந்தயக்கூழ் காச்சி குடுப்பா. கசாயம் எதுவும் வேணும்னா இவதான். ராக்கம்மாளுக்கு சளி எதுவும் புடிச்சதுன்னா உளுந்து, கருப்பட்டி எல்லாம் போட்டு சளிக்கஞ்சி காய்ச்சி குடுப்பா. ராக்கம்மாள ஊர விட்டு ஒதுக்கி வச்சபோதும் சரி, அவ மாசமா இருந்த போதும் சரி, அவளுக்கு ஏதாவது செஞ்சு குடுத்து விடுவா கருப்பம்மா பெரியம்ம.

ஏன்னா கருப்பம்மாளுக்கு புள்ளயே கெடயாது. கல்யாணம் ஆயி இப்ப வரும் பெறவு வரும்னு எதிர்பார்த்து நின்னா. எட்டு வருசம் ஆன அப்புறமும் வயத்துல ஒண்ணும் தங்கல. ஊருக்குள்ள இருக்க சப்பாணிமாடன், சொடலமாடன், கருப்பன்னு எல்லா தெய்வத்துகிட்டயும் நேர்ச்ச போட்டா. குரங்கன் நட வளைவுல இருக்க எசக்கியம்மா ரொம்ப சக்தி வாய்ந்த தெய்வம். பிள்ள இல்லாத ஆளுகளுக்கு பிள்ள வரம் கொடுக்கதுக்கே பேரு வாங்குன தெய்வம். அந்த தெய்வத்துக்கும் கூட எத்தனையோ நேர்ச்ச போட்டுப் பாத்தா. ஆனா எதுவும் நடக்கல. ஒரு கட்டத்துக்கு மேல இனி நமக்குனு ஒன்னு உண்டாகாதுன்னு நெனச்சு கோயிலுக்கு போறதயே விட்டுட்டா.

ஆனா அப்போதுலருந்தே ராக்கம்மா பக்கத்து வீடுங்கறதால, ராக்கம்மாளா நல்லா பாத்துக்குவா. என்ன பலகாரம் செஞ்சாலும் மொத ஆளா ராக்கம்மாளுக்கு ஒரு குண்டாவுல வச்சி குடுப்பா. ராக்கம்மா குடும்பத்த ஊரே ஒதுக்கி வச்சிருந்தாலும், கருப்பம்மா அத எதயுமே யோசிக்கல. “நமக்குனுதா அந்த ஆண்டவன் எதையுமே கொடுக்கலயே, பக்கத்துல புள்ளக்கி புள்ளயா இருக்கது

ராக்கம்மாதான். அதனால அவ களத்துல இருக்கும்போது கூட, எதாச்சும் பலகாரத்துக்கு போட்டான்னா, யாருகிட்டயாச்சும் கொடுத்து விடுவா.

கருப்பம்மா வீட்டுக்காரரும் கொஞ்ச நாளாக்கி முன்ன நெஞ்சுவலி வந்து செத்துப் போயிட்டாரு. அதுக்கு பெறகு கருப்பம்மா ரொம்ப ஓஞ்சு போயிட்டா. அவளுக்கு இருக்குற ஒரே தொண ராக்கம்மாதா.

---

1. நெருங்கிய சொந்தக்காரன்

36

நீலிக்கெழவி செத்த அன்னக்கி ராக்கம்மா ஆடுன ஆட்டம் அந்த ஊருல இருக்கவங்க மனசு முழுக்க இருக்கு. அதுலயும் குறிப்பா ஊர்ப் பொறுப்புல இருக்கவங்க எல்லாருக்கும் இவள ஏதாச்சும் பண்ணனும்னு காத்துக் கெடக்காங்க.

நீலிக்கெழவி மண்டையப் போட்ட அன்னக்கி துட்டி செலவு முக்கால்வாசி அவளோடதுதா. ஊருல இருந்த நெறய பேருக்கு அவ கொடத்துல கொண்டுவந்த சாராயந்தா நல்லா போதைய உண்டு பண்ணுச்சி. இவ கையாலதா ஊர் பொறுப்புல இருக்கவங்களுக்கு துட்டு போணுச்சி. அவ என்னமோ நீலிக்கெழவி மேல இருந்த ஆசையினாலதான் துட்டி செலவு முக்கால்வாசிய ஏத்துகிட்டா. ஆனா ஊருப் பெரிய மனுசங்களுக்கு போயும் போயும் இந்த அவுசாரி கையால துட்டு வாங்கிட்டமேனு தோணுச்சி.

இவங்களுக்கு எப்படியும் அவள ஆச தீரும்படி வைப்பாட்டியா வச்சிக்கணும், அவ இந்த ஊர்க்காரங்களுக்கு கட்டுப்பட்டு நடக்கணும்னு எண்ணம்.

ஊருல இருக்கவங்க எல்லாரும் ஒருநாள் ஒன்னா உக்காந்து தண்ணியடிச்சாங்க. அப்போ, சின்னக்குடும்பன் சொன்னான்.

“தாயோளிப் பொம்பள துட்டி வீட்டையே கலக்கு கலக்குன்னு கலக்கிட்டாள. எப்போதும் துட்டி வீடுனாலே பெணமும், அடுத்து அந்த ஊர்ப் பொறுப்புல இருக்கவங்களும் தான் எல்லா கதைக்கும் முன்ன நிப்பாங்க. இவா என்னன்னா, செத்த கெழவியும், நம்மளையும் பின்னுக்கு தள்ளி எல்லாரையும் அவள மட்டுமே பாக்க வச்சுட்டாள. எம்புட்டு அழகா ஆடுனா அன்னக்கி. அவா நடையும், அவா சேலையும், சட்டையும், துட்டி வீட்ல வந்த கூதிமவங்க எல்லாரும் நாய் மாதிரிலா நாக்க தொங்கப் போட்டுகிட்டு கெடந்தாங்க. அதுல ஒரு அசலூருக்காரன் சொன்னான், “என்னய்யா உங்க ஊருல சரியாவுள்ள சரக்க வச்சிருக்கிய”னு. “அவா சரியாவுள்ள சரக்குதான். ஆனா தெனமும் நமக்கா கால விரிக்கா”னு சொன்னதும் இன்னொருத்தன் சொல்லுதா,

“அந்த கூதிமவா செங்குளம் கெழக்க இருக்க பெரிய பெரிய கச்சிக்காரங்களுக்குலா குடுக்கா. நம்ம சாமானல்லாம் அவளுக்கு பத்தாது போல. ஊர்க்காரனுக்கு ஒரு மசுரும் கெடயாது. வெளியூர்க்காரன் நல்லா ஓத்துட்டுப் போறான். எல்லா நம்ம நேரப்புண்ட. கூதிய இந்தத் தேவுடியால நல்லா கட்டையில வச்சு தரிக்கணும் ஓம்மாக்கூதிய”

அதுக்கு இன்னொருத்தன், “இந்தக் கூதிமவள என்னதாச்சி பண்ணனுமே, இல்லன்னா ஊருல இருக்க ஆம்பளயல ஏறிமேஞ்சு என்னனு கேப்பா. இன்னும் கொஞ்சநாளு விட்டோமுனு வையி, இவா வச்சதுதா சட்டம், அடிச்சதுதா மொட்டனு ஆக்கிருவா. அடுத்து வெளியூர்காரப்பெய இவள தெனமும் ஏறிட்டு, ஊருக்கு வரி குடுக்கோமுனு வந்து நிப்பான். இந்த முண்டைய அதுக்கு முன்ன என்னதாச்சும் பண்ணிரனும்”னு பேசுதாங்க.

கடைசியா ஒருத்தன் சொல்லுதா, “இன்னக்குகூட காலையிலேயே ஒயர்கூடய எடுத்துகிட்டு, புதுத்துணி உடுத்திகிட்டு போயாச்சி மவராசி. இந்நேம் அவள எவன் குத்து குத்துனு குத்துதானோ. எவன் அவாகூட ராத்திரி முழுக்க படுக்கானோனுதா தெரியல. இவள ஏதாச்சும் பண்ணி, ஒருவழியா ஆக்கிரணும். இவள பண்ணுத கூத்துல இதுக்குப் பெறவு எவளும் இந்த தொழில பண்ணக்கூடாது”னு பேசி முடிச்சாங்க.

37

அடுத்தும் ஒருநாளு ஊர்க்கூட்டம் நடத்தணும்னு முடிவெடுத்தாங்க. அவளுக்கு தகவல் போவுது. ஒருத்தன் ராக்கம்மா வீட்டுக்கே வந்து உன்மேல குத்தஞ்சொல்லி ஊர்க்கூட்டம். வார சனிக்கெழம வந்துருனு சொன்னான்.

இவ என்னால இந்த முட்டாப்பேக முன்னால வரமுடியாது. என்ன பண்ணனுமோ பண்ணிக்கோங்கனு சொன்னா. இது அவங்களுக்கு எரிச்சலத் தந்துச்சி. அடுத்து மறுபடியும், "ஒழுங்கா வார சனிக்கெழ ஊர்க்கூட்டத்துக்கு வரலன்னா, ஊர விட்டு மறுபடியும் ஒதுக்கி வைப்போம். அவதாரம் கெட்டச் சொல்லுவோம்"னு சொல்லி விட்டதும், ராக்கம்மாளுக்கு வந்துச்சி கோவம். மூனாவது நாளு "நான் ஊர்க்கூட்டத்துக்கு வாரேன், ஆனா ஒரு கண்டிசன். பஞ்சாயத்து அன்னக்கி ஊர்ப் பொறுப்புல இருக்கவங்க மட்டுந்தா இருக்கணும். திரும்பவும் ஊர்மக்க முன்னாடி என்னய கேவலப்படுத்தக் கூடாது"னு சொன்னதும், இந்தக் தகவல் ஊர்ப் பொறுப்பு ஆளுகளுக்கு போணுச்சி.

இதக் கேட்டதும் எல்லாவனுக்கு சந்தோசம். அன்னக்கி ராத்திரியே அவங்க எல்லாருமே ஒன்னா இருந்து சாராயத்த ஊத்துனாங்க. ஆளாளுக்கு சந்தோசம் தாங்க முடியல. அதுல ஊர் பெரிய குடும்பன் போதையில பேச ஆரம்பிச்சா.

"அடா கூதிமவங்களா, ஊருக்காரன் மட்டுந்தா இருக்கணும்னு சொன்னான்னா என்ன காரணம் தெரியுமா, அவா நம்மகூட சமாதானமா போயிரலாமுனு நெனக்கா. முக்கியமா நம்ம எல்லாருகூடயும் அவா கண்டிப்பா வருவானுதா அர்த்தம்."

இந்த வார்த்தய கேட்டதும் ஆளாளுக்கு சந்தோசம் பொத்துகிட்டு வருது. பெரியகுடும்பன், சின்னகுடும்பன், கணக்குப்புள்ள, தெருக்கு தெரு வரி வசூல் பண்ணுதவன்னு அந்த ஆறுபேரும் என்ன செய்யவோனு தலகால் புரியாம கெடந்து உருளுதாங்க.

கட்டாயம் பெரியகுடும்பன் சொன்னது மாதிரிதான் நடக்கப் போவுது. ஆனா நான்தா மொத ஆளா போயி என்ன

ஏதுன்னு விசாரிச்சிட்டு வருவேன். செல நேரம் புடி குடுக்காம போயிட்டான்னா என்ன செய்யன்னு சொன்னா சின்னக்குடும்பன்.

அத கேட்ட பெரியகுடும்பன். "அவா புடியெல்லாம குடுப்பா. நீ ஒன்புடிய உள்ள வச்சு திணிக்கலாமுனு நெனக்கியோடே, ஒக்காவுண்ட"னு சொன்னதும் "ஏய் நிப்பாட்டுங்கப்பா, என்னதான் இருந்தாலும் அவா எனக்கு அக்காமவா எனக்குதான் மொத உரிம. நான் போயி எல்லாத்துக்கும் சம்மதிக்காளா, இல்ல மொரண்டு புடிக்காளானு பாத்துட்டு வந்த பெறகு நீங்க எல்லாரும் போங்க"னு கணக்குப்புள்ள பேசுனாரு.

அதுக்கு சின்னக்குடும்பன் சொன்னான். "சரி அக்கா மவா தானடே, உன்னய யாரு வேண்டாமுனு சொன்னா. நான் நல்லா அவள ஏந்தும்போது சிமினி வெளக்கு இருக்குலா, அத ஏத்தி பக்கத்துலயே நின்னு புடிச்சுக்கா"னு சொல்லவும், எல்லாரும் ஒன்னா சேந்து சிரிக்க ஆரம்பிச்சாங்க.

"சரிப்பா நீங்க வெளக்க புடிப்பேளோ, இல்லனா வெளக்கமாத்த புடிப்பேளோ எங்க அவள கூட்டிட்டு வர? அவள சும்மாலாம் போட முடியாது. எங்க வச்சு வேல பாக்க போறோமுனு முடிவு பண்ணுங்க"னு சொன்னதும் பெரிய குடும்பனே சொன்னாரு, "அவா வீட்டுப்பக்கம் அந்த சவதிக் கொளந்தான, அங்க கூட்டிட்டி வந்து சோலியப் பாக்க வேண்டியதுதா. என்ன செய்ய ஒண்ணுக்கு வழி இல்லன்னா, எல்லாரும் மாறி மாறி ஆட்டையப் போடுவோ"முனு சொன்னாரு. அப்போதா வடக்குதெரு மலச்சாமி சொன்னான்.

"உமக்குதாமுய்யா இந்த கூட்டத்துலயே வயசு அதிகம். ஆனா நீ உட்டா எங்கள பின்னுக்கு தள்ளி, அவள போட்டு சாமானயெல்லா புண்ணாக்கிருவ போலிருக்கு. இந்த வயசுலயே இப்டி பேசுதீரே, உம்ம வயசுக்குலா என்ன ஆட்டம் போட்ருப்பீரு. நல்லா இரும்"னு சொன்னதும் பெரியகுடும்பன் கெக்கலுட்டு சிரிக்காரு. உடனே பெரிய குடும்பன் சொன்னாரு, "நான் அவள கூடவே வச்சிக்குருவேன், எனக்கு வரவு செலவு பாக்க முடியாதா என்ன? எங்களுக்கும் தெம்பு இருக்கு, நல்ல வசதி இருக்கு"னு சொன்னாரு.

என்னக்கும் இருக்குறது மாதிரி இல்ல ராக்கம்மா. காலையில கோழி கூப்பிடவும் அவா வீட்டிலருந்து ஒவ்வொருத்தியா வீட்ட

விட்டு கௌப்புனா. எல்லாரும் இத பெருசாவே எடுத்துக்கல. எல்லாவளுக்கும் ஆளுக கெடச்சிருப்பாங்கன்னு மேல முக்குல சாயாக்கடையில நின்னவன் பூரா பேசுனாங்க.

ஊர்ப் பொறுப்புல இருக்கவன் ஒருத்தன் இத நேராப்போயி பெரிய குடும்பங்கிட்ட சொல்லவும், அவரு மொகம் சந்தோசத்துல மின்னுது. "இவா நம்மள வீட்டுக்கு கூப்பிடுததுக்குதான், அவளுகள ஊரப்பாக்க அனுப்புதா போல"ன்னு சொன்னாரு.

சரி இன்னக்கி மத்தியானம் ஊர்க்கூட்டம்னு சொல்லி மத்தியானமே வரச்சொல்லுனு சொல்லிவிட்டாரு பெரிய குடும்பன். அதே போல ஒருத்தன் அவகிட்ட போயி சொன்னான். அவளும் மத்தியானந்தான வாரமுனு சொன்னா.

ஊருல மத்தியானம் யாரும் இல்ல. எல்லா ஆளுகளும் வயக்காட்டு பக்கமும், தெக்க தோப்புகளுக்குள்ள, மாங்கா எறக்கவும் போயிருக்காங்க. இவளும் குளிச்சு கௌம்பி சீவி சிங்காரிச்சு, எப்போதும் போல டிப்டாப்பா கௌம்பி மஞ்ச கலருல பூப்போட்ட சேலைய உடுத்திருந்தா. ஒரு மஞ்சப்பைய எடுத்து மடியில போட்டுக்கிட்டு நேரா கோயிலப் பாக்க நடந்தா.

கோயிலுக்கு முன்னாடி கெடந்த பெரிய இடத்துல புளிய மரத்துக்கு கீழ பொறுப்புல இருக்குற அந்த அஞ்சாறு பேரும் இருந்தாங்க. இவ நேரா போனா, "ஐயா ஊர்ப் பெரியவங்கா என்னைய எதுக்கு கூப்புட்டு உட்டிய"னு கேட்டா.

"என்ன ராக்கம்மா, நீ ஊருக்குள்ள பண்ணுத அலப்பற எங்களுக்கு சுத்தமா புடிக்கல. நீ ஊர்க்காரங்களுக்கு அடங்கிப்போனா, ஒண்ணும் இல்ல. ஆனா நீதான் புடி குடுத்து பேசவே மாட்டக்கியே"னு சொல்லவும் எதுத்து பேச ஆரம்பிச்சா, "என்ன புடி குடுக்கணும் உங்களுக்கு? கூட்டிக் குடுத்த பேகா, கூலிப்பெட்டி செமந்த பேகா. உங்களுக்கு என்னல புடி குடுக்கணும்? ஆக்கங்கெட்ட தூமயக் குடிச்ச பேகா, உங்கள என் தூமச்சீல வடியமுடியுமா அடிச்சி விட்ருவே"ன்னு சொன்னா.

அங்க வந்த எவனுக்குமே எதுவுமே புரியல. என்ன செய்யறதுனே தெரியல. இவ என்ன நம்மகிட்ட நயந்து பேசுவானு பாத்தா எதுத்துலா கெடாவுதா'ன்னு எல்லாரும் புரியாம முழிச்சாங்க. இவ

இவ்வளவும் பேசுனதுக்கு அப்பறமா, இவள சும்மா விடக்கூடாதுனு, எல்லாரும் திரும்ப பேச ஆரம்பிச்சாங்க.

“எலா தேவுடியாக் கூதி, என்னலா நெனச்சுகிட்டு இருக்க உன் மனசுல. உனக்கு என்னலா வேணும். உன்ன வீட்டோட தீயக் கொளுத்திருவோம்”னு சொன்னா பெரிய குடும்பன்.

ஆனா அடுத்த பத்து நொடிக்குள்ள அங்க அப்டி ஒரு சம்பவம் நடக்கும்னு அங்க இருந்த ஆம்பளைங்க யாருமே நெனச்சு பாத்துருக்க மாட்டாங்க.

ஒரு மாதிரி வேகத்துல பேசுனா ராக்கம்மா. “அடா தேவுடியாப் பேகா, என்ன வீட்டோட தீயக்கொளுத்துவேளோனு பேசிக்கிட்டே, மடியில இருந்த மஞ்சப்பையில இருந்த பொருள தூக்கி அவங்க இருந்த எடத்துக்கு பக்கத்துல புளியமரத்த பாத்து ஏறிஞ்சா.

டப்புனு ஒரு சத்தம் கேட்டது புளியமரம் வேரு வெடிச்சு மரம் வடக்காம சாஞ்சுடுது. அங்க இருந்தவங்க எல்லாரும் ஒரு நிமிசத்துக்குள்ள துண்டக்காணும் துணியக்காணும்னு கோயில விட்டு ஒரே ஓட்டம் ஓடிட்டாங்க.

அவ தன்னோட கையில வச்சிருந்தது, தங்கச்சன் கூட காட்டுக்குள்ள இருக்கும் போது புலி எதுவும் கீழ குடிச பக்கம் ஏறங்குச்சினா அத ஓட விடுததுக்காக வச்சிருந்த நாட்டு வெடிகுண்டு. அத அங்க எல்லாரும் படக்கம் அப்பபடினுதா சொல்லுவாங்க.

அவ மட்டும் அத புளியமரத்த பாக்க எறியாம இவங்கள பாத்து எறிஞ்சிருப்பான்னா, இவங்க எவனுமே இன்னக்கி உயிரோட இருந்திருக்க முடியாது. எல்லாரும் சந்து சந்தா ஆகி இருப்பாங்க. அப்பறம் எல்லாவனையும் ஓலப்பெட்டியிலதா அள்ளிப்போட்டு கொண்டு போயி பொதச்சிருக்கணும்.

அந்த படக்கத்தோட சத்தத்த கேட்டு பெரியகுடும்பனும், கணக்கு புள்ளயும் நின்ன எடத்துலய மோண்டுட்டாங்க.

அப்பதா வாயத் தொறந்தா ராக்கு. “அடா கஞ்சிகளவாணிப் பயலுகளா, யாருகிட்ட வச்சுகிட்டய, என்ன வீட்டோட சேத்து தீய வச்சுருவியளோ? உங்க எல்லாரையும் குடும்பத்தோட கருமாண்டு போவ வச்சிருவே”ன்னு சொல்லிக்கிட்டே அந்த தெருவுல கெழக்காம நடந்துபோனா.

இந்த செய்தி ஊர் முழுக்க தீயாப் பரவுச்சி. ஊரே ஒரே பரபரப்பா ஆயிருச்சி. சாயந்தரம் ஒரு பத்து பேரு ஒன்னா சேந்து புளியறயில போயி அவ மேல புகார் பண்ணாங்க.

சாயங்காலம் எட்டு மணி இருக்கும், அவளும் புளியற போலீஸ் ஸ்டேசனுக்கு போனா. என்ன நடந்துச்சினு விசாரிச்சாரு அந்த எஸ்.ஐ.

அவ ஒரே போடா போட்டா. ஐயா என்னய ஊருக்கூட்டமுனு சொல்லி கோயிலுக்கு முன்னால தனியா வரச்சொன்னாங்க. எனக்கு எதுக்கு மத்தியானம் போல கூப்பிடுதாங்கனு நெனச்சு பயத்தோட, என் பாதுகாப்புக்குதான் நாட்டு வெடி குண்ட கொண்டு போனேன். என்கிட்ட பேசிகிட்டே இருக்கும் போது, எல்லாவனும் சேந்து என் சேலய உருவி என்ன ரேப்பு பண்ண பாத்தாங்க"ன்னு சொன்னது தான் எல்லாவனும் ஆடிப்போயிட்டாங்க. எவனுக்கும் என்ன பேசன்னு தெரியல. உடனே எஸ்.ஐ, "எம்மா உனக்கு வேற வேலயே இல்லயாம்மா. யோ இப்போ ஒழுங்கா அவமேல போட்ட கேச வாபஸ் வாங்கிட்டு போயிருங்க இல்லனா, நான் பாட்டுக்கு இந்த கேச பெருசாக்கி நியூஸ்பேப்பர்ல வர வச்சிருவேன்"னு சொன்னதுதான், எல்லாவனுக்கும் மூஞ்சி வேர்த்துடுச்சி. "ஒழுங்கா கேச வாபஸ் வாங்கிட்டு போயிருங்க. இல்லன்னா நடக்குறதே வேற"ன்னு சொல்லவும், எல்லாரும் கேச வாபஸ் வாங்கிட்டு போயிட்டாங்க. ஆனா அந்த ஊருல இருந்த எல்லாருக்குமே அவமேல இருந்த பயம் இன்னும் கூடிப்போச்சி.

அந்த கேச முடிச்சுக் குடுத்ததால அன்னக்கி ராத்திரி எஸ்.ஐய தனியா சந்திச்சா ராக்கம்மா. இனிமே இவள எதுவுமே பண்ண முடியாதுனு ஊருக்குள்ள பேசிக்கிட்டங்க.

---

1. திமிர்ந்தெழுதல்

38

தங்கச்சனுக்கு இப்போலாம் ராக்கம்மாகிட்ட பேசவே பிடிக்கல. இவளோட செல்வாக்கு, இவ ஊர்க்காரங்கள எதுத்து நிக்கறது, படக்கம் கொண்டு எறிஞ்சது, அரசியல்வாதிகளோட பழக்கம், போலீஸ் ஸ்டேசன் வரக்கும் போறது. எஸ்.ஐயோட பழக்கம்னு எதுவுமே புடிக்கல. நாளுக்கு நாளு இவளோட புகழ் கூடுது. அவனுக்கு அவனோட பெரியம்ம, பெரியப்பன், அவனோட பொம்பளயனு எல்லாரும் இந்த தொழில் சம்பந்தப்பட்டவங்கதா. ஆனாலும் இவ அளவுக்கு தைரியமோ, பேரோ, புகழோ யாருக்கும் கெடக்கல. இந்த ஒண்ணுதா தங்கச்சனுக்கு இப்போ ராக்கம்மாள நெருங்க தயக்கமா இருக்கு. அதே போல ராக்கம்மாளும் தங்கச்சன் கூட பழய மாதிரி சந்தோசமா பேசுறது இல்ல.

ஒருநாள் ராக்கம்மா வெளியூருல போயி கஸ்டமர பாத்துட்டு தங்கிட்டு வந்தா. எப்பவும் போல சீதாலட்சுமிதா வீட்டுல இருந்தா. மத்த எல்லாருமே தொழிலுக்கு போயிட்டு வரவே இல்ல. இவ வீட்டுக்கு வந்து பாத்தா. வீட்டுக்குள்ள சீதாலட்சுமியும், தங்கச்சனும் ஒண்ணா இருந்தாங்க. அத பாத்த ராக்கம்மாளுக்கு தூக்கிவாரிப் போட்டுருச்சி. என்ன செய்யறதுனே தெரியல. தன்னோட கண்ணு முன்னால தங்கச்சன் வேற ஒருத்தியோட ஒண்ணா இருக்குறத பாத்து அவளுக்கு என்ன பேசுறதுனே தெரியல.

நேரா கையில இருந்த கூடைய வீசி எறிஞ்சிட்டு, தங்கச்சன் சட்டைய புடிச்சி, தரதரனு வெளிய இழுத்துவிட்டு, “வெளியில போல தேவுடியாப் பேல, ஏமுல இந்த எண்ணம் உனக்கு. அடா கேடுகாரா, உன்ன என்னமோலா நானும் நெனச்சேன். ஆனா நீ என்னடான்னா, அங்க தொட்டு இங்க தொட்டு கடைசியில அடிமடியிலயே கையவக்கப் பாத்தியா? நம்மள நம்பி வந்தவள நீயே ஏறி மேஞ்சா நம்ம தொழில் என்னல ஆவும்”னு அவன ஓங்கி ஒரு அடி அடிச்சா. அவன் நேரா கௌம்பி தெக்க தோப்புக்கு போயி இருந்துட்டு ஒரு வாரத்துல அவனோட சொந்த ஊரான கழுதரொட்டிகே போயிட்டான்.

அவன் கேரளாவுக்கே போனத நெனச்சுலாம் கவல இல்ல. ஆனா அவன புருசனா நெனச்சோம், ஆனா அவன் நம்ம கண்ணு முன்னாடியே இப்டி இருந்துட்டானேனுதா கவல ராக்கம்மாளுக்கு.

சீதாலெட்சுமிய கேட்டா கேள்வி. "எலா தேவுடியா, என்னலா நெனச்சுகிட்டு இருக்க. உனக்கு தங்கச்சங்கூட படுக்கணுமோ, எடுபட்ட சக்காளத்தி, நேத்து பெறந்த கூதிக்கி எம்புட்டு கொழுப்பு இருக்கணும். எடுபட்ட முண்ட, உன்ன தீய வச்சுருவேன். ஒழுங்கா இருக்கதா இருந்தா இங்க இரு. இல்லன்னா உன்ன என்ன செய்வேன் தெரியுமா? ஒன் மண்டைய ஒடச்சி மாவெளக்கு ஏத்திருவேன்"னு சொன்னா. சீதாலெட்சுமி எதுவுமே பதில் பேசல. அவளுக்கு என்ன பேசனும்னும் தெரியல.

ஒரு ஆறுமாசம் கழிஞ்சது, தங்கச்சன் பண்ணுன கூத்துனால ராக்கம்மாளுக்கு மனசு நிம்மதியே இல்ல. எல்லாரையும் அவரவரு வீட்டுக்கு போகச்சொன்னா. அவனும் இன்னக்கி வந்துருவான், நாளக்கி வந்துருவாமுன்னு எதிர்பாத்தா. ஆனா அவன் வரவே இல்ல.

ஒருநாளு ராக்கம்மாளுக்கு தகவலு மட்டும் வந்துச்சி. கேரளாவுல பலாக்கா மரம் ஏறி, காய் வெட்டும்போது, தங்கச்சன் தடுமாறி கீழ விழுந்து செத்துப்போனாமுன்னு. இவளும் அடிச்சி புடிச்சி நேரா பள்ளியனூர்ல இருந்து கேரளா வண்டிக்கி பஸ் ஏறிப்போனா.

அங்க போயி பாத்தா. அவன ஆஸ்பத்திரிக்கி தூக்கிட்டுப் போகும் போதே மூக்குலயும், காதுலயும் ரத்தம் வர ஆரம்பிச்சது. கொஞ்ச நேரத்துல உயிர் போயிருச்சு. இவா அங்கயே அவன அடக்கம் பண்ணுதது வர நின்னு எல்லாக் காரியத்தையும் முடிச்சிட்டுதா வந்தா.

அவளுக்கு வேதனனா வேதன. தாங்க முடியாத வேதன. கொஞ்ச நாளு இவா யாருக்கும் சொல்லாம, அவா சொந்தக்காரி துப்புல வால்பாற எஸ்டேட்டுல போயி இருந்துட்டு வந்தா.

அந்த எஸ்டேட்டோட குளுமையும் தனிமையும் இவளுக்கு ஏதோ எதம்மா இருந்துச்சி. இவளோட தீராத வேதனைய அது கொஞ்சம் தீத்து அனுப்புச்சு.

அடுத்து அவ வந்த உடனேயே மறுபடியும் தொழில தொடங்க ஆரம்பிச்சா. எல்லாரையும் பழையபடி அவளோட வீட்டுக்கு கூட்டிட்டு வந்தா. முக்கியமா சீதாலெட்சுமிய கூட்டிட்டு வந்தா. ஏன்னா, நமக்கு அப்பறமா அவளுக்குதா மவுசுனு அவளுக்கு தெரியும்.

39

இப்போ மறுபடியும் தொழில ஆரம்பிச்சா. பழையபடி ஓயர் கூட நெரம்பி வழிய ஆரம்பிச்சது. என்ன ஒரு கொற, முன்ன ஓயர் கூடையில தங்கச்சனோட சாராயம் இருக்கும். இப்போ இவளே காய்ச்சுதா. ஆனா அது தங்கச்சனோட கைப்பக்குவம் அளவுக்கு இல்ல.

பழையபடி தொழில் முன்னேறி வருது. பெரிய பெரிய எடங்கள்ல இருந்து வாய்ப்பு வருது. ராக்கம்மாள பாக்காம இருந்த நெறய பேரு இப்போ அவ ஊருக்கு வந்த சேதி தெரிஞ்சதும், அவள கூப்டுக்கிட்டே இருக்காங்க. அவளோட வீடு பழையபடி ஒரே கூத்தும் சிரிப்புமா இருக்கு.

நல்ல சாப்பாடு, பழவகை, நெனச்ச நேரம் பண்டம், பலவாரம், வாரத்துக்கு ஒருக்க மாட்டுக்கறி, ஆட்டுக்கறின்னு அவ வாழ்க்க பழையபடி மாறுது.

ராக்கம்மாளும், காளியும் இப்போலாம் வாராவாரம் செவ்வாக்கெழம ஆனா போதும், ஒன்னா செங்கோட்ட சந்தக்கி போயிட்டு, அப்படியே ஆனந்து தியேட்டருல படம் பாத்துட்டு வாரதுதா வேல. காளிக்கி எப்டியாச்சும் ராக்கம்மாள சந்தோசமா வச்சுக்கணும். அவா கூடயே இருப்பா. காளி வீட்ல அவள ராக்கம்மா கூட சேரக்கூடாதுனு சொல்லிட்டாங்க.

"வயசுக்கு வந்தவ நீ, அந்த ராக்கம்மா வீட்டுக்கெல்லாம் போகக்கூடாது, உன்னய நாளக்கி எவன் பொண்ணு பாக்க வருவான், நீ என்னடானா அவா கூட சேந்து சுத்திகிட்டு இருக்க. ஒழுங்கா வீட்ல இரு"னு சொன்னாங்க. ஆனா காளி அதப்பத்தி எல்லாம் கவலையேப் படமாட்டா. "உங்களுக்கு ஒரு செடியுந் தெரியாது, நீங்க உங்க சோலிய மட்டும் பாருங்க"ன்னு பதிலுக்கு பேசி விட்ருவா காளி.

ரெண்டு பேரும் ஒருநாளு பேசிக்கிட்டு இருக்கும்போது காளி கேட்டா, "ஏக்கா, இவளோ எடத்துக்கு போறயே, உனக்கு

ஆம்பள பயலுகளப் பாத்து பயமே இல்லையா? எந்தப் பயலும் எதுவும் செஞ்சிடப்போறானு பயமே இல்லயோக்கா” அதுக்கு ராக்கம்மா, “ஏட்டி நான் போறது பூராவும் பெரிய எடம். எவனும் என்ன எதுவும் செஞ்சுற மாட்டான். ஏன்னா, அவங்களே ஊரு உலகத்துக்கு பயந்துதான் யாருக்கும் தெரியாம என்ன கூப்புடுவான். நான் போவாத எடமில்ல, பொட்டி வைக்காத திண்ண இல்ல. எல்லாரு கிட்டயும் போய்ட்டு வந்துட்டேன். வக்கீலு, நீதிபதி, போலீஸ்காரன், அவனுக்கும் மேலதிகாரி, எம்.எல்.ஏ, பாத்திர கடக்காரன், ஜவுளிகடக்காரன், ஓட்டல் மொதலாளினு எல்லாப் பயலயும் பாத்துட்டேன்.

நீ நெனப்பலா தாயி, பணக்காரப் பயலுக எல்லாம் வீராப்பும் கேணம்[1] புடிச்சவன்னு. ஆனா என்னப் பொறுத்தவர எல்லாப் பயலுமே வெத்து வேட்டுதா. வெளியில அவ்க தோரணைய காமிச்சுக்கிடுதானுவ அம்புட்டுதா. ஒரு பயலும் உரத்த ஆம்பளைய கெடயாது. பொம்பளன்னா போதும், எல்லாப் பயலும் பதுங்கிருவான். நான் போற எடத்துல பயத்த விட ஒரே கூத்துதா நடக்கும்.”

“என்ன கூத்துக்கா”னு கேக்கவும், அவ “எல்லா எடத்துலயும் ஏதாச்சும் சிரிக்கும்படியா ஒரு காரியம் நடக்கும். ஒருமொற கஸ்டமர் கெடக்காம ரொம்ப தவிச்ச நேரம். கொஞ்சநாள் தொழில் பண்ணாம திரும்ப தொழிலுக்கு போக ஆரம்பிச்ச நேரம். அப்போ யாரையுமே பாக்காம நானே தெனமும் நேரா பள்ளியனூர்ல இருந்து தென்காசி போயி பஸ் ஸ்டாண்டுல சாயங்கலாம் வரைக்கும் இருந்துட்டு வருவேன். ஒருநாள் நான் பள்ளியனூர்ல பஸ் ஏறும்போதே ஒரு மலையாளத்துக்காரன் என்ன கவனிச்சிட்டு வந்துருக்கான். ஆனா நான் அவன பாக்கவே இல்ல. அவன் என் பின்னால வந்து நின்னான். நானும் கவனிக்காதது மாதிரி நின்னேன். கடைசில ரொம்ப நேரம் கழிச்சி என்கிட்ட வந்து பேச்சுக் குடுத்தான். ஆளு கொஞ்சம் குள்ளமா ராமராஜன் மாதிரி இருந்தான். பெரிய கர வேட்டியும், பளிச்சினு ஒரு சட்டையும் போட்டு தவுல்காரன் மாதிரி இருந்தான். எனக்கு அப்பவே தெரியும். புள்ளி பெரிய புள்ளிதான்னு. அவன் கூப்புட்டதும் பின்னால திரும்பி என்ன சார்னு கேட்டேன். சேச்சியண்டே

அட்ரஸ் கெடக்குமோனு கேட்டான். எதுக்கு அட்ரஸ்னு திருப்பிக் கேட்டேன். சேச்சிய மீட் செய்யா வேண்டினு இங்கிலீஸ் வார்த்தயலாம் பேசுனான். நான் சொன்னே இந்த சேச்சி எங்க வரணும்னு கேட்டே, உடனே பேச ஆரம்பிச்சான். அதுக்கு நா ஈ சேச்சி எவிடே வரணும்னு கேட்டேன். அதுக்கு அவன் சேச்சிக்கி மலையாளம் அறியுமோனு கேட்டான். நான் எனிக்கி கொறச்சு அறியும். நீ பற சேட்டா. சேச்சிய காணும்போ எனிக்கி பயங்கர சமாதானம் கிட்டி. எந்தா சேட்டா பறையின்னு, இத்தன தெவசம் சமாதானம் கிட்டில்லைனு கேட்டேன். அதுக்கு சிரிச்சுக்கிட்டே எண்ட பேரு சாகிப், கொட்டாரக்கரயில தாமசம். ஜவுளிக்கட உண்டு, அட்ரஸ் தந்தா வராம் பற்றோனு கேட்டான். ஒரப்பாய்ட்டு வராம் சேட்டான்னு சொன்னேன். உடனே என்கிட்ட வந்து சேச்சி ஜெயபாரதி போலே உண்டுனு சொல்லிட்டு ஒரு தாளுல அட்ரஸ் எழுதி எங்க வண்டில வந்து எறங்கணும்னு ஒரு ஆள கூப்பிட்டு சொல்லி தமிழ்ல எழுதி தந்தான். என்ன இந்த பயலும் நம்மள ஜெயபாரதினு சொல்லுதான்னு யோசிச்சேன். கையில ஒரு ஐநூறு ரூவா தந்தான். எனக்கு அந்த ரூவாயக் கண்டதும் செஞ்செழிப்பு தாங்க முடியல.

மறுநாள் காலையில அஞ்சுமணிக்கே பள்ளியனூர்லருந்து புனலூர் பஸ்ஸ புடிச்சு அங்க எறங்கி, அடுத்து கொட்டாரக்கர வண்டில ஏறி கொல்லம் போயி, அடுத்து வேற ஒரு சின்ன பஸ் புடிச்சி அவன் சொன்ன பாறிபள்ளி பஸ் ஸ்டாண்டுல எறங்குனே. அந்த பெய எனக்காக அங்கயே காத்துகிட்டு நின்னா. ஆட்டோ புடிச்சி, ஒரு பெரிய வீட்டுக்கு கூட்டிட்டு போனா. ஏ...யப்பா எத்த பெரிய வீடுன்னு உள்ள போனேன். எனக்கு கொஞ்சம் பயம். செல நேரத்துல நம்ம புள்ளய சொல்லுமுலா, ஒருத்தமுனு சொல்லிட்டு அஞ்சாறு பேருகூட படுக்க சொல்லுவாங்களோனு பயந்தேன். ஆனா அப்டி எதுவுமே நடக்கல. அந்த வீட்டுல ஒரு வேலைக்காரன் இருந்தான். போன உடனே எனக்கு ஒரு போணி நிமுற சாயாவும், அஞ்சாறு பழப் பச்சியும் தந்தான்.

அடுத்து மத்தியானத்துக்கு மீன்கறி, கோழிக்கறி, கூட்டு, பொரியல், தயிர்கறி, பரோட்டா, முட்டக்கறினு காட்டுமுட்டாப்பய சரியாவுள்ள விருந்து வச்சான். என் வாழ்க்கயில அப்டி ஒரு

கஞ்சி நான் குடிச்சதே இல்ல. நல்லா சாப்ட்டு ஒரு தூக்கம் தூங்கி எந்திச்சேன். சாயங்காலம் எந்திச்சி, ஒரு கிளாஸ் சாயா குடிச்சி, மெதுவா குளிச்சி கெளம்பி, நல்லா அழகா தலவாரி இருந்தேன்.

பூ அஞ்சு மொழம் இருக்கும் வந்துச்சி. அடுத்து நைட்டு சாப்ட்டுட்டு காத்துருந்தே, தொர புதுமாப்ள மாதிரி ஆட்டோல வந்து எறங்குனாரு. சரினு நானும் காத்துக் கெடந்தேன். உடனே அந்த அறையில டிவில படம் போட ஏற்பாடு பண்ணுனான். எனக்கு நல்ல விஜயகாந்து படமா இருந்தா நல்லா இருக்கும்னு தோணுச்சி. அவன் அடுத்து மிலிட்டரில இருந்து கொண்டாந்த சாராயத்த கொண்டுவந்து தந்தான். நான் கூடப் பையில இருந்த ஒரு பாட்டில் சாராயத்த எடுத்துக் குடுத்தேன். அவன் அத வேண்டாம்னு சொன்னான். சேட்டா நீ குடிச்சுப் பாரு, சூப்பர் சாராயம்னு சொன்னேன். அவன் அத எடுத்து குடிச்சி பாத்தான். அத குடிச்சிட்டு 'கொள்ளாம் கொள்ளாம்னு' நக்கி நக்கி குடிச்சான் அந்த தூமயக்குடிக்கி. நானும் அவன் வச்சிருந்த மிலிட்டரி சரக்க ஊத்தி குடிச்சு பாத்தேன். போத சும்மா கிண்ணுனு ஏறுச்சி."

அத கேட்ட காளி "கேரளாக்காரன் திங்கத்துக்கும், குடிக்கத்துக்கும் வரம் வாங்கிட்டு வந்தவமுக்கானு சொல்லுதா" என்றாள்.

"அடுத்து ஒரு பத்து மணி இருக்கும். என்கிட்ட மெதுவா பேச ஆரம்பிச்சான். பேசிகிட்டு இருக்கும் போதே சொன்னான். அவனுக்கு சினிமா ஸ்டாரு ஜெயபாரதிய ரொம்ப புடிக்குமாம். நான் அவள மாதிரியே இருக்கனாம். அதனாலதா என் பின்னாடியே வந்து என்னக் கூப்பிட்டானாம். அவா நடிச்ச ரதி நிர்வேதம்னு ஒரு படத்த நூறு நாள் தியேட்டர்ல போயி பாத்தானாம். அவள எனக்கு யாருனே தெரியாதுனு சும்மா சொன்னேன். உடனேயே அவன் டிவில படம் போட்டான். அது அந்த நடிக ஜெயபாரதி நடிச்ச மலையாள படம்.

அடுத்துதான் காளி சம்பவமே, அவன் கொஞ்சங் கொஞ்சமா என்னத் தடவ ஆரம்பிச்சான். அந்த படம் பாதி ஓடுனதுக்கு பெறவு ராவிடிய விடிய வச்சு என்னய அந்தப் பாடு படுத்துனான். எனக்கு ரொம்ப நாளு கழிச்சு, ஒரு நல்ல கஸ்டமரு கெடச்சாமுனு ரொம்ப சந்தோசந்தா. அந்தப்பெய ஒரு பெரிய சினிமா பைத்தியம். படம்

ஓட ஓட படத்த பாத்துகிட்டே என்கிட்ட எல்லா வேலையும் பாத்தான். ஆனா எனக்கு ஒன்னே ஒன்னு மட்டும் புடிக்கல. ரெண்டு பேரும் படுத்து செஞ்சுகிட்டு இருக்கும்போது, ராத்திரி முழுக்க என்னய ஜெயபாரதி, ஜெயபாரதினு முனங்கிட்டே இருந்தான்.

எனக்கு ஒரே கவலையா இருந்துச்சி. அதிகாலையில கேட்டேன், “சேட்டா என் பேரு ராக்கம்மா, நீ என்னைய ஜெயபாரதி, ஜெயபாரதினு கூப்பிடாத”னு சொல்லவும், “நீதான் என்டே பொண்ணு ஜெயபாரதி”னு சொன்னான்.

வந்துச்சி பாரு எனக்கு கோவம். “அடா தூமயக்குடிக்கி, நீ என்கூட அவள நெனச்சுகிட்டே ஏறுனயோ”னு கேட்டேன். என் கோவத்த பாத்து என்ன கொஞ்ச ஆரம்பிச்சான்.

“அடா கட்டக்கூதி என் இடுப்பு உசரந்தான் இருக்க, உனக்கு சினிமா ஸ்டாரு ஜெயபாரதி கேக்கோ”னு மண்டையில ஒரு தட்டு தட்டுனேன். அவனுக்கு வாயெல்லாம் ஒழுவுது. பல்ல இளிச்சான் கட்டையன். இத கேட்ட காளி ராக்கு சொல்லுதத கேட்டு சிரிக்கா.

“அதுக்கு அப்புறம் பலதடவ கொட்டாரக்கார போயிருக்கேன். ஆனா ஒன்னுப்பா, அவன்கூட போனா துட்டுக்கு மட்டும் பஞ்சமே வராது. அவன் ஒரு போன் நம்பர் தந்திருக்கான். துட்டு கையில இல்லன்னா அவனுக்கு செங்குளத்துல இருந்து போன் பண்ணி என்ட சேட்டா, நிண்ட நெனப்பாயிட்டு உண்டுனு சொன்னா போதும், கட்டையனுக்கு உச்சி குளுந்துரும். உடனே மறுநாளே வரச் சொல்லிருவான். மாராசன் எங்கிருந்தாலும் நல்லாருக்கணும்”னு சொன்னதும், காளிக்கி சிரிப்ப அடக்க முடியல. “ஆனா உனக்கு இடும்பு[2] ரொம்பக்கா”னு சொல்லவும், கொழந்த போல சிரிச்சா ராக்கு.

“ஆமா நான் அந்த சினிமாக்காரி ஜெயபாரதி போட்டோ வச்சிருக்கேன்”னு சொல்லி அத எடுத்து கொண்டுவந்து காட்டுனா. “இவள மாதிரியாலா நான் இருக்க”முனு கேக்கவும், அவ சொன்னா,

“ஏக்கா இவா நல்லா மொங்கு மொங்குனு இருக்கா, ஆனா உனக்கும் இவளுக்கு ஏணி வச்சாலும் எட்டாதுக்கா. உன் மொக லெச்சணம் அவளுக்கு கொஞ்சங்கூட இல்லக்கா. ஒரு சாயல்ல பாத்தா அவா ஒன்ன மாதிரிதா இருக்கா. நீ நல்லா வாட்ட சாட்டமா

சொடலமாடன் கையில இருக்க வல்லயக்கம்பு மாதிரி இருக்க. அவா என்னடான்னா, உலக்க மொரடு மாதிரிலா இருக்கா"னு சொல்லவும், ராக்கம்மாளுக்கு மனசெல்லாம் றெக்க கெட்டி பறக்குது.

இவ மறுபடியும் தொழில ஆரம்பிச்சுட்டானு தெரிஞ்சதும், ஊருல இருக்க நெறய பேருக்கு ஆச வந்தது. இவள எப்பிடியாச்சும் வைப்பாட்டியா ஆக்கிரனும்னு நெறய பேரு அலஞ்சாங்க. தெருவுல மசங்குத நேரத்துல போகும்போது, "ஏம ராக்கம்மா எங்க போற? கடைக்கி போறயோ, நா வேணுமுனா வரவு செலவு பாக்கட்டா"னு கேப்பாங்க. அவா பதிலுக்கு பேசி விட்ருவா.

"என்ன வரவு செலவு பாத்துர போற. போலீஸ்காரன்கிட்ட உன் பொண்டாட்டிக்கூட படுக்க முடியாதபடி நரம்ப எடுக்க சொல்லிருவேன். ஒழுங்கா போயிரு"னு சொல்லுவா, அதோட சரி. எவனும் திரும்பிக்கூட பாக்க மாட்டான்.

---

1. கர்வம்
2. திமிர்

40

ஒருநாளு இவ சீதா, விஜயானு எல்லாரும் ஒன்னா ராத்திரிக்கி சாப்டுட்டு பேசிக்கிட்டு இருந்தாங்க. அப்போ ஐயாக்குட்டி தாத்தா வந்து வீட்டுக்கு வெளிய நின்னாரு. ஐயாக்குட்டி தாத்தாவ எல்லாரும் வயிறுவூதிக் கெழவமுனுதா சொல்லுவாங்க. சின்ன வயசுல இருந்தே அவருக்கு வயிறு மாசமான பொம்பள போல வீங்கிப்போயிதா இருக்கும். அதனாலயே அவர எல்லாருமே வயிறுவூதியான்னு பட்டப்பேரு வச்சிட்டாங்க. இப்போ அவர வயிறு ஊதிக் கெழவம்னு சொன்னாதா தெரியும். மெதுவா வாசல்ல நின்னு "சீதா சீதா"னு கூப்புட்டாரு, கூப்புடுத சத்தங்கேட்டு வெளியில சீதா வந்தா.

"என்ன தாத்தா இந்த நேரத்துல வந்துருக்கீரு, என்ன"னு கேட்டா. 'உன்ன பாக்கணும் போல இருந்துச்சி அதான் வந்தேன்"னு சொன்னத, உள்ள இருந்து கேட்டுகிட்டே இருந்த ராக்கம்மா எல்லாரையும் வெளிய கூட்டிக்கிட்டு வந்தா. ராக்கம்மாளுக்கு வயிறு ஊதிக் கெழவன் தாத்தா மொறதா வேணும். அவ சொன்னா, "ஏ தாத்தா, உமக்கு குஞ்சி செத்தே முப்பது வருசம் ஆயிருக்குமுலா… உமக்கு இந்த நேரத்துல சாமான் கேக்கோ"னு சொன்னதுமே, விஜயா சினிமா நடிக சரோஜாதேவி மாதிரி வசனம் பேச ஆரம்பிச்சா.

'அத்தான் உங்களுக்கு குஞ்சி செத்து கோடி வருசம். ஆனா என்ன, நான் உங்களுக்காகவே காலம் முழுவதும் என் காலை விரிச்சு காத்திருப்பேன் அத்தான், காத்திருப்பேன். நீங்கள் மட்டும் ம்ம் என்று ஒரு வார்த்தை சொல்லுங்கள். இப்பொழுதே உங்களுடன் ஓடோடி வந்து, உங்களுக்காகவே ஒரு அழகான ஆண் குழந்தையை பெற்றெடுத்து தருகிறேன். அத்தான் தருகிறேன் !"னு சொன்னதும் எல்லாவளும் சிரிச்சாளுக.

அடுத்து இலஞ்சிக்காரி தாத்தா வேட்டிய உருவிட்டா, தாத்தா ஒரு அழுக்கு துணியில கோமணம் பாய்ச்சிருந்தாரு, இன்னொருத்தி கேட்டா. 'ஏ தாத்தா இந்த கோமணத்த தொவச்சி ஒரு பத்து வருசம் இருக்குமா"னு.

அவுத்த உடனே மணம் மூக்கத் தொளக்கி. "நீரு என்ன செண்டு தயார் பண்ணுதீரா"னு கேட்டா ஒருத்தி. இத கேட்டதும் கெழவருக்கு அசிங்கமாப் போச்சு.

"வயத்த நல்ல பொங்கப் பான போல வச்சுகிட்டு, உமக்கு சீதாலெட்சுமி கேக்கோ"னுட்டு அவரு கோமணத்த உருவிவிட்டு,

"ஏ தாத்தா, சின்ன தாத்தா எந்திப்பாரா, இல்ல படுத்துருவாரா. ஏற்கனவே செத்து குழிதோண்டி பொதச்சு, அத கௌறி எடுத்துட்டு வந்தது மாரி இருக்கு உம்ம சாமான். இதுல ஒம்ம தம்பிக்கி சோடி தேடுதீரோ"னு சொன்னதும், கெழவருக்கு நாணம் தாங்க முடியாம, "அடா ஒம்மாப் புண்டையா... ஏன் வேட்டிய குடுக்கப் போறயளா இல்லையா"னு கேட்டாரு. வேட்டிய குடுத்ததுமே ஆளு சத்தங் காட்டல. ஒரே ஓட்டமா துண்டக்காணும், துணியக் காணும்னு ஓடிட்டாரு.

ஆனா மறுநாளு ஊருக்கே தெரிஞ்சு போச்சி. ராத்திரியில இவர விஜயா கொமச்சு விட்டது ஊருக்கே தெரிஞ்சு போச்சு. அதுக்கு மறுநாள்ல இருந்து அவருக்கு செத்த புடுக்குனு பேரு வச்சிட்டாங்க. வயிறுவூதி கெழவன்னு கூப்பிட்டது போவ அவருக்கு அந்த பட்டப்பேரு மறஞ்சு செத்த புடுக்கன்னு பேரு பிரபலமா ஆயிருச்சி. ஊருக்குள்ள எல்லா சின்னப் பசங்களும் அவரு தெருவுல போவும்போதும் வரும்போதும் அந்தப் பேரச் சொல்லிதான் கூப்பிடுதாங்க.

யாரு என்ன சொன்னாலும் அவ ஒரே ஒரு விசயத்துல மட்டும் தெளிவா இருந்தா. எக்காரணத்த கொண்டும் இந்த ஊருல இருக்க பயகூட மட்டும் போகக்கூடாதுனு. முருகன் இருக்க இந்த ஊருக்குள்ள வேற எவன்கூடயும் போயிறவேக் கூடாது. அவன் இருக்கும்போது வேற எவன் கூடயாச்சும் போயி, அது அவனுக்குத் தெரிஞ்சா அவன் என்ன நெனப்பான். ஏற்கனவே நம்மள தேவுடியானு கேட்டவன். இன்னக்கி பச்சத்தேவுடியானு நெனக்க மாட்டானானு நெனக்கா. எத்தனையோ பேரு ராத்திரிக்கி வந்து கதவ தட்டினாலும், இவ வாய்க்கி பயந்து ஓடிருவாங்க.

இப்பவுங்கூட வாரத்துக்கு ஒரு மொறயாச்சும் தெரு மொனையிலயோ, மேல முக்குலயோ, பஸ் ஏறப் போகும்போதோ

அவனக் கடந்துதா வருவா. ஆனா அவன் மொகத்துல முழிக்க மாட்டா. அவளுக்கு முருகன் மேல இன்னுங்கூட பாசம் இருக்கத்தான் செய்யுது. ஆனாலும் 'நாம இன்னக்கி இந்த நெலமயில இருக்கக் காரணமே இந்தப் பயதா'னு நெனப்பா.

ஆனா, அவ நெனக்காத நாளு இல்ல. இப்பங்கூட வருசா வருசங் கோயில் கொடக்கி, ராக்கம்மா வீட்டத் தாண்டிதா அவன் சப்பாணிமாடன் கோயிலுக்கு அருவித்தண்ணி கொண்டு போவான். அத ராக்கம்மா வாசல்ல இருந்து பாப்பா அவனுங்கூட இவள ஒரு மொறயாச்சும் ஏக்கத்தோட பாப்பான். ஊருல இருக்க சொந்தபந்தம் பூராவுமே இவனுக்கு மாலையக் கொண்டாந்து குவிப்பாங்க.

ஆனா அவன் ஒருகணமாச்சும் இவள நின்னு பாத்துட்டுதான் போவான். அவனுக்கு இன்னும் இவமேல பாசம் இருக்கு. எத்தனையோ பேருகிட்ட சொல்லி விடுவான். "அவள வேற எங்கயும் போகாம கொள்ளாம இருக்க சொல்லுங்க. நான்கூட ஒழச்சி அவளுக்கு வரவு செலவு பாத்துக்குடுதே"ன்னு. அதுக்கு ஒரு மொற பச்சையா ஒரு ஆளுகிட்ட பதில சொன்னா.

"நான் தேவுடியாதான். அதுவும் பிச்சக்காரத் தேவுடியா. ஆனா இந்த ஊருல நான் யாருக்கும் வைப்பாட்டியா இருக்க மாட்டேன்"னு. அவன் சொல்லி வஞ்ச வார்த்தயால அவனுக்கே பதில சொல்லி விட்டா ராக்கம்மா. இத அந்த ஆளு போயி முருகன்கிட்ட சொன்னதும், அதோட சரி அவன் அதுக்கு பெறகு அவள பாத்தாலும் மொகத்த திருப்பிக்கிருவான். அவ மனசுல அவன் மேல காதல் இருந்துகிட்டே இருந்துச்சி. ரகுராஜன பாக்குற வரைக்கும்.

41

ஒருநாள் காலையில வீட்டு வாசல்ல இருக்க பூவரசு மரத்து நெழல்ல உக்காந்து, சோறப் போட்டு சாப்டுக்கிட்டு இருந்தா ராக்கம்மா.

அந்த நேரத்துல முருகையா வேலுவ கூப்டிட்டு இவள பாக்க வந்தாரு. வந்த உடனே ராக்கம்மா எந்திச்சு, "ஏப்போ, வாப்பா நல்லாருக்கியா"னு ஆசையாக் கேட்டா. வேலுவோட மூஞ்சியக் கூட பாக்கல. உடனே முருகையா, "அதெல்லாம் வேண்டாம்ல"னு சொல்லிட்டு பூவரசு மரத்த மேலயும் கீழயுமா உத்துப் பாத்தாரு. உடனே ராக்கம்மா, 'மரம் நல்லா வளந்துருச்சிலாப்பா? ஒரு பெரிய தூணு போல உள்ள கம்ப கொண்டாந்து வச்ச, அது இன்னக்கி எப்டி உண்டாயிருச்சினு பாரு. தெனமும் வெளக்கமாத்த கொண்டு கூட்டி ஒரு கூடக்கி எலைய அள்ளுதே"னு சொன்னா.

ஆனா, ராக்கம்மா பேசுன எதையும் அவரு காது குடுத்து கேட்டது மாதிரியே தெரியல. 'ஏலா எவளாச்சி ஒரு நாற்காலிய எடுத்துட்டு வாங்கட்டி"னு சொன்னதும். விஜயா ஒரு நாற்காலிய கொண்டாந்து போட்டா. பக்கத்துல நிக்கிற வேலுவுக்கு கோவம். ஆனா வேலு எதையும் மூஞ்சில காமிக்கல. முருகையா மட்டும் உக்காந்துட்டு பேச ஆரம்பிச்சாரு.

"எல ராக்கு, நீ போற போக்கு சரியல்ல. நீ செய்யுத தொழில பத்தி ஊருல இருக்க எல்லாரும் அசிங்கமா பேசுதாங்க. நம்ம குடும்பத்துல யாரும் இந்த மாதிரி போன பொம்பளைய கெடயாது. வெளியில போனா, இன்னாரு அப்பந்தா இவருனு சொல்லுதாங்க. வெளியில தல காட்ட எனக்கு ஒரே நாணமா இருக்கு. சரி நீ இம்புட்டு நாளும் இந்த மாரி அங்குட்டும் இங்குட்டுமா ஓடிகிட்டு திரிஞ்சிட்ட. இனிமேல் கொண்டு நீ இப்டி இருக்காத. ஓங்கூட இருக்க புள்ளயல எல்லாத்தையும் அது அதுக குடும்பத்த பாக்க போகச் சொல்லிட்டு நீ பேசாம தெக்க களத்துக்கு வந்துரு. இன்னா வேலு அண்ணனயும் கூட்டிட்டு வந்துருக்கம் போரு, அவருகிட்ட இனி இதுபோல ஒரு தப்பும் செய்யமாட்டமுனு சொல்லிட்டு, ஓம்பாட்டுக்கு அங்க

வந்து சூசுவா'னு இருல"னு சொன்னாரு. அவளுக்கு இதக்கேட்டு கோவம் வந்துருச்சி. "எப்போ நீ எதுக்கு இப்போ இந்தாள இங்க கூட்டிட்டு வந்துருக்க. உனக்கு மவா வேணுமுனா நீ ஏங்கூட வந்துறேன். நான் ஒன்ன பாத்துக்கிடுதேன்"னு சொன்னா. உடனே கோவத்தோட உச்சத்துல முருகையா,

"சடூங் கூதிவுள்ள, என்னலா பேசுத? நான் இங்க வந்து இருக்கணுமா? என்னய என்ன நெனச்சுகிட்டு இருக்க, நீ இங்க தேவுடியாக் குடி நடத்துவ, நான் உனக்கு ஆளுகள புடிச்சி விடணுமா? ஊரே ஒரே அசிங்கமா பேசுது. நல்ல வழியில போனு சொன்னா உனக்கு எகத்தாளம் நெறயலா, கூதியுள்ள"னு சொல்லவும் உடனே ராக்கம்மா கேட்டா.

"எது நல்லவழி, பெத்த மவள கெழட்டுப் பேலுக்கு கூட்டிக் குடுத்ததா"னு சொன்னதும், அவருக்கு கோவம் கூடிப்போச்சி.

"எலா யாரலா கூட்டிக் குடுக்கவமுங்க? சின்னத்தனமா பேசாத. மரியாதக்கி பேசு, இல்லன்னா நல்லாருக்காது"னு சொன்னதும்.

"ஒனக்கு என்ன மரியாத குடுக்கணுமுங்க, எங்க அப்பனுக்கு சாராயத்த வாங்கி குடுத்து அவங்கிட்ட சத்தியம் வாங்கி என்னய கெட்டி என் வாழ்க்கய சீரழிச்சிட்டான் இந்தக் கெழட்டுப் பய"னு சுத்தி இருக்க ஆளுககிட்ட சொன்னதும்,

வேலுவுக்கு கோவம் வந்துருச்சி. அவ்வளவு நேரமும் அமைதியா இருந்த வேலு, "என்னலா நானும் அப்பத்துல இருந்து பாக்கேன். கெழவன் கெழவமுனு சொல்லுத"னு கழுத்த புடிச்சி நெரிக்கப் போனான். உடனே அத சுதாரிச்சுகிட்ட ராக்கம்மா. அவன் கைய எடுத்து அவன் சட்டைய எடது கையால புடிச்சி, வலது கையிட்டு ஒரே ஒரு அடிச்சி கீழ தள்ளிட்டா. வேலுவும் ராக்கம்மாளும் கீழ விழுந்து பெறண்டாங்க.

கடைசியா முருகையா வேலுவயும், ராக்கம்மாளையும் பிரிச்சு விட்டுட்டு அவளப் பாத்து பேசுனாரு.

"எலா நீ தேவிடியாளாப் போயிட்ட, இனி நான் செத்தாலும் நீ வரக்கூடாது. நீ செத்தாலும் நான் வரமாட்டேன். நீ எனக்கு புள்ளயுங் கெடயாது, நான் உனக்கு அப்பனும் கெடயாது. எப்டியோ

கெட்டு நாசமாப்போ"னு சொல்லிட்டு, வேலுவக் கூட்டிகிட்டு கெளம்புனாரு போகும்போது வஞ்சுக்கிட்டே போனாரு.

"கூதிவுள்ள நம்ம நல்லத சொன்னா, நம்மளயே எதுத்து பேசுதா. எம்புட்டு அகம்பாதம்[2] இருந்தா இப்டி பேசுவா"னு கோவத்தோட களத்துக்குப் போனாரு.

முருகையா போன வேகத்துல முத்தம்மாள கூப்ட்டு, இனி நீ உன் மவா கிவானு ஊருக்குள்ள போயி அவாகிட்ட பேசுதத கண்டேன், ஒன்ன உயிரோட கொளுத்திருவேன். அதோட சரி நீ என்ன உயிரோடயே பாக்க முடியாது. உன் மவா என்ன பேச்சு பேசுதா. ராங்கி ரப்புலலா அலையுதா. அவளுக்கு இருக்கு, அவா பேசுன பேச்சுக்கு அவளுக்கு இப்போ தெரியாது. கொஞ்ச நாளு போன பின்ன, இங்க நம்மள தேடி ஓடி வருவா. அப்போ இருக்கு. கூதிவுள்ளக்கி"னு மொனங்குனாரு.

அதோட சரி முத்தம்மாளுங்கூட மகளப் பாக்க வாரது இல்ல. ராக்கம்மாளுக்கு இது வருத்தந்தான். ஆனாலும் அந்தக் கெழட்டுப் பயலுக்கு கெட்டி வச்சது தப்புதான்னு முத்தம்மா யோசிச்சா. ஆனாலும் அவளால ஒன்னும் பண்ண முடியல.

ராக்கம்மாளுக்கு இருந்த ஒரே ஆச வீடு கெட்டுததுதான். அப்பனும் அம்மையும் இருந்த காலத்துல இருந்தே இந்த மண் செவரு வச்சு கெட்டுன குடிசையிலதா இருக்கா. என்ன நாலு வருசத்துக்கு ஒருமொற தெக்க தோப்புக்கு ஆளுகள சம்பளத்துக்கு கூப்ட்டு கூரப்புல்லு அறுத்துட்டு வரச்சொல்லி கூர மட்டும் வேஞ்சிருவா. அதனால வெயில் மழக்கி ஏதோ தாங்குது.

---

1. சும்மா

2. அகம்பாவம்

42

கெழக்க செங்குளத்துக்கும் மேக்க கேராளாவுக்கும் போற மெயின் ரோட்டுக்கு மாடனூர்ல இருந்து குரங்கு நடன்னு ஒரு ஒத்தயடி பாத இருக்கு. ஒருநாள் காலையில ஒரு பத்து மணியப் போல, மாடனூர்ல இருந்து குரங்கு நட வழியா போனா ராக்கு.

இவா எப்போதும் போல சீவி சிங்காரிச்சி வெயிலுக்கு நல்ல காட்டன் சேலையா பாத்து உடுத்திட்டு போறா. போகுற வழியில இவளுக்கு முன்னால ஒரு ஆளு பேண்டும், டீசட்டு பனியனும் போட்டுகிட்டு போகுது. ஆளு நல்லா டிப்டாப்பா இருக்கானே, யாரா இருப்பான்னு இவளும் வேகமா போறா. ஆனா அந்தாளும் வேகமா நடந்துபோறாரு. இவளால அவர புடிக்கவே முடியல. வேகத்த கூட்டி நடந்து பாத்தா, ஆனா இவளுக்கு முன்னால அந்த ஆளு போனாரு. பின்னால இருந்து பாத்தா, அந்த ஆளோட கழுத்தும் மண்டையும் எங்கயோ பாத்து பழக்கப்பட்டது மாதிரி இருக்கு. ஆனா யாருனு ஒண்ணும் புடிபடல. யாராத்தான் இருப்பாமுனு இவளும் வேகமா போறா.

இவளுக்கு ஒரே ஆர்வம். எப்படியாச்சும் இவன் யாருனு பாத்திரனும்னு இவளுக்கு தோணுது. இவன் உள்ளூர்க்காரனா கண்டிப்பா இருக்க மாட்டான். நம்மூர்ல இருக்க ஆம்பளப் பேக கோமணம் கெட்டுதததே பெரிய விசயம். இதுல எங்க பேண்டும் டீசட்டு பனியனும் போடுததுனு நெனச்சு பாத்தா. அவனோட நடையும் வேகமும் அவனோட பேண்டும் செருப்பும், இவள என்னமோ பண்ணுது.

ஆனா ஒருவழியா அவன் கிட்டத்துல போயி அவனோட மொகத்த பாத்துட்டா. அவளுக்கு யாருனே புடிபடல. ஆனா அது இவளுக்கு தெரிஞ்ச ஆளு போலதா தெரியுது. கடைசியா அவனும் திரும்பி பாத்தான். ஆனா அவன் பாத்தும் பாக்காதது மாதிரி மூஞ்சியத் திருப்பிக்கிட்டுப் போயிட்டான். அவளுக்கு அவன் திரும்பி பாத்துட்டு பாக்காதது மாதிரி போனது ஒரு மாதிரியா இருக்கு.

அடுத்து ரெண்டு பேருமே குரங்கன் நடையில கால்மணி நேரமா பஸ்ஸுக்கு காத்திருந்து, கேரளா வண்டியில ஏறி போறாங்க. அப்பறம் பஸ் போயிக்கிட்டு இருக்கும் போதுதான், இவளுக்கு ஞாபகம் வருது, அவன் யாருன்னு. அவன் வேற யாருமில்ல, இவளோட சேக்காளியோட தம்பி ரகுராஜன். ஆனா இவளுக்கு மனசுக்குள்ள ஒரே வருத்தம். ஏன் இந்தப் பெய பாத்தும் பாக்காதது மாதிரி போனான்னு.

அன்னக்கி ராத்திரியே வீட்டுக்கு வந்து சாப்டுட்டு படுத்துருக்கும் போது நெனச்சுப் பாத்தா. அந்த ரகுராஜன் பெய ஒரு சின்னப்பய, என் முன்னடி டிரவுசர் கூட போடாம மணியடிச்சுகிட்டு ஓடியலஞ்ச பெய, இவன் நம்ம கூட எத்தன நாளு சேந்து வெளயாண்டுருக்கான். படிச்சு கெவர்மெண்ட் வேல கெடச்சதால வந்த பவுசுதான் போலன்னு நெனக்கா. மதுரையிலயே காலேஜ்லாம் படிச்சுட்டு அங்கயே வேல பாத்துகிட்டு இருந்தான்னு யாரோ சொன்னாங்க. அந்த பவுசோ என்னமோ?

படிச்சா ஊரு ஆளுக கூட கண்ணுக்கு தெரியாது போலன்னு நெனக்கா. ஆனாலும் அவன் பாத்தும் பேசாம போனத நெனச்சு கொஞ்சம் சங்கடமா இருக்கு. ஒருவேள நம்ம தொழில நெனச்சு வேணுக்கும்னே அவமானப்படுத்துனும்னே நெனைக்கானோ?

அதுக்கு அப்பறமா ஒருசில ஆளுக கிட்ட ரகுராஜனைப் பத்தி விசாரிச்சா ராக்கம்மா. அப்பதான் தெரிஞ்சது, ரகுராஜனுக்கு மதுரையில இருந்து சொந்த ஊருக்கே வேல மாறுதல் கெடச்சிருக்குனு. அப்பறமாதான் சொன்னாங்க, ரகுராஜன் மாடனூர்ல இருந்து தென்காசி போற பஸ்ஸுல கண்டக்டரா இருக்கான்னு.

43

மாடனூர்ல இருந்து தென்காசி போற பஸ் தெனமும் காலையில ஒம்பது மணிக்கி வந்து சரியா ஒம்பதரைக்கு கௌம்பும். பள்ளியனூரு, கருமத்தான்பட்டி, செங்குளம், பார்டரு, குற்றாலம், மேலகரம், சிந்தாமணினு கிட்டதட்ட ரெண்டு மணிநேரம் ஆகும். மாடனூர்ல இருந்து தென்காசி போக.

மாடனூர்லயே கூட்டம் பஸ் நெறயுத அளவுக்கு ஏறிரும். இவ ஒருநாள் வக்கீலப் பாக்க போகணும்னு பஸ் ஸ்டாண்டுக்கு வந்து பஸ் ஏறுனா. இருக்க எடமே இல்லாத அளவுக்கு கூட்டம் இருந்துச்சி, நின்னு நின்னு பாத்தா, பஸ் கௌம்பி கொஞ்ச தூரம் ஆனதும் கால்வலி பொறுக்க மாட்டாம, பின்பக்கமா இருக்குற கண்டக்டர் சீட்ல உக்காந்துகிட்டா. அத அவன் பாத்துட்டு, பஸ்ல பின்னாடி வந்து டிக்கெட் எடுத்தான். ஆனா அவனோட சீட்ல வந்து உக்காரல. இவா அவன் வரும்போதெல்லாம் எழுந்திரிப்பா, ஆனா அவன் சீட்டு பக்கத்துக்கே வரமாட்டான். கூட்டம் அதிகமா இருக்கும்போது அவளுக்கு ஒரு சின்ன பிள்ள கிட்ட டிக்கெட் மட்டும் கொடுத்து விட்டான். அதோட சரி, அதுக்கான காச கூட வாங்கல. இவ காசு குடுத்து விட்டா, ஆனா அந்த டிக்கெட்டுக்கான துட்டு திரும்பவும் இவ கிட்டயே வந்தது.

இவளுக்கு என்னனே தெரியல. ஆனா அந்த கண்டக்டர் சீட்ல உக்காந்ததும் இவளுக்கு மனசுக்குள்ள ஒரு மாதிரியா இருந்துச்சி.

இவளோட வீட்டுக்கு பின்னாடிதான் சக்கிலியன் கொளம் இருக்கு. அதுக்கு பக்கத்துல இருக்கு ஒரு பெரிய கிணறு. அந்த கெணத்துல ஊறுத தண்ணிதான் அந்த ஊருலயே ருசியான தண்ணி. அந்த கெணத்துலதான் ஊருல இருக்க எல்லாப் பொம்பளையலும் குடிதண்ணி எடுக்க வருவாங்க. ஆம்பளைங்களும் வாலிபப் பயலுகளும் சாயங்காலம் ஆயிருச்சினா அந்த கெணத்த சுத்திதான் குளிக்க நிப்பாங்க.

ஊரச்சுத்தி நாலு பக்கமும் கெணறு இருக்கு. ஒரு கெணறு பள்ளக்குடிக்கு. ஒன்னு வண்ணாக்குடிக்கு. ஒன்னு நாடாக்கமாருக்கு.

ஒன்னு பொதுக்கெணறு. ஆனா மத்த எல்லா கெணத்துலயும் தண்ணி சித்திர கோடையில வத்தி போகும். ஆனா சக்கிலியர் கெணத்துல தண்ணி ஊறிக்கிட்டே இருக்கும். அது மட்டுமில்லாம அந்த கெணத்து தண்ணியும் நல்லா ருசியா இருக்கும். ஊருல பள்ளக்குடி, நாடாரு, வண்ணார் சமூகம் எல்லாமே சக்கிலிய குடி ஆளுகள தொட்டா தீட்டுனு ஒதுக்கி வச்சுருவாங்க. வீட்டுக்குள்ள ஏத்த மாட்டாங்க. ஆனா தண்ணினு வரும்போது மத்த மூணு சாதி ஆளுகளும் இந்த கிணத்துலதான் வந்து தண்ணி எடுக்கும். பேருக்குத்தான் அது சக்கிலியர் கெணறு. ஆனா அதுல அவுகளால நிம்மதியா தண்ணி எடுக்க முடியாது.

இவ எப்போதுமே சாயங்காலம் பொழுது சாஞ்சதும்தா தண்ணி எடுக்க வருவா. இவா தண்ணி எடுக்க வார நேரம் நல்ல கருக்கு இருட்டா கெடக்கும். பொழுது சாஞ்சு, சூரியன் மறஞ்சு சாங்காலம் முடிஞ்சு ராத்திரி வரக்கூடிய நேரம். அப்போ முழுசாவும் இருட்டாவும் தெரியாது கொஞ்சம் வெளிச்சமும் தெரியாது. அந்த கெணத்த சுத்தி வயக்காடுதா இருக்கும். அவ வரும்போது எதித்தாப்புல வார ஆளுக மொகம் சுத்தமா தெரியாது. ஒரு அனுமானத்துல எதித்தாப்புல வார ஆளுகளோட உடல்வாகு, நடை எல்லாம் வச்சு கண்டுபுடிச்சுக்கிடலாம். அந்த பொழுது ராக்கம்மாளோட பொழுது, எல்லாரும் தட்டுண்டு தடுமாறி வரப்புகள்ல நடப்பாக. ஆனா ராக்கம்மாளுக்கு இருட்டுக்குள்ளயும் ஆளுகளோட உடம்பு தெரியும், அசைவும் தெரியும். யாரு முன்னால போனாலும், யாரு எதித்தாப்புல வந்தாலும் கண்டுபுடிச்சிருவா. இவ எப்பவும் போல அந்த கெணத்துக்கு தண்ணி எடுக்க வந்தா. அன்னக்கி இவ கெணத்துக்குள்ள வாளியப் போட்டு தண்ணி எறச்சுகிட்டே எதித்தாப்புல பாத்தா யாரோ ஒருபுது ஆளு கெணத்துல குளிச்சுகிட்டு இருக்காங்கன்னு தெரிஞ்சது.

இவள பாத்தும் பாக்காதது மாதிரி அவனும் தண்ணி எறச்சி குளிச்சான். அவ கண்டுபுடிச்சிட்டா, குளிக்கறது அவந்தான்னு. உடனே அவன் குளிச்சு முடிச்சு கௌம்பும்போது இவ அவன கூப்பிட்டா, “ஏ… ரகுராஜா நில்லு”னு சொல்லவும் அவன் திரும்பிட்டான்.

திரும்புனதும் ஒரு சிரிப்பு சத்தங் கேட்டது அவளுக்கு. அந்த கருக்கு இருட்டலயும், அவனோட மொகம் அவளுக்கு மட்டிந் தெரியுது. உடனே கேட்டா,

"ஏ... நான் யாருனு தெரியுமா"னு.

அவன் அதுக்கு பதில சொன்னான், "ராக்கம்மா."

"ஏல... நான் ஒன்னவிட எத்தன வயசு மூப்புனு தெரியுமால"

"தெரியும்."

"பின்ன எதுக்குல என்ன நீ ராக்கம்மானு பேரச் சொல்லுத?"

"ராக்கம்மா அத்த தான"ன்னு சொல்லிட்டு சிரிச்சான்.

"எல... நான் உனக்கு அத்தையால?"

"இல்ல"

"ஆமா... டிக்கெட் குடுத்தா எதுக்குல துட்டு வாங்காம போற?"

"எப்போ நடந்துச்சி இது?"

"எல நடிக்காத"ன்னு அவ சொன்னதும், அவன் வாய்விட்டு சிரிச்சிட்டு, "பஸ்ல இருந்த கூட்டத்துல மறந்துருப்பேன்."

"எல நடிக்காத, எதுக்குல மலுப்புத"னு சொன்னதும் சிரிச்சான். "எல... ரகு உன்னப் பாத்து எம்புட்டு நாளு ஆச்சி? எப்புடில இருக்கே? உனக்கு எங்க ஞாபகம் இருக்கப் போவுது, உன்னய தூக்கி செமந்துகிட்டு திரிஞ்சேன். சின்னதுலயே வெளியூரு போய்ட்ட பின்ன எப்படி என்னய தெரியும். சரி வாரேன்"னு சொல்லிட்டு கொடத்த தூக்கிட்டு கெளம்புதா.

ராக்கு இப்ப மாடனூர் பஸ்ல போறது வாடிக்கையாப் போச்சி. அவனுக்கு ஒருநாள் விட்டு ஒருநாள் தான் வேல இருக்கும். அவன் எப்போலா பஸ்ல இருப்பானோ, அப்போலா இவ பஸ்ல இருப்பா. எப்போதும் போல இவன் டிக்கெட்ட கொடுப்பான், ஆனா காசு வாங்க மாட்டான். இவளும் கொடுக்க மாட்டா.

ரெண்டு பேரும் கெணத்தடியில வழக்கமா சந்திச்சுக்கிட்டாங்க. நாளும் போயிகிட்டே இருக்கு. இப்போலாம் ரகு குளிக்கறதுக்கு இவதா தண்ணி எறச்சி ஊத்துவா. ரெண்டு பேரும் ஒருநாளு

கெணத்தடியில பேசிக்கிட்டு இருக்கும் போது, “ஏன் என்கிட்ட பேசுத”ன்னா ராக்கம்மா.

“சும்மாதா ஏன் என்கூட பேசப் புடிக்கலயோ”னு கேட்டான். “அதெல்லாமில்ல... சும்மா கேட்டேன்”னு சொல்லி மலுப்புனா.

ரெண்டு பேருக்குமே நெருக்கம் கூடுது. அவளுக்கு இப்போ வீடு கெட்டுத எண்ணமே கொஞ்சங் கொஞ்சமா மறையுது. அது மட்டுமல்லாம, அவளுக்கு இப்போ அடிக்கடி வயிறு வலிக்குது. அவளும் உடம்பு சூட்டுனால இருக்க வலின்னு அடிக்கடி வெந்தயக்கூழ காய்ச்சி குடிக்கா.

நாளுக்கு நாள் அவன் மேல ஏதோ ஒரு எனம்புரியாத பித்து அவளுக்கு உண்டாவுது, இப்போலா தென்காசி பஸ் ஸ்டாண்டுல போயி ஆளுகள பாக்கறதுக்கு இவளுக்கு விருப்பமே இல்ல. ஏன்னா ரகு தென்காசி பஸ் ஸ்டாண்டுல பஸ்ஸ நிப்பாட்டி போட்டதும், அவள கூட்டிட்டு போயி, அவளுக்கு மட்டும் பிரத்தியமா கரும்பு ஜூசும், சமோசாவும், சுசியமும் வாங்கிக் குடுப்பான்.

இவன சந்திக்கறதுக்கு முன்னாடி, இவ பஸ் ஸ்டாண்டுல நின்னா கூட எல்லாரோட பார்வயும் இவ மேல வேற மாதிரிதா இருக்கும். ஊருல இருக்க பொம்பளைய இவள தென்காசி பஸ் ஸ்டாண்டுல வச்சி பாத்தா கூட யாரும் இவகிட்ட வந்து பேச மாட்டாளுக. ஏன்னா இவகூட பேசிக்கிட்டு இருந்தா, பஸ் ஸ்டாண்டுல நிக்க ஆம்பளங்க நம்மளயும் தப்பாலா நெனப்பாங்கனு யோசிச்சி பாத்து, இவ நிக்கறத பாத்தா கூட வேற பக்கமா மூஞ்சிய திருப்பிட்டு போயிருவாங்க. ஆனா ரகுராஜன் மட்டுந்தான் இவளோட, எல்லாரு முன்னாடியும் சகஜமா பேசுவான். இவங்க ரெண்டு பேரும் பேசிக்கிட்டு இருக்குறத நெறய பேரு உத்து பாத்துட்டு போவாங்க. ஆனா அவன் எதையுமே பொருட்படுத்த மாட்டான். இவளுக்கு அவன புடிச்ச முக்கியமான காரணமே இந்த கொணந்தான். அவன்மேல இவளுக்கு இன்னுங்கூட அன்பு கூடுது.

இப்போலாம் ரகு ராக்கம்மாளோட வீட்டுக்கே வருவான். அவனுக்கு கடுஞ்சாயாதான் புடிக்குமுன்னு ஒரு கண்ணாடி கிளாஸ்ல போட்டு குடுப்பா. அவளோட வீட்டு முன்னாடி இருக்க பூவரசு மரத்துக்கு கீழ ஒரு நாற்காலியில உக்காந்துருப்பான். இவா

மரத்து தூருல ஒரு மரப்பலகையப் போட்டு இருப்பா. ரெண்டு பேரும் மணிக்கணக்கா உக்காந்து பேசிக்கிட்டு இருப்பாங்க. ராக்கம்மா வீட்ல இருக்க மத்த பொம்பளைங்க வீட்ட விட்டு வெளிய வர மாட்டாங்க.

ரகு ராக்கம்மாளோட வீட்டுக்கு வாரது, உக்காந்து மணிக்கணக்கா பேசிக்கிட்டு இருக்கறது எல்லாம் ஊருக்குள்ள கொஞ்சங் கொஞ்சமா பொறணியா மாறுது. எல்லாரு வீட்டுலயும் சாயங்காலம் ஆனாலே இந்தப் பேச்சுதான். இது தெரிஞ்ச ரகுவோட அம்ம வந்து இவாகிட்ட சண்ட போட்டா. ஆனா அத இவா ஒரு விசயமாவே எடுத்துக்கல. திரும்ப ஒருநாள் வந்து பேசும்போது, "எம்மா நீங்க என்கிட்ட பேசுததுல எந்த நாயமும் இல்ல. உன் புள்ள கிட்ட சொல்லி இங்க வர வேண்டாமுனு சொல்லு"னு சொல்லிட்டா. அதுக்கு அப்பறமா ரகுராஜனோட அம்ம ராக்கம்மாள பாத்தாலும் மொகத்த திருப்பிக்கிடுவா.

ஒருநாளு எப்போதும் போல ரகு அவளத் தேடிகிட்டு வீட்டுக்கு வந்தான். அவளுக்கு உடம்பு சரியில்லாம, வீட்டுக்குள்ள படுத்திருந்தா. மறுநாள் அவன் வேலக்கி லீவு போட்டுட்டு, இவள கூட்டிகிட்டு தென்காசி ஆஸ்பத்திரிக்கி போனான்.

அங்க ஆஸ்பத்திரியில, இவளுக்கு செக்கப் பண்ணனும்னு சொல்லி, ஸ்கேன் பண்ணச் சொன்னாங்க. சரினு சொல்லி, ஸ்கேன் பண்ணுத எடத்துக்கு கூட்டிட்டு போயி, ஸ்கேன் பண்ணி, ரெண்டு நாளு கழிச்சி ரிப்போர்ட்டோட வரச்சொன்னாங்க.

அதுக்கு அப்பறமாதா தெரிய வருது, இவளுக்கு வந்தது சூட்டுனால வந்த வயத்துவலி இல்ல, குடியினால வந்த பிரச்சனைனு.

அதுக்கு அப்பறமும் கூட ஒருநாள் ரகு ராக்கம்மா வீடு தேடி வரும்போது வீட்டுல கஸ்டமர் இருந்தாங்க. அவளுக்கு அது ஒருமாதிரி அசிங்கமா தெரிஞ்சது. அவன் இது தெரிஞ்சதும், மொகத்துல எந்த கோவமும் இல்லாம வந்த வழியே திரும்பிப் போயிட்டான். அவளுக்கு அத நெனச்சு ரொம்ப சங்கடமா இருக்கு. அவன் நம்மள ரொம்ப தப்பா நெனச்சிருப்பானோனு நெனக்கா. இவ்வளவு நாளும் அந்த ஊரையே எதுத்து நின்னவளுக்கு அன்னைக்கி நடந்தத நெனச்சு ஏதோ ஒரு மாதிரி இருக்கு.

மறுநாளும் அதே போல ரகு வந்தான். மொத நாளு நடந்தத நெனச்சு நாணத்துல இவா அவங்கிட்ட மொகங்குடுத்து பேசவே இல்ல. ஆனா அவன் அதப்பத்தி எதுவும் கேட்டுக்கல. அது அவளுக்கு புதுசா இருந்துச்சி. மறுநாளே அவ எல்லாரையும் அவரவரு வீட்டப் பாக்க போகச்சொன்னா.

எல்லாரும் ஒரு பத்து நாளு உங்க வீட்டப் பாக்க போயிட்டு வாங்க. எனக்கு ஒடம்புக்கு கொஞ்சம் முடியல, என்னால நீங்க யாரும் சங்கடப்பட வேண்டாமுன்னு சொல்லி அனுப்பிவிட்டா. அதே போல எல்லாரும் அவரவரு ஊரப்பாக்க போயிட்டாளுக.

இவளுக்கு ஒடம்பு சரியில்லன்னு தெரிஞ்சது பழனிக்கு. ஒருநாளு ரகுவும் ராக்கம்மாளும் பேசிக்கிட்டு இருந்தத ஒட்டுக் கேட்டான் பழனி. பழனி வீடும் கூர வீடுதா. இவ வீடும் கூர வீடுதா. ரெண்டு வீட்டு மண்ணு சொவத்துக்கும் எடையில ஒரு சின்னக் கோடி மட்டும் இருக்கும். ரகு ராக்கம்மாள பாத்து சொன்னான், "சாராயம் குடிச்சு குடிச்சுதா இன்னக்கி உன்னோட ஒடம்பு நெலம ரொம்ப மோசமா இருக்கு. அது மட்டுமல்லாம, ஆரம்பத்துல வயிறு வலிக்கும் போதே நீ ஆஸ்பத்தியில போயி பாத்துருப்பனா, உனக்கு இப்போ இந்த நெலம வந்துருக்காது"னு சொன்னான்.

44

ஊருக்கு தெக்க களத்துக்கு போற வழியில ஒரு தோப்பு இருக்கு. அதுக்கு பேரு குட்டித்தோப்பு. ஏன்னா அதுல மொத்தமே பத்து ஒட்டு மரந்தா இருக்கும். காய்ப்பு சமயத்துல அதுல வெளயுத மாங்கா சரஞ்சரமா தொங்கும். அந்த தோப்புக்குள்ள இருக்க மரத்துல வெளயுத காய பாக்கும்போதே, களவாண்டு திங்கலாமானு தோணும். ஏமுனா காய்களப் பாக்கும் போதே கண்ணப் பறிக்கும். அந்த ஒட்டுக்காய்க எல்லாம் பருசு பருசா[1] கெடக்கும். காயும் இனிச்சுகிட்டு கெடக்கும். பங்குனி மாசம்லா அந்த தோப்புல மாங்கா பறி முடிஞ்சு தோப்பே வெறுந்தோப்பா கெடக்கும்.

மாங்கா எறக்குனத்துக்கு அப்பறம் அம்புட்டு ஆம்பளயளும் அங்கதான் சீட்டு வெளயாடுவாங்க. எல்லா ஆளுகளும் ஆடு மாடுனு மேய்க்கதுக்கும், வயக்காட்டு வேலய பாக்கதுக்கும் போவும். ஆனா, இந்த ஊர்க்காரங்க சிலபேரு மட்டும் ஒரு நாளைக்கும் வேலக்கி போவ மாட்டாங்க. எந்த நேரமும் குட்டித்தோப்புக்குள்ள கெடந்து சீட்டு வெளயாடிக்கிட்டு ஊரு பெரணி பேசிக்கிட்டு கிடப்பாங்க. மத்தியானம் சோறு சாப்புட மட்டும் வீட்டுக்கு போயிடுவாங்க. அடுத்து இங்கயே வந்து மாமரத்துக்கு கீழ ஒரு ஓலய எடுத்துப்போட்டு படுத்துருவாங்க.

மறுநாள் பழனியும் இவங்களோட வந்து சீட்டு விளையாடுனான். எல்லாரும் சீட்டு வெளயாடிக்கிட்டு இருந்தாங்க. வெளயாடிகிட்டு இருக்கும் போது மெதுவா பேச்சு குடுக்க ஆரம்பிச்சான்.

“எய்யா.... ஊர்க்கார பெரிய மனுசங்கா, அங்க என்னடான்னா ஒங்க எல்லாத்தையும் கெறங்கெடுத்துட்டு அவா நல்லா செழிப்பா இருக்கா. பத்தாததுக்கு அந்த கண்டக்டரு ரெகுப் பயலும் அவா கூட சேந்து போறது என்ன, வாரது என்ன. ஒரே பகுமானமா புருசம் பொண்டாட்டி கணக்கால்லா போறாக. அவளத்தான் இந்த ஊருக்காரப் பயலுகளால ஒன்னுமே செய்ய முடியலயே”னு சொல்லவும்.

கூட்டத்துல ஒருத்தன் ஆரம்பிச்சான். “அடாப் போப்பா, நீ என்னடான்னா ‘நோஞ்ச’ புண்ணுல கம்ப கொண்டு ஒட்டுத”னு சொன்னாரு.

நான் என்ன தப்பாவா பேசிட்டமுன்னு சொன்னான் பழனி. “இல்லப்பா அவளத்தா ஒண்ணுமே பண்ண முடியலயே, அத ஏன் பேசிக்கிட்டு”னு சொன்னதும்.

இன்னொருத்தன் சொன்னான். “எப்பா அவாகிட்ட எந்தப் பயலும் ஒட்ட முடியாது, அவளுக்குதா வக்கீலு என்ன, நீதிபதி என்ன, போலீஸ்காரன் என்ன. எல்லாப் பயலயும் கைக்குள்ள வச்சிருக்காள. அவாகிட்ட எவன் ஒட்டிட்டு வாங்க”னு சொன்னதும்,

பழனி சொன்னான். “நான் ஒரு யோசன வச்சிருக்கேன். அத மட்டும் நீங்க கேட்டயன்னா, அவா பொழப்பயே நாறடிக்க வச்சிரலாம்.”

அடா என்னது அப்படி சொல்லுத, ஓம் யோசனையயும் கேப்போமுன்னு ஆர்வத்தோட கேட்டான் இன்னொருத்தன்.

“இந்த ராக்கம்மா கூதிமவள பழி வாங்கணும்னா சும்மா ஒண்ணும் பண்ண முடியாது. அவா அடிமடியிலயே கைய வக்காம அவள நம்மலால ஒன்னுஞ் செய்ய முடியாது, கேப்பயளா”னு சொன்னதும் எப்பா விசயத்த சொல்லுப்பானு சொன்னாரு சின்னக் குடும்பன்.

“அந்த ராக்கம்மாளுக்கு மேலுக்கு சரியில்ல. எல்லாப் பேலுக்கூடயும் படுக்கப் போறால்லா, போவும்போது தண்ணியடிச்சுட்டுதா இவா அவங்கள ஏற வுடுவா. அப்பிடி குடிச்சு குடிச்சு அவளுக்கு கொடலு பூராவும் வெந்து போச்சாம். அதான் தென்காசி ஆஸ்பத்திரிக்கி போயி மருந்து மாத்தரயலாம் வாங்கிட்டு வந்து தின்னுகிட்டு கெடக்கா.”

“அதுக்கு இப்போ என்ன. அவாகிட்ட இருக்க சம்பாத்தியத்துக்கு அவா நெதமும் ஆட்டுச் சிலிப்பியா எடுத்து கறிய வச்சு, ஆளு இன்னும் நல்லா கின்னுனு ஆயிருவாள்லா”னு சொன்னாரு இன்னொருத்தன்.

“அடா வெளங்காத கூதிமவன, நீ மொதல்ல ஒஞ்சாமான பொத்திகிட்டு சொல்லுதத மட்டுங் கேளு”ன்னு கோவப்பட்டான் பழனி.

“ஒழுங்கா நான் சொல்லுதத கேக்கப் போறயளா, இல்ல நான் ஏஞ்சோலியப் பாத்துகிட்டு போட்டுமா”னு கேட்டதும், எல்லாரும் அமைதியா இருந்தாங்க.

“அந்தக் கூதிமவளுக்குதான் கொடலு வெந்து போச்சில்ல. இனிமேட்டுக்க அவா கால விரிக்கவுடாத அளவுக்கு ஒரு கேடு பண்ணனும்”னு சொன்னான் பழனி.

“அவளுக்கு இந்த தேவுடியாளப் போறாகல்ல, அவுகளுக்கு வார ஒரு நோய் இருக்குல்லா. அதான் எயிட்ஸ் அது இருக்குன்னு ஊருக்குள்ள புரளிய கெளப்பி விட்டோமுனு வையி, இன்னும் அவாளத் தேடி எந்தக் கூதிமவனும் வரமாட்டான். வந்தாலும் அவனுக்கு இத சொல்லி பயங்காட்டி அனுப்பிருவோமு”னு சொன்னான் பழனி.

“எடா அய்யா பழனி, உன்னய என்னமோ நெனச்சேன். ஆனா நீ மூளக்காரன் தாம்பா. நீ வெவரமான ஆளுதான்”னு சொன்னாரு.

“அந்தக் கூதிமவா இனிமே ஆட்டம் போடுவாளா. அதமட்டும் செய்யலன்னா, இவா நம்மள ஏறி மேஞ்சு என்னனு கேப்பா”னு சொன்னான் பழனி. அங்க இருந்த பத்து பேரும் கூடி பேசுனாங்க.

இவளுக்கு எய்ட்ஸ் நோயி இருக்குன்னு ஊருக்குள்ள குசுகுசுனு ஒரே பேச்சு. ஊர் முழுக்க இப்போ இது மட்டுந்தா பேச்சு. எல்லாருக்கும் இது காட்டுத்தீயா பரவுது. அங்க சுத்தி இங்க சுத்தி இது ரகுராஜன் காதுக்கும் வருது.

இதக் கேட்டதுமே ரகுவுக்கு என்ன பண்றதுனே தெரியல. அவனும் எத்தனையோ பேருகிட்ட சொல்லிப் பாத்தான். ஆனா அது எதுவுமே யாருக்கும் எடுபடல. யாரும் நம்பவும் தயாரா இல்ல. ரகுவுக்கு நல்லா தெரிஞ்ச ஆளுக எல்லாரும் அவங்கிட்ட வந்து புத்திமதியா சொன்னாங்க.

“எப்பா, அந்த ராக்கம்மாவுக்கு பெரிய நோயி இருக்காம். அது ஒட்டுவாரொட்டியாம். அவளுகூட தொட்டு பேசுனாலும்

கூட காத்துல பரவுமாம். நீ தயவு செஞ்சு அந்தப் பக்கம் எட்டிப் பாத்துராதப்பா. அழகுபட்ட புள்ள நீ. ஒன் வாழ்க்கய நீயே கெடுத்துக்குறாதப்பா”னு சொன்னாங்க.

அவங்ககிட்ட அப்டி ஒரு நோயி அவளுக்கு கெடயாதுனு சொன்னாலும், யாரும் அவன் சொல்லுதத நம்பத் தயாரா இல்ல. எல்லாரும் திரும்ப திரும்ப இதயே பேசுதாங்க. ராக்கம்மா கடைக்கிப் போயி பருப்பு சீனினு வாங்கப் போனாலும், எல்லாரும் இவகிட்ட நடந்துக்கிற மொறயும், இவளுக்கு பொருள் எதுவும் தராம, போவச் சொல்லுததயும் பாத்து என்னனு தெரியாம கண்ணுமுழி பிதுங்கி நிக்கா.

கடைசியா ரகுராஜனே வந்து இவகிட்ட விசயத்த சொன்னான். ராக்கம்மாளுக்கு இதக் கேட்டதும் என்ன பேசன்னே தெரியாம, நெலகொலஞ்சு போனா. கிட்டதட்ட ஒரு வாரம் இவளுக்கு நிம்மதியான தூக்கமே இல்ல. இப்டியே விட்டா இவங்க நம்ம தொழில மொடக்கி நம்மள ஓச்சு தள்ளிருவாங்கனு யோசிச்சா.

ஊருக்குப் போனவளுக எல்லாரையும் வரச்சொன்னா. எல்லாரும் வந்தாளுக. ஆனா என்ன, முன்னப் போல இல்ல. ஊர் ஆளுக ராக்கம்மா வீட்ல இருந்து விஜயாவோ, சீதாவோ யார் தண்ணி எடுக்க கெணத்துக்கு போனாலும், வீட்டு வாசல்ல இருந்தாலும், எல்லாரும் பயத்தோட உச்சத்துல அசிங்க அசிங்கமா பேசி வெளியவே வர விடாத அளவு பண்ணுதாக.

அதனால ராக்கம்மா மட்டுமில்ல அவா கூட இருக்க பொம்பளைகள பாத்தாலும், எல்லா ஆளுகளும் நோயாளிய பாக்குதத மாதிரி அருவருப்போட ஒதுக்கி வச்சதுக.

ராக்கம்மா வீட்டத்தேடி கஸ்டமர் யாராச்சும் வந்தாங்கன்னா, அவங்கள ஊரு எல்லையில வச்சே, இவளுக்கு இப்டி ஒரு நோயி இருக்குனு சொல்லி வந்தவங்கள பயமுறுத்திருவாங்க. வாரவங்களும் இப்பிடியாப்பட்ட நோயின்னு தெரிஞ்சதும் பயந்து ஓடிருவாங்க.

சீதாலெட்சுமிக்கு ரகுராஜன் மேல ஒரு ஆச இருந்துச்சி. ரகுவோட வெள்ளந்தியான சிரிப்பும், அவன் பேண்டும், சட்டையும், டீசட்டு பனியனும், கழுத்துல போட்ருக்க தங்கச் செயினும், கையில எப்போவுமே கழட்டாத வாட்சையும் பாத்து அவளுக்கு ரகு

மேல உள்ளூர ஒரு காதல் இருந்துச்சி. ஆனா இவளுக்கு இருந்த ஒரே வருத்தம் தங்கச்சன் போல, இந்த ரகுவும் ராக்கம்மாளையே சுத்தி சுத்தி வாராரானேனு. ரகு இருக்க அழகுக்கு, அவன் நமக்குலா சோடியா இருக்கணும். போயும் போயும் இந்த ராக்கம்மாளுக்கா இப்டி ஒரு மகராசன் கெடக்கணும்னு யோசிக்கா.

இவளுக்கு நோயின்னு சொன்னா பெறகு வீட்டுக்குள்ள இருக்க விஜயாவுக்கும் மத்த எல்லா பொம்பளயளுக்குமே ஒரு சந்தேகம் இருந்துச்சி. எல்லாருக்கும் உள்ளுக்குள்ள ஒரு பயம். எங்க, நாம இவகூட இருக்குறதால நமக்கும் இந்த ஒட்டுவாரொட்டி பரவிருமோனு யோசிக்காக. அப்டியே இல்லாட்டாலும் எங்க நம்ம தொழிலு மொடங்கிப் போயிருமோனு பயம் வருது எல்லாருக்கும்.

ஆனா அவளுக்கு ஒடம்பு சரியில்லாத நேரமானாலும் பரவாயில்லன்னு ரகு ராக்கம்மா கூடவே இருக்கான். இதுதான் சீதாலெச்சுமிக்கு பொறுக்க முடியாத அளவுக்கு வயத்தெரிச்சலா மாறுது. ரகு இந்த வீட்டுல இருந்த எந்த பொம்பளையளையும் ஏறெடுத்துப் பாத்ததே கெடயாது.

ராக்குக்கு மேலுக்கு சரியில்லாம இருக்குறதால, அதிகாலையிலயும் ராத்திரி ஊருல எல்லா ஆளுகளும் படுத்த பெறகும், அவள காலாற நடக்கதுக்குனு கூட்டிட்டு போவான். அதப் பாத்து எரிச்சல்படுவா சீதா. ரெண்டு பேரும் புருசன் பொண்டாட்டி மாதிரிதா நடந்து போவாக. ராத்திரி பன்னிரெண்டு, ஒருமணி வர ரெண்டு பேருமே வீட்டு முன்னால இருக்க பூவரசு மரத்துக்கு கீழ உக்காந்து பேசிக்கிட்டு இருப்பாங்க.

சீதாலெட்சுமிக்கி இதுதான் நமக்கேத்த நேரம்னு ஒரு பெரிய வேலய பாத்தா. ராக்கம்மா வீட்டுல இல்லாத நேரமாப் பாத்து விஜயாகிட்டயும் மத்த பொம்பளயகிட்டயும் மெதுவா சொன்னா.

“ஏட்டி நாஞ் சொல்லுதத கேளுங்க. நான் ராக்கம்மா அக்கா ஆஸ்பத்திரி சீட்டப் பாத்தேன். அவளுக்கு அந்த எயிட்ஸ் நோயி இருக்கது உண்மைதான். இவள விட்டு சீக்கிரமா நாம போறதுதான் நல்லது. இல்லன்னா நம்மலாள இந்த தொழில பாக்கவே முடியாது. நம்மகிட்டயும் ஒரு பயலும் வரவே மாட்டான். என்னக்கி இவளுக்கு இந்த நோயின்னு தெரிஞ்சதோ, இதுநாள் வரைக்கும் எவனாவது

178 | கெளிமதம்

இந்த வீட்டத்தேடி வந்துருப்பானா? இப்டியே போனுச்சினு வையிங்க, நமக்கும் இந்த நோயி இருக்குனு எவனும் சொல்லி விட்டாமுனா, நம்ம சாமானுல மண்ணு விழுந்திரும் பாத்துக்கோங்க. நான் ஒண்ணும் உங்ககிட்ட சொல்லணும்னு நெனச்சு சொல்லல சீக்கிரம் இந்த ஊர விட்டு நாம போயிரணும்"னு சொன்னா. இத கேட்ட எல்லாப் பொம்பளையலும், சீதா சொன்னத அப்புடியே நம்புனாளுக.

இந்த பேச்சு வார்த்த நடந்து முடிஞ்ச ஒரு வாரத்துல, மொத ஆளா விஜயா. "ஏக்கா எங்க அம்மக்கி ஒடம்பு சரியில்ல, நான் என்னனு பாத்துட்டு வாரேன்"னு சொல்லிட்டுப் போனா.

அடுத்து சீதாலட்சுமி "எக்கா என் மகன பாக்கணும் போல இருக்கு. மனசே சரியில்ல"னு சொல்லிட்டு போனா. அடுத்தும் ஒவ்வொருத்தரா போனாங்க. இவளுக எல்லாருமே போறதப் பாத்து ராக்கம்மாளுக்கு புரிஞ்சு போச்சு.

---

1. பருமனாக

45

இட்டதட்ட ஒரு மாசம் ஆகுது. யாருமே மாடனூரத் தேடி வரவே இல்ல. கொஞ்சம் உடம்பு பரவாயில்லனு தெரிஞ்சதும், நம்ம புள்ளயல போய் கூட்டிட்டு வருவோமுனு மொத ஆளா சீதாலெட்சுமியப் பாக்கப் போனா ராக்கு.

செங்குளத்துல எறங்கி, சீதாலெட்சுமி மவனுக்கு அன்வர் பேக்கரியில போயி மிச்சரும், சிலேபியும் வாங்கிட்டு அவளோட கூடப்பையில வச்சுகிட்டு ரெண்டு கி.மீ தூரம் நடந்து போனா.

சீதா வீட்டுக்குள்ள ஆளுக சத்தங் கேட்டது. சரி பக்கத்து வீட்டுக்காரியதா இருப்பாளுகனு நெனச்சு, வெளியில நின்னு கூப்புட்டா. உள்ளருந்து வெளிய வந்தா சீதா. ராக்கம்மாளப் பாத்ததும் சீதாவுக்கு மூஞ்சி பூராவும் வேத்துருச்சி. பதட்டத்தோட வாக்கானு கூப்புட்டா.

வீட்டுக்கு உள்ள போன பொறகுதா தெரிஞ்சது, எதுக்கு சீதா மூஞ்சி பூரா பதட்டத்துல வேத்து ஊத்துதுனு. இவ வீட்டுக்குள்ள போயி பாத்தா உள்ள விஜயால இருந்து மத்த எல்லாவளும் இருந்தாளுக.

சீதா நாற்காலிய எடுத்துப் போட்டா, ராக்கம்மா உக்காந்தா. தரையில உக்காந்துருந்த எல்லாரும் அமைதியா ஆயிட்டாக. சீதாவும் கொஞ்ச நேரம் அமைதியா உக்காந்துருந்தா. அவளுக்கு என்ன பேசன்னு தெரியல.

கடைசியா பேச ஆரம்பிச்சா. “ஏலா விஜயா, உங்க அம்மக்கி ஒடம்பு சரியில்லன்னு சொன்னயே இதுதானா ஒங்க அம்ம வீடு”ன்னு கேக்கவும், விஜயா தலைய குனிஞ்சவா நிமிந்து கூட பாக்கல.

அடுத்து ஒவ்வொருத்தியா பாத்து அவளுக சொன்ன காரணத்த சொல்லிக் கேட்டா. யாரும் எதுவும் பேசல. “ஏட்டி சீதா நான் ஒன்னய என்னமோனுலா நெனச்சேன். ஆனா நீ இவ்வளவு வெவரமா இருப்பனு நான் நெனச்சு கூட பாக்கல. பத்து நாளுல

வாரேனு சொல்லிட்டு போனவளுகள போயி, கூட்டிகிட்டு வருவோமேனு கூப்புட வந்தா, எல்லாவளும் கள்ளச் செறிக்கியாளா இருந்துருக்கிய. ஏலா நா உங்களுக்கு என்னலா கொற வச்சேன்? கஞ்சில கொறாயா, கறில கொறயா, நான் நல்லா திங்கனோ இல்லையோ உங்களுக்கு பிரத்தியமாதான செஞ்சேன். அடா நன்றி கெட்ட முண்டையா, இப்படி தொரோகம் பண்ணுவியனு நான் நெனச்சே பாக்கல தாயி"னு சொன்னா.

பேசி முடிஞ்சதும் அஞ்சு நிமிசம் அமைதியா இருந்தா. அடுத்து சீதா ஒரு சொம்புல தண்ணிய கொண்டாந்து குடுத்தா. அத வாங்கி குடிச்சிட்டு பையில இருந்த பண்டத்த தூக்கி சீதா கையில குடுத்து, இந்தா ஒம் மவனுக்கு திங்கதுக்கு வாங்குனே! இதப்புடின்னு குடுத்தா, அத வாங்கிகிட்டா சீதா.

"சரி நான் ஒன்னே ஒன்னு கேக்கே, அதுக்கு மட்டும் பதில சொல்லு. இப்போ உன்னோட புடியிலதா இவளுக எல்லாரும் இருக்காளுக அப்டித்தான"னு கேட்டதும், சீதா எந்த பதிலும் பேசல, அமைதியா நின்னா. "இப்போ நீதான் இவளுகளுக்கு ஆளு புடிச்சி விடுத அதான கத"னு கேட்டா, அதுக்கு சீதா, "இல்லக்கா, உனக்கு நோயினு ஊருல எல்லாரும் சொல்லுதாங்கல்லா, அதனால ஒருத்தனும் அங்க வரல, நாங்க அங்கயே இருந்தோமுனா, எங்க பொழப்புல மண்ணு விழுந்துருமுலா, அதான்க்கா நான் இங்க கௌம்பி வந்துட்டேன். இவளுகளும் என்ன தேடி வருவாளுகனு சத்தியமா எனக்கு தெரியாதுக்கா"னு சொன்னா.

"ஆனா ஒன்னுலா, அந்த கெழவி சென்னா, என்னதா நாம நல்லா பாத்துகிட்டாலும், இந்த தொழில்ல படிச்சவா அவா புத்திய காட்டுவானு. அவா சொன்னது மாதிரியே நடந்து போச்சி. நான் ஒன்னய என்னமோனுலா நெனச்சே. ஆனா நீதான் என் அடிமடியில கைய வைப்பனு எனக்கு மொதல்லே தெரியாமப் போச்சி."

"அக்கா என்னய அப்பிடியலாம் போசாதிய. இப்பங்கூட இவளுகள இங்கருந்து கூட்டிக்கிட்டுப் போங்க நான் எதுவும் சொல்லல"னு சீதா சொன்னதும், என்ன பேசனு தெரியாம, "எம்மா தாயி சீதாலெட்சுமி, ஒம் தயவுல எதுவும் நடக்க வேண்டாந் தாயி. நான் யாரையும் கூப்புடல, கூப்புடப் போறதும் இல்ல. இனி

எக்காரணத்தக் கொண்டும் ஒங்க மொகத்துல நான் முழிக்கவே மாட்டேன். ஒங்க துணிமணிய எல்லாம், எடுத்து வீட்டுக்கு வெளிய வைக்கேன். நீங்க என் வீட்டப் பாக்க வரக்கூடாது. வேற யாரையாச்சி வரச்சொல்லி ஒங்க பொருள் எல்லாம் எடுத்துட்டு வரச்சொல்லுங்க”னு சொல்லிட்டு, நாற்காலிய விட்டு எந்திச்சு சொல்லாமக் கொள்ளாம கௌம்பி வந்தா ராக்கம்மா.

அவளுக்கு என்ன செய்யிறதுனே தெரியல. ஒரு பக்கம் ஊர்க்காரங்க ஒதுக்குறது, இன்னொரு பக்கம் இவளுக பண்ணுனது, அடுத்து எல்லா கஸ்டமருக்கும் இந்தப் புரளி பரவுததுனு எல்லாத்தயும் நெனச்சு வேதனப்படுதா.

இத்தன வேதனக்கி மத்திலயும் இவளுக்கு இப்போதக்கி இருக்க ஒரே ஆதரவு ரகுராஜன் மட்டுந்தான்.

அவளுக்கு இப்போ உடல்நெலயும் அடிக்கடி சரியில்லாம போகுது. அவளுக்கு கிட்னி பெயிலியரு ஆயிருச்சுனு திட்டவட்டமா சொல்லிட்டாரு டாக்டரு. வாரத்துக்கு ஒருமொற தென்காசி ஆஸ்பத்திரிக்கி போயி டாக்டர பாத்துட்டு வாரா. வீட்டுக்கு தேவையான மசால் சாமான தென்காசியில இருந்தே வாங்கிட்டு வாரா. ஊருக்குள்ள இப்போ யாரும் பேசுறது இல்ல. ரகுவும் கூட இப்போ சரியா வேலக்கிப் போறது இல்ல. இவளுக்கு ஒடம்பு முடியலனு இவகூடயே ஆஸ்பத்திரிக்குப் போறான். ரகுவோட அம்ம அவன்கிட்ட தெனமும் சண்ட போடுதா. ஒழுங்கா வேலயப் பாரு, அந்த தேவுடியா கூட சேந்து இருந்தனா, உனக்கு ஒரு பயலும் பொண்ணு குடுக்க மாட்டான்னு சொல்லுவா. ஆனா ரகு அத கேட்கவே மாட்டான். இவ கூடயே ஆஸ்பத்திரிக்கி போவான், ரெண்டு பேரும் சேந்து ஓட்டல்ல போயி சாப்புடுவாங்க. இவளோட மொகமும் முன்ன மாதிரி இல்லாம ரொம்ப சோந்து போயி கெடக்கு. பழைய மொகம் இல்ல ராக்குக்கு. உடம்புலயும் பழைய தெம்பு இல்ல. முன்னல்லாம் மொகத்துல ஒரு பொலிவு இருக்கும். அது சுத்தமா இல்ல. அடிக்கடி கண்ணாடிய பாப்பா, அப்டி பாக்கும் போது அவளோட கண்ணெல்லாம் கலங்கும்.

என்னதான் மருந்து மாத்தர ஆஸ்பத்திரினு அலஞ்சாலும், அவ குடிய மட்டும் நிறுத்தவே இல்ல. ரகுவும் எம்புட்டோ சொல்லிப் பாத்தான். அவா அத கேக்கவே மாட்டா. ஒன்னொட ஒடம்பு

182 | கெளிமதம்

இருக்க கண்டீசனுக்கு நீ இப்போ இப்டி சாராயத்த குடிச்சனா, ஒன் ஒடம்பு ரொம்ப மோசமா ஆயிரும். சொல்லுதத கேளு தயவு செஞ்சு குடிக்காதனு சொல்லுவான். "இந்த ஊர்க்காரப் பயலுக என்ன கேடு பண்ணிட்டாங்கன்னு பாத்தயா. எனக்கு வராத நோய் வந்துருச்சினு சொல்லி என்ன ஓச்சுட்டாங்களே. கடைசியில இந்த எடுபட்ட பயலுக சொன்னத இந்த ஊரே நம்பியிருச்சே"னு அழுதா. "அத விடு, அதபத்தி நெனக்காத நான் ஒன்னு சொன்னா கேப்பயா"னு சொன்னான்.

"நாம ரெண்டு பேரும் பேசாம இந்த ஊரவிட்டு மதுர பக்கம் போயிருவமா, என்கூடப் படிச்ச பயலுக மதுரப் பக்கம் இருக்காங்க, அங்கிட்டு போயி, அங்கருந்தே ஆஸ்பத்திரிக்கும் போயி கொணமான பெறகு இங்க திரும்பி வருவோம்"னு சொன்னா. அதுக்கு அவா, "நான் கொணமானாலுஞ் சரி, இல்ல, செத்தாலுஞ் சரி, இந்த ஊரவிட்டு எங்கயும் போவ மாட்டேன். இந்த ஊர்க்காரப் பயலுகளுக்கு பயந்து நான் இந்த எடத்த விட்டுப் போனதா ஆயிரும். நான் ஒரு காலமும் இந்த எடத்த விட்டு போவப் போறதில்ல"னு சொன்னா.

46

தெனமும் காலையிலயே எந்திச்சு நேரா சைக்கிள்ள பள்ளியனூர் போயி சாயாவும் உளுந்த வடையும் வாங்கி கொண்டாந்து குடுப்பான். அவா அத குடிச்சிட்டு, ஏதாச்சி சோறப் பொங்கி கொழும்ப வச்சா, ரெண்டு பேருமே பூவரசு மரத்து நெழல்ல உக்காந்து சாப்புடுவாக. மத்தியானம் வீட்டுக்கு போயி சாப்டுகிட்டு தூங்கி எந்திச்சுட்டு சாயங்காலம் கெணத்துல போயி குளிச்சிட்டு வருவான். இவளுக்கு கெணத்துலருந்து தண்ணி எடுத்துட்டு வந்து குடுப்பான். அவா வெந்நீர் வச்சு குளிச்சுட்டு வந்து கடுஞ்சாயா போட்டு அவனுக்கு எப்போதும் போல கண்ணாடி கிளாஸ்ல ஊத்திக் குடுப்பா. ரெண்டு பேரும் வீட்டு முன்ன மரத்துக்கு கீழ உக்காந்து குடிப்பாங்க. ராத்திரி வர அவகூட பேசிக்கிட்டு இருப்பான். கருப்பம்மா பெரியம்ம, ராக்கம்மா, ரகு, காளியம்மா, முத்தம்மானு அஞ்சு பேரும் ஒன்னா உக்காந்து கூட்டாஞ்சோறு போட்டு சாப்புடுவாகா. ராத்திரிக்கி தூக்கம் வரும்போது அங்கிருந்து கௌம்பி வீட்டுக்கு போவான்.

இவளுக்கு உடம்புக்கு ரொம்ப முடியாட்டாலும் அத வெளிய காட்டக்கூடாதுன்னு நெனச்சே, தெருவுல அங்கிட்டும் இங்கிட்டும் நடந்துட்டு வருவா. நாம வீட்டுக்குள்ளே இருந்துட்டோமுனா இந்த ஊர்க்காரப் பயலுக இதுதா சாக்குனு இன்னும் இல்லாதத சொல்லி நம்மள கீழ தள்ளப் பாப்பாங்க. நம்ம மட்டும் வீட்டுக்குள்ளேயே மொடங்கிட்டோமுனா இவங்களுக்கு கேலி பேச ஏதுவா இருக்கும். எல்லா எடத்துலயும் ஆளுகள பாத்துட்டு கூட்டத்தோட இருந்துட்டு, இப்போ இப்பிடி தனியா இருக்கத நெனச்சு அழுவா. அதுவும் கூட யாரு முன்னாடியும் அழக்கூடாதுனு நெனப்பா.

ஒருநாளு தன்னையும் மீறி அவங்ககிட்ட பேசிகிட்டு இருக்கும்போது அழுது பொலம்புனா, “நான் போற எடமெல்லா ஆளுக என்ன ஏக்கத்தோட பாப்பாங்க. நான் பெரிய பெரிய ஆளுகளோட போகும்போதெல்லாம், ராணி மாதிரி பவுசா நடந்து போவேன். எனக்கு கெடக்கிற மரியாத எப்பிடி இருக்கும்

தெரியுமா? என்னால எங்கயுமே தனியா இருக்க முடியாது. ஆளுகளோட இருக்கதுதா எனக்கு புடிக்கும். இந்த ஊரே என்ன ஒதுக்கி வச்சுச்சி. ஆனாலும் எனக்கு இந்த ஊருல இருக்க ஆளுகள வெறுக்க முடியல. நாலு மனுசங்களோட வாழுதது தான வாழ்க்க, என் காதுல எந்த நேரமும் ஆம்பள பொம்பள எல்லாரோட சத்தம் கேட்டுகிட்டே இருக்கும். ஆனா நான் இன்னக்கி வெத்து வேட்டா ஆயிட்டனே. என்னத் திரும்பிப் பாக்க ஒரு நாதியும் இல்லையே, நான் போற எடமெல்லாம், என்ன பாத்து சனங்க மொகத்தத் திருப்பிக்கிட்டுப் போகுதே"ன்னு ஓன்னு ஒப்பாரி வைக்கா.

அவளோட அழுக நிக்கவே இல்ல. அவா மனசுக்குள்ள இருந்த கவலை எல்லாம், இப்போ அவ அழும்போது வெளிய வருது, அவள எப்பிடி தேத்தணும்னு அவனுக்கு தெரியாம முழிக்கான்.

அவளோட கண்ணீரத் தொடச்சு, அவள சமாதானப்படுத்துதான். "விடு ராக்கு, வாழ்க்கயில எல்லாத்தையும் கடந்துதான் போகணும். சந்தோசம் வரும்போது கொண்டாடுனோம்னா, வாழ்க்கயில இதுபோல கஸ்டம் வரும்போது சங்கடப்பட்டு ஒடுங்கக் கூடாது. கஸ்டம் ஆளுகள மென்னு செரிச்சிரும். எதையும் நெனச்சு சங்கடப்படாத, நான் இருக்கேன், நீ அழுவுதத நிப்பாட்டு ராக்கு"ன்னு சொன்னான்.

அவளுக்கு அந்த நேரம் மட்டும் கவலையெல்லாம் தெரியல. ஒரு எட்டுக்குத்துக்கு எளைய பெய, நாம பாத்து, நம்ம கண்ணுக்கு முன்னால வளந்த பெய நமக்கு எப்பிடி தைரியம் சொல்லுதாமுன்னு ஆச்சரியப்படுதா.

"என்னய பெத்த அப்பன், அம்ம, கெட்டுன புருசன் இம்புட்டு நாளும் என்னோட ஒடம்ப கடிச்சு தின்ன பயக, எங்கூட இருந்து என்னால வாழ்ந்த பொம்பளையன்னு, எல்லாரும் என்னைய குண்டியில ஒட்டுன மண்ணு மாதிரி ஒரு தட்டு தட்டிவுட்டுட்டு போயிட்டாக, ஆனா எல்லா சந்தோசத்தையும் விட்டுட்டு எனக்காக வேண்டி நீ மட்டும் ஏன் என்கூடவே இருக்க"ணு கேட்டா ராக்கு.

அவன் பதிலுக்கு எதுவுமே பேசாம ஒரு சிரிப்பு சிரிச்சிட்டு வீட்டப் பாக்க போயிட்டான்.

47

மறுநாள் எப்போதும் போல பூவரசு மரத்தடியில ரெண்டு பேரும் உக்காந்து பேசிக்கிட்டு இருந்தாக.

அப்போதான் ராக்கு கேட்டா, "ஆமா... யாருக்கும் இல்லாத அக்கற, ஏன் இந்த நோய் வந்த தேவுடியா மேல"ன்னு கேட்டா.

"ச்சீ, அந்த மாதிரியெல்லாம் பேசாத"ன்னு சொன்னான்.

"உனக்கு பழசெல்லாந் தெரியாது ரகு. வாழ்க்கயில என் கண்ணு முன்னால ஆடம்பரமா பொறந்த புள்ள நீ. உன்ன ஒங்க அம்மா பெத்து போட்ருக்கயிலலாம் எனக்கு நல்லா வெவரந் தெரியும். நான் அப்போ வெளயாட்டுப் புள்ள, ஒங்க அக்காவும் நானும் ஒன்னாதான் வெளயாடுவோம். நீங்க அப்போ இந்த எதுத்த வீட்டுலதான் குடியிருந்திய. ஒங்க அம்மா திருநெல்வேலி டவுனுல இருந்து கெட்டிக் கூட்டியாந்த பொம்பள. எங்களுக்கெல்லாம் அது வெளிநாடு மாதிரி. ஒங்க அம்மாதா இந்த ஊருக்குள்ளயே முங்கா சேல கெட்டிட்டு வந்தது. ஊருல இருக்க எல்லாப் பொம்பளைகளும் கொசுவம் வச்சுதான் சேல கெட்டுவாக. ஆனா முன்னால முந்தானய மடிச்சு கீழாவர தொங்கப் போட்டு வந்தது ஒங்க அம்மாதான். அதுக்கு அப்பறமாதான் இந்த ஊருக்காரப் புள்ளய ஒங்க அம்மா சேல கெட்டுதத பாத்து அந்த மாதிரி சேல உடுத்துனாக. ஒன்னய பெத்து கூட்டிட்டு வந்த பொறகு, தெனமும் ஒன்னய நான் பாக்க வருவேன். தெனமும் சாயங்காலம் ஆயிட்டுனா ஒங்க அம்மா உனக்கு விதவிதமா துணி போட்டு விடுவாக. அதப் பாக்கவே அம்புட்டு அழகா இருக்கும். எல்லாருக்கும் செல்லையா, கருப்பன், முனி, சொடல, பண்டாரம்னு பேரு வக்கயில ரகுராஜன்னு புதுசா பேரு வச்சது உனக்கு மட்டுந்தா. இந்த ஊருக்குள்ளயே பொறந்த புள்ளக்கி தாய்மாமன் சீரா தங்கத்துல கொலுசும், கொடியும் போட்டது உனக்குதான். தங்க கொலுச பாக்க எல்லாரும் வருவாக"ன்னு சொன்னதும் அவன் சிரிச்சான்.

"சரி இப்போ நீ சொல்லு, சின்ன வயசுலயே படிக்க வெளியூருக்குப் போயிட்ட. பின்ன எப்புடி இன்னும் என்னைய மறக்காம ஞாபகம் வச்சிருக்க."

“எனக்கும் சின்ன வயசுல இருந்து உன்னய நல்லாத் தெரியும். எங்க அக்கா கூட உன்னயப் பத்தி பேசிக்கிட்டே இருப்பா. எனக்கு அப்பவே உன்ன ரொம்ப புடிக்கும். நீ ரொம்ப அழகா இருப்பன்னு எங்க அம்மதான் அடிக்கடி எங்க அக்கா கிட்ட சொல்லுவா. இந்த ராக்கு புள்ள நல்ல மொகலெட்சணமா இருக்கா பாருனு. அதுலருந்தே எனக்கு ஒம்மேல ஒரு ஆச. நீ எப்போதுமே பூப்போட்ட பாவடதான் உடுத்துவ, அது எனக்கு இன்னக்கும் ஞாபகம் இருக்கு. ஆனா அத சொல்ல முடியாது. நீ என்ன விட வயசு அதிகம்லா, அதனால ஒங்கிட்டயே என்னால வரமுடியாது. நம்மூரு கொட பாக்க சுத்தி இருக்க எல்லா ஊருக்கார பயலுகளும் வருவாங்க. அதுல நெறய பேரு ஓம்பின்னாடி தான் சுத்துவாங்க. நீ முருகன் அண்ணன காதலிச்சது எனக்கு தெரியும். அத தெரிஞ்சதும் எனக்கு ரொம்ப சங்கடமா போயிட்டுது. அதுலருந்து அந்த அண்ணனப் பாக்க எனக்குப் பொறாமயா இருக்கும். நான் யாருக்கும் தெரியாம ஒளிஞ்சு நின்னு பாப்பேன். ஆனா எனக்கு பயமா இருக்கும். எனக்கு ஒங்கிட்ட பேச பயமா இருக்கும். அதுக்கு அப்புறமா ஊருக்குள்ள நடந்த பிரச்சன, நீ முத்துப்பாண்டி மாமாவ அடிச்சதுனு எல்லாந் தெரியும். நானும் மதுரைக்கு எங்க மாமா வீட்டுக்கு படிக்க போயிட்டேன்.”

இவ்வளவயும் பேசி முடிச்சதும், இத கேட்டுகிட்டு இருந்த ராக்குக்கு கண்ணு கலங்குது. ஆனா சிரிக்கா.

“அடா பாவிப் பயல, நீ நல்ல ஆளுத்தான்”னு சொன்னா. அதுக்கு அவன் மெதுவா சிரிச்சான். அப்போ தான் கேட்டா. உனக்கு எம்மேல எந்த கோவமும் இல்லையோ?

“எதுக்கு கோவம்?”

“இப்டி ஒரு தேவுடியாளா ஆயிட்டமுனு!”

“யாரு சொன்னா, நீ என்னக்குமே ராக்குதான். உனக்கு இதுதான் புடிக்குமுன்னா, நீ அதையே செய்யி.

“ஆமா அந்த எய்ட்ஸ் இருந்துச்சினா எல்லாருக்கும் பரவுமா என்ன? எதுக்கும் ஒருதரம் போயி செக்கோப் பண்ணிட்டு வந்துருவமா?

“அம்மா தாயே, உனக்கு அப்டி ஒரு நோயே இல்ல. உனக்கு கிட்னிலா தான் பிரச்சன. அப்புடி பேசுதாங்கனா நீயே ஏன் அதயெல்லாம் பேசுத”னு சொன்னதும் அவளுக்கு ஒரு நம்பிக்க வந்துச்சி.

நாளுக்கு நாள் ஒடம்பு சரியில்லாம போகுது. இது தெரிஞ்சு மனசு கேக்காம, முத்தம்மா ராக்கம்மாள தேடி ஊருக்குள்ள வந்தா. ரகுவும், முத்தம்மாளும் மாறி மாறி ராக்கம்மாள பாத்துக்கிட்டாங்க. ஆனாலும் அவளால ராத்திரிக்கி சாராயம் குடிக்காம தூங்கவே முடியல. அவ அம்ம கெஞ்சி கேட்டுப் பாத்தா, “எம்ம இத மட்டும் வேண்டாமுனு சொல்லாதம்ம. என் வாழ்க்கய நெனச்சா குடிச்சே சாவணும் போல இருக்கும்ம. இது மட்டுந்தா எனக்கு இப்போதக்கி இருக்க சேக்காளி”ன்னா. அதுக்கு அப்பறமா முத்தம்மா அத பத்தி பேசுதது இல்ல.

ரகுவும் ராக்கம்மாளும் வெளிய மரத்துக்கு கீழ பேசிக்கிட்டு இருந்தாகன்னா, முத்தம்மா வீட்ட விட்டு வெளியவே வர மாட்டா. சாராயம் தீந்துபோறது மாதிரி இருந்தாலும் முத்தம்மாளே ஆளவிட்டு வாங்கிவரச் சொல்லுவா.

முத்தம்மா களத்துல ஒருநாளும், ஊருக்குள்ள ரெண்டு நாளுமா மாறி மாறி தங்கி இருப்பா. களத்துல போயி முருகையாவுக்கு கஞ்சிய காச்சிட்டு வந்துருவா. இங்க ரெண்டு நாள் படுப்பா.

முத்தம்மா போன நேரமாப் பாத்து ஒருநாள் ராக்கம்மா ரகுவப் பாத்து தயக்கத்தோட கேட்டா.

“ரகு நீ என்கூட இன்னக்கி படுத்துக்கிடுதயா ?”

“சரி... னு சொன்னான்.

“நான் ஒன்ன இங்க எனக்கு தொணக்கி படுத்துக்கிடுதயானு கேக்கல, என்கூட படுக்கயானு கேட்டே”னு சொன்னா. அதுக்கு ரகு, “என்ன சொல்லுத நீ”ன்னு சொன்னான்.

“ஏன் நோய் வந்த தேவுடியாகூட படுக்கணுமோனு யோசிக்கயோ ?”னு கேட்டா ராக்கு. “நான் எத்தனயோ பேருகூட படுக்கப் போயிருக்கேன், எல்லாப் பயலும் என்ன தங்கமா தாங்குனாங்க. எல்லாருக்கும் தேவ இந்த ஒடம்புதான. அதுக்குதா

இம்புட்டு மரியாத. ஆனா என்னக்கி எனக்கு ஒடம்புக்கு சரியில்லயோ என்னச்சுத்தி ஒரு நாதியும் இல்ல. நான் பழகுன முருகன் கூட என்னய விட்டுட்டு சந்தோசமா புள்ளய குட்டியனு இருக்கான். எல்லாரும் அவரவரு தேவ முடிஞ்சதும் போயிட்டாங்க. ஆனா எனக்குனு இருக்கது இப்ப நீ மட்டுந்தான். ஆனா நீ செஞ்ச ஒபகாரத்துக்கு உனக்கு குடுக்கதுக்கு என்கிட்ட இருக்கது இந்த ஒடம்பு மட்டுந்தான். அதனால என்கூட இன்னக்கி ஒருபொழுது படுத்துட்டு போயேன்"னு சொல்லி அழுதா ராக்கு. அவனுக்கு அவள எப்டி தேத்தணும்னே தெரியல.

"ராக்கு நான் சொல்லுதததக் கேளு, எனக்கு ஒன்னைய ரொம்ப புடிக்கும். சின்ன வயசிலருந்து ஒன்னய ரொம்ப புடிக்கும், ஆனா ஒங்கூட நான் படுக்கணும்னு நெனச்சதே இல்ல. நீ என்னக்குமே என்னோட ராக்குதான்"னு சொல்லி அவளோட உச்சந் தலையில ஒரு முத்தங் குடுத்து, அவள கெட்டிப் புடிச்சுக்கிட்டான். இவன் இப்டி கெட்டி பிடிச்சி முத்தங் கொடுத்ததுல அவ ஒடம்பெல்லாம் நடுங்கிப் போவுது. எத்தனையோ ஆம்பளையள துணி இல்லாம பாத்துருக்கோம். அவங்க கூட நிர்வாணமா இருந்துருக்கோம். அப்பல்லாம் ஒன்னும் ஆகாத ஒடம்பு இன்னைக்கு இவென் கெட்டி புடிச்சி முத்தம் கொடுத்ததுல அப்படி ஒரு கூச்சம் கூசுது. அவ ஒடம்பெல்லாம் சிலுத்துப் போச்சு.

அவளுக்கு கண்ணு முழியெல்லாம் பிதுங்குது. இதுக்கு மேல இந்த வாழ்க்கயில நமக்கு என்ன வேணும்னு யோசிச்சி பாத்தா. அவன் அன்னக்கி அவளோட காவலுக்கு வீட்டுக்கு வெளியில படுத்துருந்தான்.

48

சித்திர மாசம் பெறந்துருச்சி. எல்லா ஆளுகளும் சப்பாணி மாடன் கொடைக்கு தயாராயிட்டுதுக. ஊரடைக்க சித்திர ரெண்டாவது நாளே வரிய கொண்டு போயி கொடுத்துருதுக எல்லா ஆளுகளும். ஊரச்சுத்தி இருக்க கெணத்த எல்லாம் எறச்சு வீட்டு முன்ன இருக்க ஓட, குப்பமேடுனு எல்லாத்தையும் சுத்தம் பண்ணி, எல்லா தெரு முக்குலயுமே மாங்கொல, வேப்பங்கொலய கெட்டிட்டாங்க. ஊருல கெணறு எறச்சு சுத்தம் பண்ணதால யாரு வீட்லயும் கறி, புளி, மீனு சேக்கக் கூடாதுனு சுண்ணாம்பு தண்ணிய கரச்சு தெருத்தெருவா தெளிச்சு விட்டுடாங்க. ராக்கு வீட்டு முன்னாடி இருந்த அந்த பெரிய பூவரசு மரத்தோட பூவெல்லாம் உதுந்து எலையெல்லாம் பழுத்து மரமே மஞ்சளா மாறிப்போச்சு. அந்த மரத்துல ஒத்த எல கூட பச்சையா இல்ல. மரத்துல இருந்த எலையெல்லாம் உதுந்து உதுந்து காலையிலயும் சாயங்காலமும் முத்தம்மா கூட்டித் தள்ளி எரிக்கா. அவளால அந்த குப்பைய கூட்டித் தள்ள முடியல.

ரகுவோட அக்கா கல்யாணம் ஆகி பாம்பேயில வீட்டுக்காரரோட செட்டில் ஆயிட்டா. அவருக்கு, வெளிநாட்டுக்கு மீன பதப்படுத்தி அனுப்புத கம்பனியில சூப்பர்வைசர் வேல. கல்யாணம் ஆன நாளையில இருந்து அங்கேயே இருந்தாங்க ரகுவோட அக்காவும் மச்சானும்.

இந்த நேரத்துல ரகுவோட அக்காகிட்ட இருந்து போன் வந்துச்சி. அவளோட புருசன் வேல பாத்துகிட்டு இருக்கும்போது, அறுந்து கெடந்த கரண்டு ஒயர தொட்டு கரண்ட் அடிச்சிருச்சாம். அடிச்ச ஒடனே கரண்டு தூக்கி எறிஞ்சு இப்போ ஆஸ்பத்திரியில சேத்துருக்காங்களாம். இவனுக்கு தகவல் தெரிஞ்ச ஒடனே இவனுக்கு என்ன செய்யன்னு தெரியல. இவன் ராக்கம்மா கூட பழகுதது தெரிஞ்சி, அவனோட அக்கா இப்போல்லா லெட்டரு போட்டாலும் இவனப் பத்தி எழுதுததே இல்ல. போன்ல இவன்கிட்ட பேசுதது கெடயாது. ரகுவோட அம்மயும் சரியா

பேசுதது இல்ல. ஆனா இந்த விசயம் தெரிஞ்ச உடனே, “எப்பா ரகு எப்டியாச்சும் போயி ஆஸ்பத்திரியில வச்சு, கொணமாக்கி கூட்டியாப்பா. எட்டாத ஊருல இருக்கா. அவளுக்கு அந்த ஊருல யாரத் தெரியும்? புள்ள அங்க மானா[1] மருவுதாப்பா. தயவு செஞ்சி நீ இன்னக்கே கௌம்புப்பான்னு அழுதுகிட்டே சொல்லவும், அவனுக்கு ஒன்னுமே ஓடல. நம்ம அக்கா அங்க என்ன தவிப்பு தவிக்காளோனு நெனச்சு மனசொடஞ்சு போனான் ரகு.

நேரா ராக்கம்மா வீட்டுக்கு வந்து, அவகிட்ட நடந்தத சொல்லி, முத்தம்மா கிட்ட, “பத்தரமா பாத்துக்கோங்க, நான் ஒரு நாலஞ்சு நாலையில வந்துருவே”னு சொல்லிட்டு வந்தான். அவனுக்கு ராக்கம்மாள விட்டு பிரியவே மனமில்ல. அவளுக்கும் கூட அவன பாக்காம ஒருநாளும் உருப்படியா கழியாது.

அன்னக்கி மத்தியானமே திருநெல்வேலிக்கி போயி, அங்கருந்து பாம்பேக்கி ரயிலேறி போனான். அவனுக்கு தெரியும் பாம்பேக்கி போறதுக்கே நாலு நாளு ஆவும். அதோட சேத்து அங்க என்ன நெலமன்னும் தெரியாது. அங்க ஆஸ்பத்திரியிலயே மச்சினன வக்கணுமா, இல்லன்னா ஒடனே கூட்டிகிட்டு வரணுமா, அங்க என்ன நடக்குனு எதுவுமே தெரியாது ரகுவுக்கு. அதே போல ராக்கம்மாளுக்கும் வெவரம் தெரியும் பாம்பேக்கி போய்ட்டு கட்டாயம் நாலஞ்சு நாளுல வர முடியாதுன்னு. ஆனா அவளுமே போற நேரத்துல கண்ணு கலங்கி நாம நின்னோமுனா அவன் நிம்மதியா கௌம்ப மாட்டானு நெனச்சு மொகத்துல எதையும் காட்டாம, ‘பத்தரமா போயிட்டு வா. போயி அங்க என்னன்னு பாத்துட்டு ஒங்க அக்கா புருசன நல்ல மொறயில கொணமாக்கி கூட்டிட்டு வா’ன்னு சொன்னா.

ஆனா அவளுக்கு மனசு ஒப்பல யாருமே நம்ம கூட இல்லாத நேரம், இவன் மட்டுந்தான் இருந்தான், இன்னக்கி இவனும் போறானேனு யோசிச்சா. அவன் போன மறுநாளே ஒடம்பு கொஞ்சம் மோசமாவுது அவளுக்கு. ரத்த வாந்தி வருது, ஒடம்பு இன்னும் பலகீனமா மாறுது. ஆனா இந்த நேரத்துலயும் அவளால சாராயத்த விட முடியல. முத்தம்மாளும் காளியும் எவ்வளவோ சொல்லிப் பாத்தாக, ஆனா ராக்கு அத கேக்குததா தெரியல. முத்தம்மா முருகையாவ வரச்சொல்லி ஒரு ஆளுகிட்ட சொல்லி

விட்டா. "ராக்குக்கு ஒடம்பு ரொம்ப முடியல, அவர வரச் சொல்லுங்க"ன்னு.

அந்த அடங்காத கூதிமவா இருந்தாலுஞ் சரி, செத்தாலும் சரி, அவளா தேடுன பாவம் இன்னக்கி அவளுக்கே விடிஞ்சிரிச்சி, நான் அவா செத்தாலும் மூஞ்சியில முழிக்கமாட்டேன்னு சொல்லிவிட்டாரு. இத முத்தம்மாகிட்ட ஒரு ஆளு சொல்லும்போது கேட்டா ராக்கு. அவளுக்கு அவளோட அப்பன பாக்கணும் போலதா இருந்தது. ஆனா இந்த வார்த்தய கேட்டு கலங்கிப்போனா.

சரி... நம்ம எடுத்த செமய நம்மளேதா எறக்கி வக்கணும்னு மனசத் தேத்திகிட்டா. ஊரு ஒலகம் மட்டுமில்லாம பெத்த அப்பனும் ஒதுக்கி வக்கான், வக்கட்டும்னு நெனச்சு கண்ணீர் வடிச்சா. ரகு போன மூணாவது நாளு அம்மகிட்ட சொன்னா. இன்னக்கி போயி சேந்துருப்பாமுலானு காளி அப்பப்ப வந்து கஞ்சி காச்சி எதாச்சும் சிறுபருப்ப போட்டு கடஞ்சி, ரெண்டு முட்டைய அவிச்சு, ஒரு குண்டாவுல கொண்டாந்து குடுத்துட்டு போவா. அவா இங்க வாரத நெனச்சி காளியோட அப்பன் அவள மானாங்கனியா[2] பேசுனான். அவா எதுத்துட்டா.

"இங்க பாரு... அவா பத்தினியோ பலவட்டரயோ, அவளுக்கு என்ன நோயும் இருந்துட்டுப் போவுது, அவா எங்கூட பொறந்த பொறப்பு போல. இதுக்கு மேல அவள அப்புடி இப்புடினு சொன்னனா ஒனக்கு அம்புட்டுதா மருவாத. ஒழுங்கா இரு, அவளுக்கு குடிச்சதுல ஒடம்பு மோசமாக் கெடக்கு. அவா இருக்க நெலமய பாத்தா, அந்த அக்கா இன்னக்கோ நாளைக்கோனு கெடக்கா. என்னால இந்த ஊர்க்காரப் பயலுஞ் செறிக்கியயும் போல இருக்க முடியாது. அதே போல அந்த நீலிக்கெழவி செத்த அன்னக்கி அவா கொண்டுவந்த சாராயத்த உதட்ட நக்கிகிட்டு குடிச்சல்லா, அப்பம்லா ஒனக்கு தெரியலயோ. எங்கிட்ட எதயும் பேசாத, இல்லன்னா நல்லாருக்காது"னு சொல்லவும் காளியோட அப்பன் எதுவும் பேசல.

---

1. மான் போல

2. வாய்க்கு வந்தபடி

49

காளி ஒரு குண்டாவுல எப்போதும் போல சோறும், சிறுபருப்பு கறியும், ரெண்டு முட்டையும் கொண்டு வந்தா. அத சாப்பிட்டு முடிச்சதும் ரெண்டு பேரும் பேசிக்கிட்டு இருந்தாக. ராக்கம்மா மொகமும் வாடிப்போயி கெடக்கு அவளோட கண்ணு எல்லாம், மேலாம போயிருச்சி. தெனமும் அவள மெதுவா கூட்டிகொண்டு போயி கீழக் கொளத்துக் கரையில ஆளுக யாரும் வராத நேரமா பாத்து வெளிக்கி இருக்க வச்சு, அவளுக்கு கால் கழுவ தண்ணி ஊத்தி விட்டு ராக்கு அம்மைய வெந்நீர் போடச்சொல்லி அத ஒரு துணியில முக்கி ஒடம்பு முழுக்க தொடச்சி எடுத்து, அவளுக்கு வேற ஒரு நல்ல சேலயா எடுத்து உடுத்தி விடுவா.

காளி இப்போ பகல் முழுக்க ராக்கு கூடத்தான் இருந்தா. தோப்பு காவலுக்கு அவளோட அப்பன போக சொல்லிட்டா. ராத்திரிக்கி மட்டும் வீட்டுக்குப் படுக்க போயிருவா. அவளுக்கு மாத்திர எடுத்துக் கொடுக்க, அவளுக்கு வெந்நி போட்டு ஒடம்ப கழுவி விடுதது, அவ பக்கத்துலய இருந்து அவளுக்கு ஒண்ணுக்கு வருதுன்னா அவள கூட்டிட்டு போறதுணு முத்தம்மாக்கு தொணையா இருந்தா காளி. முத்தம்மாளும் கருப்பம்மாளும் இருந்தாலுமே ராக்கம்மாள ரெண்டு பொம்பளையும் சேந்து தூக்கிர முடியாது. ராக்கு சாயங்காலமா பூவரசு மரத்துக்கு கீழ நாற்காலிய எடுத்துப்போட்டு உக்கார ஆசப்படுவா. முத்தம்மா வெளில அவள உக்கார வப்பா. பூவரசு மரத்துல இருந்து பழுத்து வம்பா விழுகுத எலைகள பாத்ததும் இவளுக்கு ஒரு மாதிரியா இருக்கும். ராக்கு, முத்தம்மா கிட்ட மரத்தில இருந்து விழுகுத எலைகளயெல்லாம் கூட்டி அள்ள வேண்டாம்னு சொல்லிட்டா. செலநேரம் ராக்கு மேலாம மரத்தப் பாத்துக்கிட்ட அசையாம இருப்பா. அத பாத்து பயந்துபோயி ஓடிவந்து அவளோட தோள்பட்டைல கைய வச்சு பாப்பா முத்தம்மா. ராக்கு திரும்பி பாத்தாத்தான் முத்தம்மாக்கு உயிரே வரும். எல்லா ஆளுகளும் சாயங்காலம் சப்பாணி மாடன் கோயிலுக்கு பூசைக்கு கௌம்பி போகும். இவ வீட்டு பக்கத்துல இருக்க பழனி குடும்பம் எதித்த வீட்ல இருக்கவங்கனு எல்லாரும்

இவ தெருவுல மரத்துக்கு கீழ உக்காந்துருக்கிறத பாத்துட்டும் பாக்காதது மாதிரி போகும்.

இவ வாசல்ல இருக்கும்போது முருகன் கையில காப்பு கட்டி கழுத்துல காவித்துண்ட போட்டுக்கிட்டு இவள பாத்துட்டு இவள கடந்து கீழ்வீட்டு பழனிய பாக்க அவனோட வீட்டுக்குள்ள போனான். இவளுக்கு அந்த நேரம் பழசு எல்லாம் நெனவுக்கு வருது. இன்னைக்கி இந்த வாழ்க்க இப்டி சீரழிஞ்சு போனதுக்கு காரணமே இந்தப் பெய தானனு அவ மனசுல எல்லாம் ஓடுது. இவன பாத்தது, இவன் மேல ஆசப்பட்டது, கோயில் கொடைல மால போட்டது, இவனதான் கெட்டுவம்னு நெனச்சது, நீர்க்கிராம்பு குளத்துல குளிச்சது, கொடைல ஊர விட்டு ஒதுக்கி வச்சது, முருகனுக்கு கல்யாணம் ஆனது, அவன் கல்யாணத்தன்னைக்கி நடந்த கூத்து, வேலுவுக்கு கெட்டி கொடுத்தது, பிள்ள பொறந்து செத்துப்போனது, பெரியய்யா, தங்கச்சன், இந்த மானங்கெட்ட பொழப்புன்னு எல்லாம் ஓடுது மனசுக்குள்ள. அவன் பழனி வீட்ல இருந்து வெளிய வந்து இவள கடந்துபோறத ஏக்கத்தோட பாக்கா ராக்கு. பாத்திரம் தேச்சுக்கிட்டு இருந்த முத்தம்மா அத பாத்து மால மாலயா கண்ணீர் வடிக்கா. நம்ம ஒத்த மவா வாழ்க்கைய கெடுத்ததே இந்த எடுபட்ட பயதானேனு நெனச்சு மனசுக்குள்ளே கருவுதா. சப்பாணிமாடா அவன் போற எடத்துல பாம்பு கடிச்சு சாவணும், அவன் புள்ள கொள்ளி வெளங்க கூடாது, நாசமத்து மண்ணோட மண்ணா போயிரனும்னு அந்த தெய்வத்துக் கிட்டயே மொறையிடுதா.

கொட தொடங்கி அஞ்சாவது நாள்லயே பூவரசு மரம் வாடி வசங்கி வருது. முத்தம்மாளும் ரெண்டு வேளையும் பானைல தண்ணிய கொண்டாந்து மரத்து மூட்டுல ஊத்துதா.

ராக்கம்மா கேட்டா, காளி எனக்கு ஒரு உதவி பண்ணேன்னு சொல்லுக்கா என்ன செய்யணும்னு சொல்லவும், களத்துல நீலியம்மன் கோயில்ல இருந்து திருனாறு கொண்டுவாயேன்னு சொன்னதும், சரிக்கானு சொல்லி நேரா களத்துக்கு வந்து திருனாறு கொண்டுவந்து அவளுக்கு பூசிவிட்டு ஒரு துணியில அத முடிஞ்சு அத அவளோட தலமாட்டுல வச்சா காளி.

50

மசங்குத நேரம், ஒரு பெரிய அல்லி குளத்துக்கரையில ஒரு சின்ன புள்ள பட்டுப் பாவாட சட்ட போட்டு நிக்கா. நடுகுளத்து தண்ணி நிலா வெளிச்சத்துல வெள்ளி போல மின்னுது. கொளத்து முழுக்க செவப்பு வெள்ளைனு அல்லிப்பூ எல்லாம் முக்காவாசி எடத்த ஆக்ரமிச்சு கெடக்கு. அந்தக் குளத்த சுத்தியும் ஒரே இருட்டு. அதோட கரைகள சுத்தி வழியே இல்லாத அளவுக்கு பொதரு மண்டி கெடக்கு. அந்த சின்ன பிள்ளைக்கு அந்த அல்லி பூக்கள புடுங்கி கையில வச்சுகணும்னு ஆச. அத எடுத்து மாலையா செஞ்சு கழுத்து நெறய போட்டுக்கிடணும்னு எண்ணம்.

அவா அல்லிப்பூக்கள பிடுங்க கரையில இருந்து கொளத்துக்குள்ள எறங்குதா. அந்த தண்ணி தை மாசப் பனி போல குளிருது. அந்தக் குளிரு அவளோட உடம்பு பூரா பரவுது. அவளுக்கு மொகமெல்லாம் வேத்துக் கொட்டுது. கால் வரைக்கும் நனச்ச தண்ணி முழங்கால் வரைக்கும் படும்படியா அந்த சின்ன பிள்ள இன்னும் எறங்குதா. இப்ப தண்ணி இடுப்பு வரைக்கும் வருது. அல்லி பூமூடு அவ கைக்கு எட்டுது. இன்னும் கொஞ்சம் எறங்குதா. அவளோட மார்பு தாண்டி கழுத்த நெறைக்குது தண்ணி. அவளோட கைகளுக்குள்ள அல்லிக்கொடி அம்புடுது. அவ ஒத்த பூ மட்டும் வேண்டாமுனு கைக்கு அகப்பட்ட எல்லா பூக்களையும் மொத்தமா ரெண்டு கையிலயும் புடிச்சு இழுத்தா.

அந்த வெள்ளையும் செவப்பும் சேந்த அல்லிக்கொடி கொஞ்சம் கொஞ்சமா இவள தண்ணிக்குள்ள இழுக்க பாக்குது. உடனே பின்னாடி இருந்து மணிச்சத்தம் கேட்டுது. அந்த சத்தத்த கேட்டு திரும்பி பாத்தா. ஒரு வெளிச்சம் மாதிரி தெரியுது. கரையில ரெண்டுபேரு நின்னாங்க. இவ அந்த பூக்கள விட்டுட்டு மெல்லமா கரைய நோக்கி வரா. கரையேறி மேல வந்து அந்த ரெண்டு பேரையும் உத்துப் பாக்கா. ஒரு ஆம்பளையும் ஒரு பொம்பளையும். அந்த பொம்பள கருப்பு நெறத்துல பச்ச கலரு சேல உடுத்தி மொகமெல்லாம் குங்குமத்த கரச்சு பூசுனது போல இருந்தா.

அவளோட நீளமான முடிய முன்னால எடுத்து போட்டிருந்தா. அந்த முடி கீழ தரய தடவிக்கிட்டு கெடக்கு. அவா இந்த சின்ன பிள்ளய பாத்து சிரிச்சா. அவளோட கோரப்பல்லு அவ்வளவு அழகா இருக்கு. பக்கத்துல நின்ன மொரட்டு ஆம்பள வெள்ள சட்டயும் வெள்ள வேட்டியும் கெட்டிக்கிட்டு மொகத்தயே மறைக்கிற மாதிரி பெரிய கப்படா மீச வச்சிருக்கான். ரெண்டு பேருமே இந்த சின்ன பிள்ளய பாத்து சிரிச்சாக. அந்த எடம் முழுக்க சந்தன மணம் கமழுது. அந்த வாசம் அந்த புள்ளயோட மூக்க தொளைக்கு. தூரத்துல எங்கயோ நையாண்டி மேளம் கேட்டுக்கிட்டே இருக்கு. இப்ப அந்த ரெண்டு பேருமே திரும்பி நேரா ஒத்தயடி பாதைய நோக்கி போறாங்க. இந்த சின்ன பிள்ளயும் அவங்கள பின்தொடர்ந்து போனா. அந்த பாத அவா கூந்தல போல முடிவில்லாம போகுது. ஒரு சின்ன மாமரத் தோப்பு வருது. அதையுந்தாண்டி அதுக்குள்ள ஒரு பாழடஞ்ச மண்டபம். அந்த மண்டபத்துக்குள்ள ரெண்டு பேரும் போனாங்க. இந்த சின்ன பிள்ளயும் அவங்கள தொடர்ந்து போனா. இப்ப அந்த மூணு பேருமே அண்ணாந்து வானத்த பாத்து கெக்கல் விட்டு சிரிச்சாங்க. மணிச் சத்தமும் நையாண்டி மேளச் சத்தமும் அந்த எடத்தையே சூழ்ந்திருச்சு.

டக்குனு கண்ண முழிச்சுப் பாத்தா முத்தம்மா. அவளோட பாய பாத்தா ஈரமா இருக்கா. ஒடனே படுத்திருந்த மகள பாத்தா. அவ மாத்திர போட்ட அசதில தூங்குதா. முத்தம்மா எந்திரிச்சு ராக்கு நெஞ்சுக்கு வலதுப் பக்கம் கைய வச்சு பாத்தா. இதயம் படபடனு துடிக்கிறத நெனச்சு அவளுக்கு நிம்மதியான பெருமூச்சு வந்துச்சு. ஒடனே ஒண்ணுக்கு போன துணிய அவுத்துப் போட்டுட்டு வேற சேலய மாத்திக்கிட்டா.

கதவ தெறந்து வீட்டுக்கு பின்பக்கமா இருக்குற கருப்பம்மா வீட்டுக்கு போயி மெதுவா கதவ தட்டுனா. நல்லா ஒறங்கி கிட்டு கெடந்தவ எந்துச்சு வந்து கதவ தெறந்து என்னனு கேட்டா. முத்தம்மா தாங்கண்ட சொப்பனத்த சொன்னதும் கருப்பம்மா, வீட்டு கூடைக்குள்ள கெடந்த இளஞ்சேவல் குஞ்சிய கொண்டு வந்து ராக்கம்மாள எழுப்பி அவளோட தலைல மூணு தடவ சுத்தி, அவளோட ஒடம்புல தடவி நேந்துவிட்டா.

அத அவா வீட்டு வாசல்லயே கெட்டிப் போட்டுட்டா. திருனாறு எடுத்து அண்ணாந்து பாத்து, தெரட்டு சொடலமாடா பேச்சியம்மா எம்பிள்ளய காப்பாத்துனு வேண்டிக்கிட்டா.

51

சப்பாணி மாடன் கோயில்ல ஆறாவது நாள் கொட. இன்னைக்கு முருகன் வீட்டு பூச. காலலேயே வீட்டு வாச முன்னாடி நாற்காலிய போட்டு மேக்காம உக்காந்திருந்தா ராக்கு. அன்னைய பொழுதுல ராக்கம்மா மாத்திரயும் சாப்பாட்டையும் எடுத்துக்கல. முத்தம்மா தட்ட நீட்னதுக்கு வேண்டாமினுட்டா. அவளொட மொகமே கனிஞ்சு போயி களையா இருக்கு. அத பாத்துட்டு முத்தம்மாக்கு ஏதோ சரியா படல.

ராக்கம்மா வீடு அந்தத் தெருவுல கீழக்கடைசி வீடு. அந்த வீட்ட மேக்க இருந்து பாத்தா பள்ளத்துக்குள்ள இருக்குத மாதிரி தெரியும். இவா உச்சி வெயிலுலயும் கூட பூவரசு மரத்து தூர விட்டு போகல. முத்தம்மா எத்தனையோ தடவ வீட்டுக்குள்ள கூப்பிட்டும் அவ அத கேக்கல.

பொழுது சாய்த நேரம். கிழக்கருந்து மேக்க நோக்கி இருந்தா ராக்கு. சூரியனோட அம்புட்டும் வெளிச்சமும் அவ மூஞ்சில விழுது. அந்த வெயில் பட்டு அவ மூஞ்சி இன்னும் இன்னும் பிரகாசமா மாறுது. அவளுக்கு முன்னாலே தெருவுல போற ஆளுக யாரும் அவா கண்ணுக்குத் தெரியல. மரத்துத் தூர காத்துக்கிட்டு கெடக்க எசக்கி போல இருக்கா. அந்த நேரம் அவ உடம்பெல்லாம் சலசலசலனு வேத்து ஊத்துது. மெல்ல மெல்ல சூரியன் மறைததுக்கு ஆயத்தமாவுது. அவளுக்கு என்ன நடக்கப்போவுதுனு திட்டவட்டமா தெரியுது. கொஞ்ச நேரத்துல அவா மொகத்துல விழுந்த ஒளி கொஞ்சம் கொஞ்சமா கொறையுது. தங்க நெறத்துல இருந்து மொகம் ஒளி குறைஞ்சு மங்கிப்போவுது. அண்ணாந்து மரத்த பாக்கா. பல வருசமா கெள பரப்பி தெருவெல்லாம் விரிஞ்சு கெடந்த அந்த பூவரசு மரத்துல மொத்தமே அம்பதோ அறுபதோ எலைக தான் இருக்கு. இவா அந்த மரத்தையே உத்துப் பாக்கா. கொஞ்சம் கொஞ்சமா ஒவ்வொரு பழுத்த எலையும் கீழாம விழுது. மரத்து உச்சில இருக்க ஒண்ணு ரெண்டு எலையும் காத்துல அசஞ்சு அசஞ்சு பட்டம் பறக்குத மாதிரி இவள நோக்கி வருது. மொத்த

198 | கெளிமதம்

எலையும் அவ மடில தான் விழுந்து கெடக்கு. வெயிலு முடிஞ்சு மசங்குத நேரம் வர அவ அங்கயேதான் இருக்கா. இருட்டு அவா கண்ணலாம் நெறயுது. அவளுக்கு கண்ணுல இருந்து அவளையும் அறியாம கண்ணீர் கொட்டுது. பக்கத்துல வந்து முத்தம்மா உத்துப் பாத்தா. அவ கண்ணீர தொடச்சு மொகத்த தடவி மெதுவா உள்ள கூட்டிட்டுப் போயி படுக்க வச்சுட்டா. காளி வீட்லருந்து குண்டுமல்லிப் பூவ ஒரு மொழத்துக்கு தொடுத்து தூக்கு சட்டியில போட்டு கொண்டுவந்து ராக்கம்மா தலையில வச்சு விட்டுட்டு போனா. காளி போன கொஞ்ச நேரத்துல ஒடம்பு கொஞ்சங் கொஞ்சமா கருத்து போச்சி அவளுக்கு.

52

ராத்திரி ஒரு பதினோரு மணிய போல ராக்கம்மா இருமுத சத்தம் கேட்டு முத்தம்மா எந்திச்சா. தண்ணி, டானிக்கயெல்லாம் குடுத்து பாத்தா. இருமல் அடங்கத மாதிரி தெரியல. கொஞ்ச நேரத்துல ரத்த ரத்தமா வாந்தி வருது. முத்தம்மாளுக்கு என்ன செய்யன்னு தெரியல. ஒரு சின்ன மண்சட்டியில வாந்திய புடிச்சி, வாயெல்லாம் தொடச்சி விட்டு கட்டில்லயே தூக்கி உக்கார வச்சா. முத்தம்மாளுக்கு அழுவ வருது, எங்க நாம அழுதா புள்ளக்கி தெம்பு கொறஞ்சிருமோன்னு நெனச்சு அழுகய அடக்கி வச்சுகிட்டா, ராத்திரி ஒரு பன்னெண்டு மணி இருக்கும் ராக்குக்கு உயிர் போயிருச்சி. ராக்குக்கு உயிர் போனதும் என்ன செய்யனும்னே தெரியல முத்தம்மாக்கு. ஓன்னு ஒப்பாரி வச்சா.

ஏ நான் பெத்த தங்க மவளே

ஏ நான் வளத்த செல்லக் கிளின்னு

மனசுல உள்ள வருத்தமெல்லாம் போற வரக்கும் ஒப்பாரி வச்சா. இவா ஒப்பாரி சத்தத்தே கேட்டதும் வடக்கு வீட்ல இருந்த கருப்பம்மா பெரியம்ம ஓடி வந்தா. ரெண்டு பேரும் கொஞ்ச நேரம் கெட்டிப் புடிச்சி ஒப்பாரி வச்சாக. எப்போதும் ஒரு வீட்டுல யாருக்காச்சும் உயிர் போச்சின்னா, அக்கம் பக்கம் இருக்க ஆளுக, வீட்ட எல்லாத்தயும் ஒதுங்க வச்சி, பிணத்த குளிப்பாட்டி மூலையில வச்சு, ஆளாளுக்கு ஒரு வேலயப் பாப்பாங்க. ஆனா ராக்கம்மா செத்துட்டானு ஒப்பாரி சத்தத்த கேட்டு தெரிஞ்சிக்கிட்ட பழனியும் சரி, மத்த வீட்டு ஆளுகளும் சரி ஒருத்தரும் வந்து ஏத்துப்பாக்கல[1]. கருப்பம்மா முத்தம்மாளுக்கு சமாதானஞ் சொல்லிட்டு, நேரா காளிய கூப்புடப் போனா, காளி வீட்டுக் கதவ தட்டுனதும், உறக்கத்துல இருந்தவ எந்திச்சு வந்தா.

“ஏ பெரியம்மா என்ன இந்த நேரத்துல வந்துருக்க”னு கேட்டதும் “எம்ம ராக்குக்கு உயிர் போயிருச்சிம்மனு” சொன்னதும், மாலமாலயா கண்ணீர் வடிச்சா காளி ஒடனே மூஞ்சியக் கழுவிட்டு கெளம்புனா.

காளி அம்ம, “ஏட்டி நீ போறது எனக்கு சரியாப்படல, பேசாம வீட்டுலயே இரு. அவாளோட சொந்த பந்தத்துக்கு இல்லாத அக்கற உனக்கு எதுக்கு”னு கேக்கவும்,

“ச்சீ, நீயெல்லாம் பொம்பளையா? ஒப்பம் புண்ட, உனக்கெல்லாம் நல்ல சாக்காலம் வருமா”னு கேட்டதும், காளியோட அம்மயும் அப்பனும் அமைதியா இருந்தாங்க.

காளியும் கருப்பம்மாளும் ராக்கு வீட்டுக்கு போனாக, மூனு பொம்பளையளும் சேந்தே ஒப்பாரி வச்சாக. மூனு பேரும் ஒன்னா உக்காந்து கெட்டிப் புடிச்சு, நடு வீட்டுக்குள்ள ஒப்பாரி வச்சாக. அடுத்து காளிக்கி யாரக் கூப்புடனு தெரியாம, நேரா முருகனோட வீட்டுக் கதவ தட்டுனா காளி.

முருகன் பொண்டாட்டிதான் கதவத் தொறந்தா. முருகன எங்கனு கேட்டதும், அவரு தூங்குதாருனு சொன்னா. நடந்தத முருகன் பொண்டாட்டிக்கிட்ட காளி சொல்லவும், அவ கதவ அடைச்சுட்டு வெளிய வந்து பேசுணா. “எலா காளி... என்னய தப்பா நெனச்சுக்காத. எம்புள்ள போன வருசம் தென்ன மரத்துல காய் பறிக்க போனவெ கால் ஒடஞ்சு சீரழிஞ்சுட்டான். ஒரு அன்னுத்தான், பொழச்சதே மறுபொழப்பு. அப்பம் போட்ட நேர்ச்சைக்கித் தான் அவோ காப்பு கெட்டிருகாக. தயவு செஞ்சு என் புருசன கூப்டாத. அதுவும் இல்லாம, என் புருசன் வரவும் மாட்டாரு. ஒன்னைய கெஞ்சி கேட்கேன் தயவு செஞ்சு பெய்ருன்னு சொல்லவும். அழுதுகிட்டே திரும்பி வந்தா காளி.

வந்ததும் காளியும் கருப்பம்மாளும் ராக்கம்மாள மெதுவாத் தூக்கி, பின்னாடி நெரசல் பக்கம் வச்சு, அவா குளிக்கதுக்கு வச்சிருந்த சியக்கா பொடிய கரைச்சி தலையில தேச்சி, மஞ்ச பூசி குளிப்பாட்டுனாக. குளிக்க ஊத்தும் போதே கருப்பம்மாளுக்கு அழுக தாங்கல.

“ஏ ஏம்புள்ள என்னக் குளிப்பாட்டி என்னய மூலயில தூக்கி வைப்பானு நெனச்சனே, இன்னக்கி இந்த தங்கப் புள்ளய நான் குளிப்பாட்டுத மாறி ஆயிப் போச்சே”னு அழுதா. “எனக்கு புள்ள கொள்ளி இல்லனு கவலயோட இருந்தனே, எனக்கு கவலய போக்குன மாராசி நீ தானம்மா”ன்னு சொல்லி ராகம் போட்டு அழுதா.

குளிப்பாட்டுனதும், உள்ள வந்து அவா வச்சிருந்த பெட்டியத் தெறந்து, அதுல வெலகூடுன மாம்பழக் கலரு பட்டுச்சேலய உடுத்தி, அவளுக்கு தலைய வாரி விட்டு, நெத்தியில பெரிய பொட்டா வச்சுவிட்டா முத்தம்மா. நேரா வீட்டுக்கு போயி வீட்ல தொடுத்து வச்சிருந்த குண்டுமல்லிய எடுத்துட்டு வந்து தலையில வச்சா காளி. மூலையில இருந்த பலாக்கட்டில் இழுத்துப் போட்டு ராக்கம்மாவ சுவர்ல சாச்சு வடக்காம கால நீட்டி உக்கார வச்சாக. வீட்ல இருந்த பித்தாள காமாட்சி வெளக்குல எண்ண ஊத்தி, திரி போட்டு பத்த வச்சா காளி.

ஒரு நெற நாழி நெல்லை அள்ளி வச்சு, ஊதுபத்தி பொருத்தி மூலையில வச்சாக. ராக்கம்மா செத்துப்போனது அந்தத் தெருவுல எல்லா ஆளுகளுக்கும் தெரிஞ்சு போச்சி. ஆனா யாருமே எட்டிப் பாக்கல. ராத்திரி ரெண்டு மணி இருக்கும். முத்தம்மா நேரா பெரிய குடும்பன் வீட்டுக்கு போயி கதவத் தட்டி நடந்த விசயத்த சொன்னா. அவன், “எம்மா, ஊருக்குள்ள கொட நடந்துக்கிட்டு இருக்கு. நீ என்னடானா துட்டினு சொல்லுதெ. நான் காலையில வாரேன். நீ போ”ன்னு சொல்லி அனுப்பிட்டான். “எய்யா ஊருல பெரிய குடும்பன் நீருதான, அதான் உங்கள கூப்புடனும்னு வந்தேன்”னு சொன்னதும், “ஆமா ஓம்மவா செஞ்ச காரியத்துக்கு மொத ஆளா வந்து நிக்கனுமாக்கும். போம்மா வேலயப் பாத்துகிட்டு”னு சொன்னாரு. அவா அழுதுகிட்டே திரும்ப வந்தா. காலையில போயி யாரயாச்சும் கூப்புடலாமுனு நெனச்சு இருந்தா முத்தம்மா.

காலையில ஒரு நாலு மணி இருக்கும், ஊருல சத்தங் காட்டுனாங்க. எப்போதுமே ஊருல துட்டினா, ஊர்ப் பொறுப்புல இருக்குற ஆளு ஒருத்தன் காலையில நாலு மணிக்கி, “ஊருல துட்டி, யாரும் இன்னக்கி வேலக்கி போயிறாதிய”னு சத்தம் போட்டு கத்தி கத்தி சொல்லுவான். அவரு சொல்ல வரும்போது தெருவுல கெடக்கற நாய்க்காடுக கொலக்கும். அந்த சத்தத்த கேட்டு எல்லா ஆளுகளும் எந்திச்சிரும். அப்டியே எல்லாருக்கும் விடியும் முன்ன துட்டினு தெரிஞ்சு காலையிலயே துட்டி வீட்டுக்கு மொத ஆளா போயி நின்னுட்டு வந்துரும்.

ஊருக்குள்ள துட்டினு சத்தங் கேட்டதும், முத்தம்மாளுக்கு கொஞ்சமா நம்பிக்க வந்தது. ஆனா அவன் தெருமொனயில

இருந்து ராக்கம்மா வீட்டுப் பக்கம் வந்து சத்தங் காட்டுனதும் முத்தம்மாளுக்கு தூக்கி வாரிப் போட்டுருச்சி.

"ஊருல துட்டி, முருகையா மவா ராக்கம்மா செத்துப்போனா. ஊருல கொட. அதனால யாரும் அந்த வீட்டுக்கு போவக் கூடாது. அதுமட்டுமில்லாம அவளுக்கு இருக்க நோயி ஒட்டுவாரொட்டி. அவா வீட்டுக்கு போனா நோயி நமக்கும் பரவிரும், யாரும் துட்டி வீட்டுக்கு எட்டிப் பாத்துரப்பிடாது"னு சத்தங் கேட்டுச்சி. இதக் கேட்டதுமே அதிர்ச்சியா இருந்தது மூனு பொம்பளயளுக்கும். வீட்டு வாசல்ல போயி நின்னு, "அடா நாசமாப் போற பயகா, ஓங்க வூட்ல மண்ணு வுல, நாசமத்து போயிருவியனு" வயத்தெரிச்சல்ல பேசுனா. காளி நேரா ஐயா களத்துக்கு அந்த இருட்டுக்குள்ள போயி முருகையாவ கூப்பிட்டா.

"அந்தக் கூதிவுள்ள எம் பேச்சக் கேட்டாளா? நான் எம்புட்டோ சொன்னேன். கூதிவுள்ள செத்து தொலையட்டும் என்ன கூப்புடாதிய"னு சொன்னாரு முருகையா. "அடாப் பாவிப்பேல, பெத்த மவா செத்துட்டானு சொல்லியும், வர மாட்டமுனு சொல்லுதியே நீயெல்லாம் மனுசப்பேலே கெடயாது"னு சொல்லிட்டு வந்தா காளி.

வீட்டுல கருப்பம்மாள இருக்க வச்சுட்டு, முத்தம்மா நேரா அஞ்சு மணியப் போல இல்லத்தாரு தெரு மொதலாளி வீட்டுக்கு வந்தா. அங்க அவரு வீட்டுக்கதவ தட்டி நடந்தத சொன்னா. "எம்மா நீ அழாதம்மா, நான் காலையில என்ன வழியோ அதப் பாக்குறேன்"னு சொல்லி, "உன்கிட்ட காசு எதுவும் இருக்காம்மா, எதுவும் தரட்டுமா"னு கேட்டதும், "வேண்டாய்யா, நீங்க சொன்னதே போதும்"னு சொல்லிட்டு வந்தா. பொழுதும் விடிஞ்சதும், ஊருல இருக்குற எந்த ஆளுகளும் எட்டிப் பாக்கல. நம்ம இந்த நேரத்துல கௌரவம்லா பாக்க வேண்டாம்னு பழனி வீட்டுக்கு போயி நின்னு, "எய்யா பழனி, ராக்கம்மா செத்துப் போயிட்டாய்யா, வீட்டுல ஒருத்தரும் இல்ல. நீயாச்சும் வந்து நில்லேம்பா"னு சொன்னா. அதுக்கு அவன் சொன்ன பதிலக் கேட்டு சங்கடந்தா வந்தது.

"இப்பந்தா ஓங்க கண்ணுக்கு சொந்த பந்தமெல்லா தெரியுதோ, இம்புட்டு நாளும் உங்களுக்கு தெரியலயாக்கும். எனக்கு நாளக்கி வரவு செலவுக்கு ஊருகாரங்க வேணும். துட்டிக்கி யாரும்

போகக்கூடாதுனு சத்தங் காட்டிருக்காங்க, நான் என்னனு வர, ஊருக்காரங்க மனசெறங்கி வந்தாங்கன்னா அப்போ பாக்கலாம். நீங்க போங்கம்மா"னு சொல்லி அனுப்பிட்டான்.

துக்கத்தோட இந்த அவமானத்தயும் மென்னு முழுங்கி அழுதா, ஒரு வேலையும் நடக்காதுனு தெரிஞ்சு அமைதியா ராக்கம்மா காமாட்டுல வந்து உக்காந்தா. அவளுக்கு எல்லாத்தயும் நெனச்சு வேதனை கூடுது. ஆனா அவ அழவே இல்ல.

காலையில ஒரு பத்து மணி இருக்கும். ராக்கம்மா வீட்டுக்கு போலீஸ்காரங்க வந்தாங்க. அந்த புளியற எஸ்.ஐ ஒரு பெரிய மாலையோட வந்தான். வீட்டுக்குள்ள வந்து மாலையப் போட்டு அவளோட காலத் தொட்டுக் கும்புட்டான். எஸ்.ஐ ஒரு போலீஸ்காரன விட்டு பெரியகுடும்பன் சின்னகுடும்பனு எல்லாரையும் வரச்சொன்னாங்க.

என்ன முடிவு எடுத்துருக்கீங்க, நீங்க யாருமே துட்டி வீட்டுக்கு வரக்கூடாதுனு சொன்னீங்களாம். உங்களால முடியாதுனா சொல்லிருங்க, நாங்க செங்குளம் நகராட்சியில இருந்து ஆளுகள கொண்டுவந்து ஆகவேண்டிய காரியத்த பாத்துக்கிருவோம். ஆனா இந்த ஊர்காரங்களுக்கு ஏதும் பிரச்சனனா, நான் எப்டி அத விசாரிக்கணுமோ அப்டியேதான் விசாரிப்பேன்னு சொன்னாரு எஸ்.ஐ. அவருக்கு மனசுக்குள்ள ஒரே எண்ணந்தான்.

"எப்டி இருந்த பொம்பள, இன்னக்கி இப்டி அனாத பொணமா ஆயிட்டாளே'னு. அது மட்டும் இல்லாம, நகராட்சி ஆளுங்களும் இவளோட பொணத்த தூக்குறதுக்கு யோசிக்காங்க.

"ஊர்க்காரங்க எல்லாரும் ஒன்னா இருந்து யோசிச்சு கலந்து பேசிட்டு சொல்லுங்க. ஒரு பன்னெண்டு மணியப் போல நான் திரும்பவும் வருவேன். முடியாதுனா ஆகக்கூடிய காரியத்த நாங்க பாத்துக்குருவோம்"னு சொன்னாரு எஸ்.ஐ.

சரியா ஒரு மணியப் போல எஸ்.ஐ வந்தாரு. எல்லாரும் கோயில் வாசல்ல நின்னாங்க. ஊரு எல்லையில வச்சே, "என்னப்பா என்ன முடிவு பண்ணிருக்கீங்கனு கேட்டாரு எஸ்.ஐ. அதுக்கு பெரியகுடும்பன்,

"ஐயா நாங்களே பொணத்த பொதச்சிக்கிறோம் ஐயா. நீங்க யாரும் வர வேண்டாம்யா. நாங்களே ஆகக்கூடிய காரியத்த பாக்கோம்"னு சொன்னான். போலீஸ்காரங்க உடனே போயிட்டாங்க, ஊருல பொறுப்புல இருக்க ஆம்பளைக எல்லாம் கூட்டமா வந்தாங்க. ஒரு பத்து பேரு இருப்பாங்க. அதுல முத்துப்பாண்டி, சின்னக்குடும்பன், சிலுக்குராசுனு எல்லாரும் மொத்தமா கையில கட்டிருந்தா காப்புகள அவுத்துருந்தாங்க. பழைய நாட்டமமாரு எல்லாரையும் கூப்புட்டு இன்னும் வரப்போற ரெண்டு நாளும் நீங்களே நடத்திக்கோங்கனு சொல்லி பொறுப்ப ஒப்படைச்சுட்டாங்க. நையாண்டி மேளம், கரகாட்டம், வில்லுனு எல்லா கணக்கு வழக்கு நோட்டையும் பழைய ஆட்கள் கிட்ட கொடுத்துட்டாங்க. ரெண்டு பேர குழியெடுக்க போகச்சொன்னாரு பெரிய குடும்பன்.

பெரியகுடும்பன் ஆளவிட்டு கேட்டு "எம்மா, எத்தன பேரு கொள்ளிக் கொடம் ஒடக்கப் போறிய"னு கேட்டாரு. காளி பேசி கலந்துட்டு மூணு பேருனு சொன்னா.

ஒரு ஆளவிட்டு மூனு பானைய வாங்கிட்டு வரச்சொல்லி, அத மட்டும் வீட்டு முன்னால வச்சாரு. குழி முழுசா தோண்டியச்சானு கூட கேக்கல. ஒரு நாலு மணியப் போல, சரி சரி பாடைக்கி கம்பு எதுவும் இப்ப போயி வெட்ட முடியாது. அதனால ஒத்தக்கம்புல தொட்டில் மாதிரி கெட்டி தூக்கிட்டு போவோமுனு சொன்னாரு.

முத்தம்மாளுக்கு அழுக தாங்கல, "எய்யா, அது மட்டும் வேண்டாமுய்யா. நான் பெத்த ஒத்த மவா செத்துட்டாய்யா, உங்களுக்கு எம்புட்டு வேணுமோ வேங்கிக்கோங்க ஐயா. எம்புள்ள பண்ணுனதுக்கெல்லாம் ஒங்க காலுகள்ள விழுறேன் சாமி. இந்த நேரத்துல பழிவாங்கிறாதீங்கய்யா"ன்னு அழுதா.

"எம்மா எங்களுக்கு பாடகெட்டல்லாம் நேரங் கெடயாது. சப்பாணிமாடன் கோயில் கொட வேற. ஊருல இருக்க எல்லா பயலும் காப்புக் கெட்டிருக்கேன், நோம்பு போட்டுருக்கேனு வர மாட்டுக்காங்க. நேரம் போய்க்கிட்டே இருக்கு. ஒழுங்கா அமைதியா இருக்கணும்னா இரு, இல்லன்னா பொணம் நாத்தமெடுத்தாலும் பரவாயில்லனு நாங்க பாட்டுக்கு கௌம்பிருவோம். பின்ன நீதான் ஒம்மவள தூக்கிகிட்டு அலையணும். ஒன்னுக்கும் வழி இல்லன்னா

வீட்டுக்குள்ளே குழியத் தோண்டி பொதன்னு விட்ருவோம்”னு சொல்லவும், எல்லா வேதனயும் தாண்டி அழுக எல்லாத்தையும் அடக்கி வச்சுகிட்டு அமைதியா இருந்தா.

அவளுக்கு அழுவுறதுக்கு கோடி வார்த்த மனசுக்குள்ள இருந்தாலும் இம்புட்டும் பேசுதவங்க, சொன்னது போலவே செஞ்சாலும் செய்வாங்கனு, அழுக எல்லாம் அடக்கி வச்சுகிட்டு அமைதியா நின்னா. தாம் பெத்த மவளுக்கு இப்டி ஒரு நெலம வரும்னு முத்தம்மா நெனச்சுக்கூட பாக்கல.

ரெண்டு பெரிய மூங்கில் கம்ப எடுத்துட்டு வந்தாங்க. காளியம்மா கிட்ட சொன்னாங்க, நோயி வந்தவ ஒடம்ப நாங்க தொட்டு தூக்க மாட்டோம், நீங்களே ஒரு வேட்டித்துணியில போட்டு இங்க வெளியே கொண்டு வாங்கனு சொன்னான் சின்னகுடும்பன்.

கொடியில கெடந்த ரகுவோட வெள்ள வேட்டியில ராக்கம்மாள தூக்கிப்போட்டு, ஒருபக்கம் கருப்பம்மாளும் முத்தம்மாளும் புடிச்சாக. இன்னொரு பக்கம் காளியும் புடிச்சு தூக்கி, வீட்டு முத்தத்துல கொண்டு வந்து வச்சாக. ரெண்டு ஆம்பளைங்க அந்த ஒத்த மூங்கில் கம்புல தொட்டில் மாதிரி ரெண்டு பக்கமும் கெட்டுனாங்க. நீளவாக்குல ஒரு கொழந்தய கெட்டுதது மாதிரி கெட்டிப் போட்டாங்க.

காளி மூனு மண் பானயிலயும் தண்ணி ஊத்தி கொண்டு வந்து வச்சா. அஞ்சு ஆம்பளயளும் மூனு பொம்பளையளும் மட்டும் ராக்கம்மா பொணத்த சுத்தி நின்னாங்க.

சரி சரி நேரமாயிருச்சினு பெரியகுடும்பன் சொல்லவும், ஆளுக்கு ஒரு பக்கமா தூக்குனாங்க. தூக்கும்போது முத்தம்மா அழுதா அழுவ, அந்த ஊரே அதிருத மாதிரி ஒரு அழுவய போட்டா.

காளி அழுதுகிட்டே முத்தம்மாளையும் கருப்பம்மாளையும் அழாதீகனு தேத்தி கொள்ளிக் கொடத்த ஆளுக்கு ஒன்னா ரெண்டு பேருக்கும் தூக்கிவிட்டு, அவளும் ஒரு கொடத்த தூக்கிகிட்டா.

முத்தம்மா ராக்கம்மாள பெத்த சந்தோசமெல்லாம் கரையுத அளவுக்கு அழுதா.

ஏ நான் பெத்த மரிக்கொழுந்தே
ஏ நான் பெத்த தங்கமவளே
ஏ நான் பெத்த கட்டிமவளே

உனக்கு கொள்ளிக் கொடம் நான் ஒடக்கணுமா தாயி, ஏ தங்கபுள்ள என்ன இப்டி தவிக்கவுட்டு போறியம்மா, எம்மா ஒனக்கு சாவக்கூடிய வயசா தாயி, ஏ என்ன பெத்தாரு, ஏ என்ன பெத்த கட்டித்தங்கம்னு அழுதா. கருப்பம்மாளுக்கு முத்தம்மாள என்ன சொல்லி தேத்தணும்னே தெரியல. அடுத்து அவ ஒரு மூச்சு அழுதா.

ஏ எனக்குனு வந்த தங்கமவளே, நீ எனக்குனு வந்தயம்மா, புள்ள கொள்ளி இல்லயின்னு போகாத எடமுமில்ல, இன்னக்கி கொள்ளி பான ஒடக்க வச்சி கூண்டுகுள்ள இருக்கயம்மா. ஆ... ஆன்னு ஒப்பாரி வச்சா கருப்பம்மா.

எக்கா, பட்டான பட்டுடுத்தி, பவுசாக நீயும் போனா, பாக்காத கண்ணு எல்லாம் பாம்பாக பாக்குமம்மானு அழுதா காளி. வீட்ல இருந்து தெரு மொனைக்கி கொஞ்ச தூரம்தான். ஆனா அந்த கொஞ்ச நேரத்துக்குள்ள முத்தம்மாக்கு மவா நெனப்புலாம் ஓடுது. முருகையாக்கு வாக்கப்பட்டது, ராக்கம்மா உண்டானது, அவள பெத்துப் போட்டது, ஈயெறும்பு அண்டாம பாதுகாத்து வளத்தது, அவ வயசுக்கு வந்த பெறவு தாவணிக்கெட்டி அழகு பாத்ததுனு ராக்கம்மாள பத்துன எல்லாமே மனசுக்குள்ள படமா ஓடுது. அந்த கொஞ்ச தூரம் வாழ்க்கையோட கடக்க முடியாத தூரமா தெரிது முத்தம்மாக்கு.

ஊருல மத்த வீட்டு துட்டின்னா அஞ்சு தெரு தள்ளி ஊரோட எல்ல வரும், அங்கருந்துதான் சுடுகாட்டோட எல்ல தொடங்கும். அங்க போயிதா கொள்ளிக் கொடம் ஒடச்சிட்டு வீடு திரும்புவாங்க.

ஆனா தெரு மொன வரும்போதே சின்னக் குடும்பன் சொன்னான். இங்கயே பானைய உடச்சி வீட்டப் பாக்க பொம்பளையல அனுப்புவோம்னு எல்லா ஆளுகளும் வீட்டு வாசல்ல நின்னு வேடிக்கதான் பாத்ததே தவிர எந்த ஆளுகளும் கிட்டயே வரல. இதுல கொடுமயிலுங் கொடும என்னன்னா, நீலி செத்ததுக்கு எல்லாச் செலவும் பண்ணி, நல்ல மொறயில அடக்கம் செஞ்சு, பதினாறு நாளும் நீலிக்கெழவி வீட்டுலதான் படுத்துருந்தா ராக்கம்மா.

ஆனா நீலி மவா சப்பாணிமாடத்தி கூட தெருவுல ஒரு ஓரத்துல கூட்டத்தோட கூட்டமா நின்னு வேடிக்கதான் பாத்தா, பக்கத்துல கூட வரல. முருகனோட குடும்பமே அங்கதான் நின்னு வேடிக்கப் பாத்துச்சு.

தெரு மொனையில வடக்காமயும், தெக்காயும் போற முச்சந்தியில வச்சு பிணத்த சுத்தி மூனு பொம்பளையலும் மூனு சுத்து சுத்தி அங்கனயே பானைய டொப்புன்னு போட்டு ஒடச்சாங்க. ஒடச்சிட்டு திரும்பி பாக்காம வீட்டப் பாக்க போனாங்க. ஊரே வேடிக்கதான் பாத்துச்சே ஒழிய எந்த சனமும் பக்கத்துல வரல.

திரும்பி அழுதுக்கிட்டு வார மூனு பொம்பளையளையும் புடிக்கக்கூட ஆளு இல்ல. முத்தம்மா ஒறஞ்சு போயி இருந்தா. அவளால நடக்கவோ யாரும் சொல்லுதத கேட்கவோ முடியல. இந்த ஊரு சாதி சனம் பொம்பள ஆம்பள கோயிலு சாமி மேளம்னு எல்லாத்து மேலயும் ஒரு மாதிரி அருவருப்பா இருக்கு முத்தம்மாளுக்கு. வீட்டுக்கு வந்து கொப்பரயில கெடந்த தண்ணிய, காளி ஒவ்வொரு கொடத்துலயா கோரி எடுத்து ரெண்டு பேருக்கும் ஊத்திவிட்டு தானும் ஊத்திகிட்டு வீட்டுக்குள்ள போனாக.

ரெண்டு பேரு மட்டும் இடுகாட்டுல குழியெடுக்க போனாங்க. எட்டு ஆம்பளய பொணத்த கொண்டு போனாங்க. தோள்பட்ட கனக்கும் போது, ரெண்டு பேரு மாறி மாறி தூக்கிகிட்டாங்க. பெரிய குடும்பன் சேது மட்டும் முன்னால போனாரு. நேரா இடுகாட்டுல கொண்டுவந்து போட்டாங்க.

பொணத்த தூக்கிட்டு வந்து இடுகாட்டுக்குள்ள குழி நோண்டுத எடத்த தேடிவந்து டொப்புன்னு போட்டாங்க. அந்த எடத்துல இருந்தது மொத்தம் ஏழு ஆம்பளைய. பெரியகுடும்பன், சின்னகுடும்பன், கணக்குபுள்ள, கோழிபண்ண பழனி, ஊர்ப் பொறுப்புல வரி பிரிக்கிற ஒருத்தன், சிலுக்கு ராசு, கடைசியாக யாரால ராக்கம்மாளோட வாழ்க்க தெச திரும்புச்சோ, அந்த முத்துப்பாண்டினு மொத்தம் பத்து பேரு இருந்தாங்க.

நல்ல பெரிய குத்துக்கம்பியக் கொண்டு மாறி மாறி குத்தி மண்ணக் கௌறுதாங்க. ஆனா அடிக்கித வெயிலுக்கு குழிய நோண்டவே முடியல. மண்ணுங்கூட இறுகிப்போயி கெடக்குதே தவிர யாராலயும் நோண்ட முடியல.

குழி தோண்டுததுல ஒருத்தஞ் சொன்னான். "முட்டுக்காலு வரைக்கும் தோண்டுததுக்குள்ளயே இங்க நாக்க தள்ளுத, இதுக்கு மேல எங்களால குழி எடுக்க முடியாது"ன்னு.

குழிக்குள்ள இருந்து வெளிய வந்து பக்கத்துல நெழலு பாத்து உக்காந்தாங்க. மேல வந்து உக்காந்ததும் சாராயத்த எடுத்து எல்லாரும் வட்டமா உக்காந்து குடிச்சாங்க. பெரியகுடும்பன் ரெண்டு கிளாஸ் குடிச்சதும் வாயத் தொறந்தாரு.

"சரி சரி, இந்தத் தேவுடியாளுக்கு இதுக்கு மேல குழி எடுக்க வேண்டாம். இவா பெரிய பத்தினி, இந்த அம்மாவுக்கு, பெரிய பாட கெட்டி, ரோசாப்பூ மாலையா அள்ளிப் போட்டு வீதியெல்லாம் பூவு, பொரி, கடல, வாழப்பழம் எல்லாம் வீசிட்டு வருவாங்களோ? புண்டைய விரிச்சி, காலங்கழிச்ச தேவிடியாக் கூதி, அவா கூதி ஆழத்துக்கு குழி தோண்டணுமா என்னனு?" கேட்டாரு

திரும்பயும் எல்லாருமா சேந்து அடுத்த ரவுண்டு சாராயத்த ஊத்தி பேச ஆரம்பிச்சாங்க. "சரி... சரி... அடுத்து ஆக வேண்டியத பாப்பமா"ன்னு சொன்னாரு சின்னக் குடும்பன்.

எல்லாரும் சுத்தும் முத்தும் பாருங்கனு சொல்லி பெரிய குடும்பன் சேது. ஆளு யாரும் இல்லன்னு தெரிஞ்சதும், தெக்கு பக்கமா ரெண்டு பேரு, வடக்கு பக்கமா ரெண்டு பேரு, கெழக்க ரெண்டு பேருனு எல்லாப் பக்கமும் காவலுக்கு நின்னாங்க. மேக்கு பக்கமா ஒரு பெரிய பொதரு இருக்கும், அந்த பக்கம் ஆளுக யாரும் வர முடியாதுனு தெரிஞ்சுகிட்டு சுத்தும் முத்தும் பாத்தாரு பெரியகுடும்பன்.

குழி தோண்டின எடத்துல, இப்போ இருக்க ஒரே ஆளு பெரிய குடும்பன்தா. அவன் மொத மொறயா நீலியம்மா செல போல இருந்த ராக்கம்மாள ரொம்ப பக்கத்துல பாத்தான். போதையில கொஞ்சங் கொஞ்சமா ராக்கம்மா ஒடம்ப தடவ ஆரம்பிச்சான். அவளோட சேலய வெலக்கி அவளோட சட்டைய அவுத்து, அவா மொலைய புடிச்சு பெசஞ்சான். ஊருக்குள்ள சப்பாணி மாடன குடியெழுப்ப நையாண்டி மேளம் வாசிச்சுக்கிட்டு இருந்தாங்க.

அடுத்து அவளோட சேலைய உருவி பாவாடைய அவுத்து கொஞ்ச நேரம் அவளோட அடிமடியப் பாத்தாரு, அவரோட

வேட்டிய அவுத்து, பாய்ச்சியிருந்த கோமணத்த உரிஞ்சு, அவரால எவ்வளவு முடியுமோ, அவ்வளவு தூரம் அவளோட பிறப்புறுப்புல தன்னோட ஆணுறுப்ப திணிச்சாரு சேது. அங்க கோயில்ல நையாண்டி மேளம் உச்சத்துல அடிக்கி.

கொஞ்ச நேரம் கழிஞ்சு, சின்ன குடும்பன் வந்து, எண்ணே சீக்கிரமா முடிங்கண்ணே, ஊருக்குள்ளருந்து எந்தக் கூதிமவனும் வந்திரப் போறாமுன்னு சொன்னதும், அவரு கோமணத்த பாய்ச்சி வேட்டியக் கெட்டிக்கிட்டாரு.

அடுத்து சின்னக்குடும்பன் அவரு வேலயப் பாத்தாரு, கணக்கு புள்ளக்கி கால் மணிக்கூறு, அடுத்து முத்துப்பாண்டி, அடுத்து குழி தோண்டுனவங்க, அடுத்து சிலுக்கு ராசுனு பத்து பேரும் அவங்களோட ஒட்டு மொத்த வேலயயும் பாத்தாங்க. இப்ப சப்பாணிமாடன நையாண்டி மேளம் வருத்தி அழைக்கி.

வயிறுவூதிக் கெழவன் இடுகாட்டுக்கு மேல்பக்கமாதான் ஆடு மேச்சுகிட்டு இருந்தாரு. ஒரு ஆடு கீழ்பக்கமா ஓடி வந்துருச்சினு அவரு முள்ளு வேலிய தள்ளிகிட்டு கீழ்பக்கமா வந்து தேடுனாரு. இங்க வந்து பாத்தா இங்க எல்லாரும் நின்னாங்க. நடுவுல ராக்கம்மா ஒடம்பு அம்மணமா தரயில கெடந்ததப் பாத்து, அதிர்ச்சியில வந்தான் கெழவன்.

“அடா ஓக்க புண்டயா, பொணத்த அம்மணமாப் போட்டு என்னல செய்யுதீக”ணு கேட்டாரு. “ஏ கெழட்டுக் கூதிமவனே, ஒழுங்கா அமைதியா இரு. ஊருக்குள்ள போயி யாருகிட்டயும் உளறித் தொலச்சிடாத”னு சொன்னாங்க.

“ஆமா, இவாளுக்கு ஒரு நோயி இருக்குனு சொன்னாங்கள்ளா, உங்களுக்கும் பரவிட்டுன்னா என்ன செய்விய”னு கேட்டாரு.

“அடா செத்த புடுக்கு கூதி மவன, இவளுக்கு அப்டியெல்லாம் எந்த நோயும் கெடயாது. அதுலாம் சும்மா”னு சொன்னாங்க.

கொஞ்ச நேரம் அமைதியா நின்னுட்டு “நானும் ஒரு தடவ ஒங்களப் போல செஞ்சுகிடட்டுமா”னு கேட்டாரு.

“அடா கெழட்டுக் கூதி மவன, உனக்கும் ஆச இருந்துருக்கு, சரி உமக்கு இல்லாததா”னு சொல்லி அங்க இருந்த ஏழு பேரும்

ஆளாளுக்கு சுத்தி போயி காவலுக்கு நின்னாங்க. இப்ப சொடல மாடனுக்கும் வனப்பேச்சிக்கும் அடிக்கிற மேளம் சுடுகாட்டு வர கேக்கு.

சரியா நடக்கவே தெம்பு இல்லாத அந்த எழுவது வயசு ஐயாக்குட்டிக் கெழவன் வேட்டிய அவுத்து கோமணத்த உருவி, "ஓம்மாப் புண்ட, என் கோமணத்தயா உருவுதிய, தேவுடியாக் கூதியா"னு அசிங்க அசிங்கமா வஞ்சுகிட்டு மெதுவா கீழ உக்காந்து ராக்கம்மா ஒடம்ப தடவி, அவ கால விரிச்சு அவரோட ஆசயயும் நெறவேத்திக்கிட்டாரு.

பத்து நிமிசம் கழிச்சு, "எலேய் வாங்க"னு சொல்லவும், எல்லாரும் வந்தாங்க. "என்னயா கெழவா, கூதியில ரெத்தம் வருத வர ஒத்துருக்க"னு சொன்னதும் நமட்டுச் சிரிப்பு சிரிச்சாரு கெழவரு.

'சரி சரி சேலய கெட்டுங்கப்பா"னு சொல்லவும், "என்னப்பா சேலய உருவத் தெரிஞ்சவனப் போயி, உடுத்தச் சொல்லிதிய"ன்னு சிரிச்சாரு பெரியகுடும்பன்.

"இவா புண்டய எத்தன பேரு நாக்கப் போட்டு நக்குனானோ, ஆயரம் சுண்ணிய பாத்துருப்பா இந்த புண்ட"னு சொல்லி, காரிக்கிட்டு அவளோட பெறப்புறுப்புலயே துப்புனான் பெரிய குடும்பன்.

"இந்தக் கூதிக்கிதான் எம்புட்டு மவுசு. போலீசுக்காரன்தா, வக்கீலுதான், நீதிபதிதான், போவாத ஊரு கெடயாது. இவா புண்டய பாக்காத சனங்க கெடயாது. அடா ஓம்மாப் புண்ட"னு சொன்னான்.

அதுல ஒருத்தன் சொன்னான். "சரி அதுக்குத்தா மவுசு, இம்புட்டு நேரம் நீங்கதான அதிக நேரம் சோலியப் பாத்தீங்க"னு சொன்னதும்,

"ஆமா பெரிய நேரம், உசுரோட இருக்கும் போது மட்டும் இந்தக் கூதிமவா கொஞ்சம் எணங்கி இருப்பாண்ணா, இந்தத் தேவுடியாளுக்கு நானே நக நட்டுனு போட்டு அழகு பாத்துருப்பேன். வரவு செலவு பாத்து ராணி மாதிரி வச்சிருப்பேன்"னு சொன்னதும், இன்னொருத்தர் சொன்னாரு.

“பெருசு ஓம்ம வயசுக்கு அவா மகா மொற புரிஞ்சதா”னு சொன்னதும். “ஏன் என் வயசுக்கு என்ன ? இன்னக்கும் சுண்ணி இரும்புக்கம்பி போலதான் எந்திச்சு நிக்கி, அவள நல்லா புடிச்சி உழுதுருப்பேன்”னு சொன்னதும், அங்க இருந்த எல்லாரும் கெக்கலு விட்டு சிரிச்சாங்க.

“எய்யா சாமி இப்டி பேசிக்கிட்டே இருந்தோமுன்னா, நம்மலாள சீக்கிரமா ஊருக்குள்ள போக முடியாது. இன்னும் கொஞ்ச நேரத்துல தெரட்டுக்குள்ள சொள்ளமாடன குடியெழுப்பிக் கொண்டு போக ஊர் கூதிமவங்க தெக்காம வந்துருவாங்க. அதனால சீக்கிரமா கெளம்பிருவோம்”னு சொன்னான் பழனி.

எல்லாருமா சேந்து அவளோட சேலய சும்மா, சுத்தி பாவாட சட்டைய சேலக்கி உள்ள வச்சி, குழிக்குள்ள தூக்கிப்போட்டு, நல்லா மசங்குத நேரத்துல மேல மண்ண அள்ளிப் போட்டு மூடிட்டி வந்துட்டாங்க.

கெறங்குற அளவுக்கு போதயில இருந்ததால சரியா மூடியிருக்கமானு கூட பாக்காம எல்லாருமே தள்ளாடிகிட்டு வீட்டப் பாக்க வந்தாங்க. எல்லாவனும் நேராப் போயி அவன் அவன் வீட்ல வெந்நீ வச்சு குளிச்சுட்டு அரவமில்லாம போயி படுத்துக்கிட்டாங்க.

அன்னக்கி ராத்திரி கோயில்ல வில்லு. ராத்திரி விடிய விடிய எல்லா ஆளுகளும் ஒத்த ஒணர்ச்சியும் இல்லாம ஊருக்குள்ள ஒரு துட்டி விழுந்துருச்சுங்குற ஓர்ம கூட இல்லாம பண்பொழி மாரியம்மா வில்லுனு கோயிலே கெதினு கெடக்குக.

---

1. ஏறெடுத்து

2. கால் படி நிறையும் வரை

53

மறுநாளு காலையில இடுகாட்டு பக்கத்துல இருக்குற சவந்தின்னி கொளத்துக் கரையில பக்கத்து ஊருக்காரன் மாடுகள பத்திக்கிட்டு வந்தான். மாடுகளுக்கு காவலா அவனோட நாயயும் பத்திகிட்டு வந்தான். காலையிலயே கூட வந்த நாய கொஞ்ச நேரத்துல கண்ணபடச்சு[1] காணும்.

இந்த நாயி எங்க போச்சினு பாத்தாரு அவரு. அப்போ கூட்டங் கூட்டமா ஒரு ஏழெட்டு நாய்க ஒன்னா சேந்து கொலக்கிற சத்தங் கேட்டுச்சி. எம்மா நம்ம நாய இந்த நாய்க கடிச்சு கொதறுனாலும் கொதறிறுமேனு பயத்துல கையில வச்சிருக்க கம்பக் கொண்டுகிட்டு ஓடுனான்.

அங்க போயி பாத்தா அம்புட்டு நாயும் சண்டபோட்டு பெணத்தோட கால இழுத்துக்கிட்ட கெடக்குது. அவரு அதப்பாத்து பதறிப்போயி கையில வச்சிருந்த பெரிய கம்பக்கொண்டு அந்த நாயிகள வெரட்டி விட்டு, பக்கத்துல இருந்த கருவேல மரத்திலிருந்து இடுப்புல சொருவி இருந்த அருவாளக் கொண்டு தரிச்சாரு. அதக் கொண்டாந்து குழிக்கி வெளியில கெடக்குற காலு மேல போட்டு மூடி நாய்கள வெரட்டி விட்டாரு.

நேரா ஊருக்குள்ள வந்து ஊரு ஆளுககிட்ட சொன்னாரு. யாருமே அத கேட்டும் கேக்காதது மாதிரி போனாங்க. ஒருத்தரு நேரா அந்த வீட்லப் போயி சொல்லுங்கன்னு சொன்னதும், அவரு நேரா முத்தம்மாகிட்டயே வந்து சொன்னாரு. தெக்காம வயக்காட்டுக்கு வேலக்கி போனவன் நேரா போயி களத்துல இருந்த முருகையா கிட்ட சொன்னான்.

முருகையாவுக்கு வேதன தாங்க முடியாம பதட்டத்தோட ஊருக்குள்ள வந்தான் வாயில துண்ட பொத்திகிட்டு வந்தவனுக்காக ஊர் முக்குல காத்துக்கிட்டு இருந்தா முத்தம்மா.

முத்தம்மாளப் பாத்ததும் தேக்கி வச்சிருந்த மொத்த வேதனயயும் எறக்கி வச்சான் முருகையா.

“ஏ என்ன மன்னிச்சிரும்மா, என்ன மன்னிச்சிரும்மா. ஏ நான் தப்பு பண்ணிட்டனே, நான் தப்பு பண்ணிட்டேனே, நான் பெரிய தப்பு பண்ணிட்டனே முத்தம்மா! நான் பாவிம்மா... நான் கேடுகாரன்மா. எம்மா நான் நம்ம புள்ள மொகத்த பாக்காம விட்டுட்டனம்மா”னு ஒப்பாரி வைக்கவும் முத்தம்மாளும் சேந்து அழ ஆரம்பிச்சா. ஊரோட தெக்கு முக்குல ரெண்டு பேரும் அழுவுதத பாத்துக்கிட்டு பொம்பளையும் ஆம்பளையும் போகுது. இத்தனைக்கும் போறது எல்லாம் முருகையாவுக்கும் முத்தம்மாவுக்கும் சொக்காரங்க தான்.

“எய்யா... நம்ம மவளுக்கு வந்த சோதனையப் பாத்தேளா, நம்ம ஒத்த மவளுக்கு இந்த நெலமயா. எய்யா அவா நமக்கு கொள்ளிப்பான ஓடப்பானு நெனச்சேனே! ஆனா நேத்து அவளுக்கு ஓடப்பமுனு நான் நெனச்சுக்கூடப் பாக்கலியே!”னு அழுதா. நேரா இடுகாட்டுக்குள்ளப் போயி ரெண்டு பேரும் பாத்தாக.

ராக்கம்மாளோட காலு வெளியில தெரிஞ்சதப் பாத்து, அவ காலு பக்கம் விழுந்து அழுது ஒப்பாரி வச்சான் முருகையா.

எம்மா என்ன மன்னிச்சிரு தங்கம்
ஏ என்ன மன்னிச்சிரு என் கட்டித்தங்கம்
ஏய் எம்மா ராக்கு
என்ன பெத்தவளே

உனக்கு நான் தாலாட்டி சீராட்டி உனக்கு நான் புதுத்துணி வாங்கிவந்து உன்ன நான் நட்டாம் பொட்டலுல அனாதையாக விட்டுட்டனேனு ஏங்கி ஏங்கி ராகம் போட்டு அழுவுதான் முருகையா.

“ஏ நம்ம கட்டித் தங்கத்துக்கு வந்த நெலமயப் பாத்தேளா? ஏய்யா நம்ம தங்கத்த பாத்தியளா”னு அழுவுறா. அவள இருக்கச் சொல்லிட்டு, நான் களத்துக்கு போயிட்டு வாரேனு சொல்லி அழுதுகிட்டே களத்துக்குப் போனான் முருகையா.

இங்க கையில ஒரு பெரிய கம்ப வச்சுகிட்டு நாயி வந்தா தொரத்தி விடணும்னு பக்கத்துலயே இருந்தா முத்தம்மா. இடுகாட்டுல அவ ஒருத்தி மட்டும் இருந்து அழுதா.

காடான காடு சுத்தி
மேடான மேடு சுத்தி
களபறிச்சு கதிரறுத்து
கண்ணு படும்படியா
வளத்தேன் என் கட்டித் தங்கம்
இன்னக்கி
காடான காடுமில்ல
மேடான மேடுமில்ல
கருத்தா வளந்த மவ
எம்மா
கருமாண்டு போனாளே!
ஆ... ஆ....ன்னு ஒப்பாரி வைக்கா முத்தம்மா.

ஊரத் தாண்டி போகும்போது முருகையா வஞ்சுகிட்டே போனாரு.

"அடா ஊருக்கார கூதிமவங்கா இப்டி கொதவளய அறுத்துட்டேளே"னு அசிங்கமா பேசிகிட்டு போனாரு.

அழுதுகிட்டே தெக்க களத்து வர நடந்துபோயி, களத்துக்கு வந்து தொழுவுக்கு தெம்பரமா[2] கெடந்த மாஞ்சுள்ளியும் தென்ன மட்டையயும், தென்ன ஓலயயும் போட்டு ஒன்னா ஒரு பெரிய கெட்டா கெட்டுனாரு. ஒரு மம்பட்டியயும் எடுத்துக்கிட்டாரு.

நேரா பங்களாக்குள்ள இருந்த ஒரு கேனு மண்ணெண்ணையும் தீப்பெட்டியும் கையில எடுத்துகிட்டு, இந்த வெறகுக் கெட்டையும் தூக்கி தலையில வச்சுக்கிட்டாரு அழுதுகிட்டே 'எம்மகளே எம்மகளே'னு பொலம்பிக்கிட்டு செமக்க முடியாம செமந்துகிட்டே வாராரு.

வயக்காட்டு வழியா நடந்து வரும்போது, எதுத்தாப்புல ஊருக்கார ஆம்பளைங்க வந்து பரிதாபமா முருகையாவ பாத்தாங்க. அவங்களோட வேலுவும் வந்தான். முருகையாவ மேலும்கீழுமாப் பாத்து மொகத்தத் திருப்பிக்கிட்டான். மொகத்துல எந்த சலனமும் இல்லாம, வேலு கடந்துபோகுறதப் பாத்தாரு முருகையா.

அடப்பாவி, இவங்கூடவா இப்பிடி கல்நெஞ்சுக்காரனா இருக்கான்னு யோசிச்சுக்கிட்டு திரும்பவும் அழுதுகிட்டே விறக தூக்கிட்டுப் போனான்.

“ஏக்களவாணிக் கூதிமவங்கா, இப்புடி எல்லாருமே கவுசலக்காரப் பேகலா[3] இருந்திருப்பியன்னு நான் என் கனவுல கூட நெனச்சுப் பாக்கலயே.

எம்மா.... ராக்கம்மா...

எம்மவ வாழ்க்கய நானே சீரழிச்சுட்டனே, ஏ எம்மவா நல்ல வாழ்க்கய நானே கெடுத்துட்டனே”னு சொல்லி ஏங்கி ஏங்கி அழுதான்.

இங்க முத்தம்மா மட்டும் ஒரு பெரிய கம்ப வச்சு நாயிகள வெரட்டிக்கிட்டு இருந்தா.

வந்த வேகத்துல எல்லாத்தயும் கீழ போட்டுட்டு, அந்தக் கருவேல முள்ள எடுத்துட்டு மம்பட்டிய வச்சு மண்ண அள்ளுனா. அவன் தோண்டத் தோண்ட அவா அந்த மண்ணக் கைய வச்சி வாரி போட்டா. ரெண்டு பேரும் அழுதுகிட்டே ஏங்கி ஏங்கி கண்ணீரோட அள்ளுனாங்க.

அடுத்து கொஞ்சம் மண்ண அள்ளி போடும்போது அவளோட சேல மட்டும் தனியா வந்துச்சி. அடுத்து தோண்டும்போது அவளோட பாவாடையும், சட்டையும் வந்துச்சி. மண்ணு எல்லாத்தையும் வேக வேகமா தள்ளுனா முத்தம்மா.

“எய்யா சாமி ஏ இந்த கேடுகாரப் பேக என்ன செஞ்சிருக்காங்கன்னு பாத்தியளா”னு கொல நடுங்கிட்டே, தன்னோட மவளப் பாத்தாங்க ரெண்டு பேரும்.

ஒடம்புல ஒட்டுத்துணி இல்லாம கெடந்த ராக்காம்மா ஒடம்ப பாத்து ரெண்டு பேரும் ஓலம் போட்டு அழுதாங்க. அவளோட இடுப்புக்கு கீழ ரத்தமா வழிஞ்சு ஒறஞ்சு போயி இருந்தது. அதப் பாத்ததும் கதறி அழுது, தன்னோட வேட்டியப் போட்டு மூடுனான் முருகையா.

ஏ நான் வளத்த கட்டி மவளே
ஏ நான் வளத்த தங்க மவளே

உன்ன இப்பிடி பாக்கதுக்காமா தங்கமா வளத்தேன்னு ஒப்பாரி வச்சு அழுதான் முருகையா. அவன் அழுத அழுக அந்த இடுகாடு முழுக்க எதிரொலிச்சது.

“எய்யா இது வெளிய தெரிய வேண்டாமுய்யா, நம்ம மவா மானமுய்யா”னு சொல்லி அழவும், ரெண்டு பேரும் பக்கத்துல உக்காந்து கொஞ்ச நேரம் அழுதுகிட்டே இருந்துட்டு, கண்ணத் தொடச்சுகிட்டு சத்தமே வராம ஏங்கி ஏங்கி கண்ணீர் வடிச்சாங்க.

அவள ரெண்டு பேரும் சேந்து பக்கத்து மேட்டுல போட்டு அவாளுக்கு மேல அவளோட துணியப் போட்டு அதுக்கு மேல ஓலயப் போட்டு, மட்டைகள அடுக்கி அதுக்கு மேல கடைசியா மாமரத்து சுள்ளியப் போட்டு அடுக்கி மண்ணெண்ணய ஊத்தி தீய வச்சான் முருகையா.

மண்ணெண்ணய ஊத்துனதால கப்புனு புடிச்ச தீ, கொஞ்சங் கொஞ்சமா நின்னு மட்டை எல்லாம் தீப்புடிச்சி கணகணன்னு வேகுது. தீ வெந்து வரும்போது, கொஞ்சங் கொஞ்சமா அழ ஆரம்பிச்சான் முருகையா. அங்க ஊருக்குள்ள காப்பு கட்டுன ஆளுக குத்தால தண்ணி போறதுக்கு அடிக்கிற மேளம் சுடுகாட்டுக்கே கேக்கு.

முத்தம்மாளோட மொகத்தப் பாத்து அவளோட கண்ணீரத் தொடச்சு விட்டு,

“முத்தம்மா, இந்த ஊருல பெறந்து வளந்து, ஆச ஆசயா ஒத்த புள்ளய பெத்தெடுத்து பவுசா பாதுகாத்து வளத்தமே, அப்படியாப்பட்ட நம்ம புள்ளக்கி இன்னக்கி இப்டி ஒரு சாக்காலமா வரணும்.

ஏ சப்பாணி மாடா, ஏ நீலியம்மா நீங்கள்லாம் வெறும் கல்லா? உங்கள நெனக்காத நாளு இல்லையே.

ஏ நம்ம இருக்கும்போது நம்ம மவளுக்கே இந்த நெலம, நம்மளயும் இவங்க நாளக்கி வச்சா பாப்பாங்க.

நான் இங்கயிருந்து ஊருக்குள்ள போனமுனா, எல்லாப் பயலயும் வெட்டிக் கொன்னுருவேன். ஆனா வேண்டாம். நம்ம புள்ளயே போனபெறகு இன்னும் நாம யாருக்காண்டி வாழப்போறோம். இதுக்கு பெறகும் நாம இந்த பூமியில வாழணுமா என்ன?”னு கேட்டான்.

கணகணனு எரியுத தீயிக்கி முன்னால, கேனுல இருந்த மீதி மண்ணெண்ணய எடுத்து புருசனும் பொண்டாட்டியும் மாறி மாறி ஊத்திக்கிட்டாக. ரெண்டு பேரும் கெட்டிப் புடிச்சி அழுதுகிட்டே.

"நான் பெத்த மவளே ராக்கம்மா, ராக்கம்மா"னு கதறிக்கிட்டே தீயில விழுந்து உயிர மாய்ச்சுக்கிட்டாக.

கோயில்ல மாட தேவதைகள வரவழைக்க அடிக்கிற நையாண்டி மேளம் உச்சத்துல ஒலிக்கிது....

---

1. கண்ணுல படல
2. தென்புறமாக
3. கேடுகாரர்கள்

• • •